ಆರೋಗ್ಯ ಪ್ರಶ್ನೋತ್ತರ

(Arogya Prashnottara)

ವಿವಿಧ ರೋಗಗಳ ಆರೋಗ್ಯ ಮಾಹಿತಿ ಪುಸ್ತಕ

ಲೇಖಕರು

ಡಾ ಶಿವಮೂರ್ತಿ ಎನ್

ಎಂಬಿಬಿಎಸ್, ಎಂಡಿ ,ಎಂಬಿಎ.

ಪ್ರೊಫೆಸರ್, ಫಾರ್ಮಕಾಲಜಿ ವಿಭಾಗ

ಡಾ ಚಂದ್ರಮ್ಮ ದಯಾನಂದ ಸಾಗರ್ ವೈದ್ಯಕೀಯ ಶಿಕ್ಷಣ ಸಂಸ್ಥೆ

ಮತ್ತು ಸಂಶೋಧನಾ ಕೇಂದ್ರ (CDSIMER), ಕನಕಪುರ ರಸ್ತೆ, ದೇವರಕಗ್ಗಲಹಳ್ಳಿ,

ರಾಮನಗರ ಜಿಲ್ಲೆ ಹಾರೋಹಳ್ಳಿ ಹತ್ತಿರ,

ಕರ್ನಾಟಕ, ಭಾರತ

ಪ್ರಕಟಣೆ 2024

ಆರೋಗ್ಯ ಪ್ರಶ್ನೋತ್ತರ - ವಿವಿಧ ರೋಗಗಳ ಆರೋಗ್ಯ ಮಾಹಿತಿ ಪುಸ್ತಕ
Arogya Prashnottara– Vividha Rogagala Arogya Maahithi Pusthaka.

Authored by ಡಾ. ಶಿವಮೂರ್ತಿ ಎನ್ (Dr. Shiva Murthy N)

Published by.
Dr. Shiva Murthy N.
Shree SowmyaShiva Sadana
No. 57, 1st cross, 4th main, Kothanur Dinne
JP Naga 8th Phase, Bangalore - 560076, Karnataka, India
Email Id: shivuindia@gmail.com, Phone: 8884328275

First edition: July 2024
No of Pages: 106+2
Price: 150 rupees
Cover page Photography Credits
Front and back cover page: Dr Shiva Murthy N and Shrimathi Sowmya Nataraj (Bangalore)

Important Notice/Disclaimer

"Arogya Prashnottara – Vividha Rogagala Arogya Maahithi Pusthaka is an honest attempt to provide health information to the general public by using common and simple Kannada words. The health information is presented by arranging simple Kannada words in the form of questions and answers. In the first edition, a total of 18 diseases are included. A total of 172 questions are answered in 18 chapters. Each chapter is dedicated to a particular disease. Common questions about the particular disease are created and answered suitably to provide guidance to non-medical persons in simple words. The authors do not intend to provide any treatment through this book. Our aim is to educate the general public about the diseases, causes, signs/symptoms, methods to identify the disease, and ways to prevent it to some extent, as well as how to proceed to the nearest doctor for further advice and management. It is an honest attempt, and efforts will continue to include more diseases and health information. Consult your doctor before applying the information practically. This book is intended solely to provide health information and raise awareness levels. The treating doctor's decisions are final."

ಸಮರ್ಪಣೆ

ಈ ಪುಸ್ತಕದ ಯಶಸ್ಸನ್ನು ನನ್ನ ತಾಯಿ ಮುದ್ದವೀರಮ್ಮ, ನನ್ನ ತಂದೆ ನಂಜುಂಡಪ್ಪ, ನನ್ನ ಮಾವ ವೀರಣ್ಣಯ್ಯ ಕರಿಚೆನ್ನಪ್ಪ ಅವರಿಗೆ ಅರ್ಪಿಸುತ್ತೇನೆ. ನನ್ನ ಇತರ ಕುಟುಂಬದ ಸದಸ್ಯರು ಮತ್ತು ಶಿಕ್ಷಕರ ಕೊಡುಗೆಯನ್ನು ನೆನಪಿಸಿಕೊಳ್ಳಲು ನಾನು ಬಯಸುತ್ತೇನೆ, ಅವರ ಬೆಂಬಲವಿಲ್ಲದೆ, ನಾನು ಈ ಮೈಲಿಗಲ್ಲು ಸಾಧಿಸಲು ಸಾಧ್ಯವಿರುತ್ತಿರಲಿಲ್ಲ. ಆದ್ದರಿಂದ ನಾನು ಈ ಎಲ್ಲರಿಗೂ ಧನ್ಯವಾದಗಳನ್ನು ಹೇಳುತ್ತೇನೆ.

ಡಾ ಶಿವಮೂರ್ತಿ ಎನ್

ವಿಷಯಗಳು/ರೋಗಗಳ ಪರಿವಿಡಿ

ಆರೋಗ್ಯ ಪ್ರಶ್ನೋತ್ತರ

(Arogya Prashnottara)

ವಿವಿಧ ರೋಗಗಳ ಆರೋಗ್ಯ ಮಾಹಿತಿ ಪುಸ್ತಕ

ಮೊದಲ ಆವೃತ್ತಿಗೆ ಮುನ್ನುಡಿ

"ಆರೋಗ್ಯ ಪ್ರಶ್ನೋತ್ತರ - ವಿವಿಧ ರೋಗಗಳ ಆರೋಗ್ಯ ಮಾಹಿತಿ ಪುಸ್ತಕ"ಕ್ಕೆ ಸುಸ್ವಾಗತ. ಈ ಪುಸ್ತಕದಲ್ಲಿ 18 ರೋಗಗಳಿಗೆ ಸಂಬಂಧಿಸಿದ 172 ಪ್ರಶ್ನೆಗಳಿಗೆ ಸ್ಪಷ್ಟ ಮತ್ತು ಸಂಕ್ಷಿಪ್ತ ಉತ್ತರಗಳನ್ನು ಕೊಡುವ ಮೂಲಕ ವ್ಯಾಪಕ ಶ್ರೇಣಿಯ ಆರೋಗ್ಯ ಪರಿಸ್ಥಿತಿಗಳನ್ನು ಅವಲೋಕನ ಮಾಡುವ ಗುರಿಯನ್ನು ಹೊಂದಿರುವ ಸಮಗ್ರ ಮಾರ್ಗದರ್ಶನ ನೀಡುವ ಕೈಪಿಡಿಯಾಗಿದೆ. ಈ ಪುಸ್ತಕವು ವ್ಯಾಪಕವಾದ ಆರೋಗ್ಯ ಶಿಕ್ಷಣಕ್ಕೆ ಆಳವಾದ ಬದ್ಧತೆಯನ್ನು ಹೊಂದಿದೆ, ಹಾಗು ವಿವಿಧ ರೋಗಗಳು ಮತ್ತು ಅವುಗಳ ನಿರ್ವಹಣೆಯನ್ನು ಅರ್ಥಮಾಡಿಕೊಳ್ಳಲು ಬಯಸುವ ವ್ಯಕ್ತಿಗಳಿಗೆ ವಿಶ್ವಾಸಾರ್ಹ ಸಂಪನ್ಮೂಲವಾಗಿ ಕಾರ್ಯನಿರ್ವಹಿಸಲು ವಿನ್ಯಾಸಗೊಳಿಸಲಾಗಿದೆ. ಇಂದಿನ ವೇಗದ ಜಗತ್ತಿನಲ್ಲಿ, ನಿಖರವಾದ ಆರೋಗ್ಯ ಮಾಹಿತಿಯು ಹೆಚ್ಚು ಜನರಿಗೆ ತಲುಪಬೇಕಿದೆ. ಅಂತರ್ಜಾಲದ ಆಗಮನದೊಂದಿಗೆ, ನಾವು ಅತೀ ಹೆಚ್ಚಿನ ಮಾಹಿತಿಯೊಂದಿಗೆ ಮುಳುಗಿದ್ದೇವೆ. ಅದು ಗೊಂದಲದ ಪರಿಸ್ಥಿಯನ್ನು ಸೃಷ್ಟಿಸಬಹುದು. ಈ ಪುಸ್ತಕವು ಈ ಗೊಂದಲಗಳನ್ನು ಕಡಿಮೆ ಮಾಡಿ, ಕೆಲವು ಸಾಮಾನ್ಯ ಮತ್ತು ಆರೋಗ್ಯ ಕಾಳಜಿಗಳಿಗೆ ನೇರವಾದ, ವೈಜ್ಞಾನಿಕವಾಗಿ ಬೆಂಬಲಿತ ಉತ್ತರಗಳನ್ನು ಒದಗಿಸುವ ಗುರಿಯನ್ನು ಹೊಂದಿದೆ.

ಈ ಪುಸ್ತಕವು 18 ರೋಗಗಳು ಮತ್ತು ವೈವಿಧ್ಯಮಯ ವೈದ್ಯಕೀಯ ಪರಿಸ್ಥಿತಿಗಳ ವಿಷಯಗಳನ್ನು ಒಳಗೊಂಡಿದೆ. ಅವುಗಳೆಂದರೆ:

- **ಮೊಡವೆ:** ಈ ಸಾಮಾನ್ಯ ಚರ್ಮದ ಸ್ಥಿತಿಗೆ ಕಾರಣಗಳು, ಅದನ್ನು ತಡೆಗಟ್ಟುವಿಕೆ ಮತ್ತು ಚಿಕಿತ್ಸೆಯ ಕ್ರಮಗಳನ್ನು ಅರ್ಥಮಾಡಿಕೊಳ್ಳುವುದು.
- **ಹರ್ನಿಯಾ:** ವಿಧಗಳು, ರೋಗಲಕ್ಷಣಗಳು ಮತ್ತು ಶಸ್ತ್ರಚಿಕಿತ್ಸಾ ಆಯ್ಕೆಗಳ ಒಳನೋಟಗಳು.
- **ಲೈಂಗಿಕವಾಗಿ ಹರಡುವ ರೋಗಗಳು (STDs):** ತಡೆಗಟ್ಟುವಿಕೆ, ರೋಗನಿರ್ಣಯ ಮತ್ತು ಚಿಕಿತ್ಸೆಯ ಬಗ್ಗೆ ವಿವರವಾದ ಮಾಹಿತಿ.
- **ಗೀಳು (ಒಬ್ಸೆಸಿವ್-ಕಂಪಲ್ಸಿವ್ ಡಿಸಾರ್ಡರ್ - OCD):** ನಿಭಾಯಿಸುವ ತಂತ್ರಗಳು ಮತ್ತು ಚಿಕಿತ್ಸೆಯ ಆಯ್ಕೆಗಳನ್ನು ಒಳಗೊಂಡಂತೆ ಈ ಮಾನಸಿಕ ಆರೋಗ್ಯ ಸ್ಥಿತಿಯ ಒಂದು ಅವಲೋಕನ.
- **ಮಲೇರಿಯಾ:** ತಡೆಗಟ್ಟುವಿಕೆ, ರೋಗಲಕ್ಷಣಗಳು ಮತ್ತು ಚಿಕಿತ್ಸೆಯ ಬಗ್ಗೆ ಅಗತ್ಯ ಜ್ಞಾನ, ವಿಶೇಷವಾಗಿ ಮಲೇರಿಯ ಹೆಚ್ಚಿರುವ ಸ್ಥಳಗಳಲ್ಲಿ ವಾಸಿಸುವವರಿಗೆ ಮತ್ತು ಪ್ರಯಾಣಿಸುವವರಿಗೆ.
- **ಗರ್ಭಾವಸ್ಥೆ ಮತ್ತು ಔಷಧ ಸೇವನೆ:** ತಾಯಿ ಮತ್ತು ಮಗುವಿನ ಆರೋಗ್ಯವನ್ನು ಖಚಿತಪಡಿಸಿಕೊಳ್ಳಲು ಗರ್ಭಾವಸ್ಥೆಯಲ್ಲಿ ಸುರಕ್ಷಿತ ಔಷಧಿಗಳ ಬಳಕೆಯ ಬಗ್ಗೆ ಮಾರ್ಗದರ್ಶನ.
- **ಆಸ್ಟಿಯೊಪೊರೋಸಿಸ್:** ಮೂಳೆಯ ಆರೋಗ್ಯವನ್ನು ಕಾಪಾಡಿಕೊಳ್ಳುವ ಮತ್ತು ಮುರಿತಗಳನ್ನು ತಡೆಗಟ್ಟುವ ಮಾಹಿತಿ.
- **ಮಂಕಿಪಾಕ್ಸ್:** ಈ ಉದಯೋನ್ಮುಖ ಸಾಂಕ್ರಾಮಿಕ ರೋಗವನ್ನು ಅರ್ಥಮಾಡಿಕೊಳ್ಳುವುದು ಮತ್ತು ರಕ್ಷಿಸಿಕೊಳ್ಳುವುದು.
- **ಕ್ಷಯರೋಗ (ಟಿಬಿ):** ರೋಗಲಕ್ಷಣಗಳು, ಚಿಕಿತ್ಸೆ ಮತ್ತು ತಡೆಗಟ್ಟುವಿಕೆಯ ಸಮಗ್ರ ಮಾಹಿತಿ.

- **ಮಕ್ಕಳಲ್ಲಿ ಔಷಧಿಗಳಿಂದಾಗುವ ಅಡ್ಡಪರಿಣಾಮಗಳು:** ಮಕ್ಕಳು ಮತ್ತು ಯುವಜನರಲ್ಲಿ ಸುರಕ್ಷತವಾಗಿ ಔಷಧಿ ಬಳಸುವ ಕುರಿತು ನಿರ್ಣಾಯಕ ಸಲಹೆ.
- **ಎಪಿಲೆಪ್ಸಿ:** ರೋಗವನ್ನು ನಿರ್ವಹಿಸುವ ಒಳನೋಟಗಳು ಮತ್ತು ಈ ನರರೋಗವನ್ನು ನಿರ್ವಹಿಸುವ ತಂತ್ರಗಳು.
- **ಅಧಿಕ ರಕ್ತದೊತ್ತಡ (BP):** ತೊಡಕುಗಳನ್ನು ತಡೆಗಟ್ಟಲು ಅಧಿಕ ರಕ್ತದೊತ್ತಡವನ್ನು ನಿರ್ವಹಿಸುವ ತಂತ್ರಗಳು.
- **ಕ್ಯಾನ್ಸರ್:** ವಿವಿಧ ರೀತಿಯ ಕ್ಯಾನ್ಸರ್, ಅವುಗಳ ಲಕ್ಷಣಗಳು, ಚಿಕಿತ್ಸೆಗಳು ಮತ್ತು ತಡೆಗಟ್ಟುವ ಕ್ರಮಗಳ ಅವಲೋಕನ.
- **ಅಲರ್ಜಿ:** ಅಲರ್ಜಿಯ ಪ್ರತಿಕ್ರಿಯೆಗಳನ್ನು ಗುರುತಿಸುವ ಮತ್ತು ನಿರ್ವಹಿಸುವ ಮಾಹಿತಿ.
- **ಆಸ್ತಮಾ:** ಅಸ್ತಮಾ ರೋಗಲಕ್ಷಣಗಳನ್ನು ನಿಯಂತ್ರಿಸಲು ಮತ್ತು ಜೀವನದ ಗುಣಮಟ್ಟವನ್ನು ಸುಧಾರಿಸಲು ಮಾರ್ಗದರ್ಶನ.
- **ಮಧುಮೇಹ:** ರಕ್ತದಲ್ಲಿನ ಸಕ್ಕರೆ ಮಟ್ಟವನ್ನು ನಿರ್ವಹಿಸುವ ಮತ್ತು ತೊಡಕುಗಳನ್ನು ತಡೆಗಟ್ಟುವ ಅಗತ್ಯ ಮಾಹಿತಿ.
- **ಮ್ಯೂಕೋರ್ಮೈಕೋಸಿಸ್:** ಈ ಗಂಭೀರ ಶಿಲೀಂಧ್ರಗಳ ಸೋಂಕನ್ನು ಅರ್ಥೈಸಿಕೊಳ್ಳುವುದು, ವಿಶೇಷವಾಗಿ ಕೊರೋನ ರೋಗ ಸಂದರ್ಭದಲ್ಲಿ ನಿರ್ವಹಿಸುವ ಅಗತ್ಯ ಮಾಹಿತಿ.
- **ಕೊರೋನ ರೋಗ (COVID-19):** ಈ ಜಾಗತಿಕ ಸಾಂಕ್ರಾಮಿಕ ರೋಗದ ತಡೆಗಟ್ಟುವಿಕೆ, ಲಕ್ಷಣಗಳು ಮತ್ತು ಚಿಕಿತ್ಸೆಯ ಕುರಿತು ನವೀಕೃತ ಮಾಹಿತಿ.

ಈ ಪುಸ್ತಕದಲ್ಲಿನ ಪ್ರತಿಯೊಂದು ಪ್ರಶ್ನೆಯನ್ನು ಎಚ್ಚರಿಕೆಯಿಂದ ಆಯ್ಕೆಮಾಡಲಾಗಿದೆ ಮತ್ತು ಸ್ಪಷ್ಟ, ಸಂಕ್ಷಿಪ್ತ ಮತ್ತು ಕಾರ್ಯಸಾಧ್ಯವಾದ ಮಾಹಿತಿಯನ್ನು ಒದಗಿಸಲು ಉತ್ತರಿಸಲಾಗಿದೆ. ನೀವು ಆರೋಗ್ಯ ವೃತ್ತಿಪರರಾಗಿರಲಿ, ವಿದ್ಯಾರ್ಥಿಯಾಗಿರಲಿ ಅಥವಾ ಈ ಆರೋಗ್ಯ ಪರಿಸ್ಥಿತಿಗಳನ್ನು ಚೆನ್ನಾಗಿ ಅರ್ಥಮಾಡಿಕೊಳ್ಳಲು ಬಯಸುವ ಯಾರಾದರೂ ಆಗಿರಲಿ, ಅವರಿಗೆ ಈ ಪುಸ್ತಕವು ಮೌಲ್ಯಯುತವಾದ ಕೈಪಿಡಿಯಾಗಿರಲಿ ಎಂಬುದು ನಮ್ಮ ಗುರಿಯಾಗಿದೆ.

ನಮ್ಮೊಂದಿಗೆ ಜ್ಞಾನ ಮತ್ತು ಕ್ಷೇಮದ ಈ ಪ್ರಯಾಣವನ್ನು ಆರಂಭಿಸಿದ್ದಕ್ಕಾಗಿ ಧನ್ಯವಾದಗಳು.

ನಿಮ್ಮ ಆರೋಗ್ಯ ಕಾರ್ಯಕರ್ತ

ಡಾ ಶಿವಮೂರ್ತಿ ಎನ್

ಓದುಗರಿಗೆ ಸೂಚನೆಗಳು

"ಆರೋಗ್ಯ ಪ್ರಶ್ನೋತ್ತರ - ವಿವಿಧ ರೋಗಗಳ ಆರೋಗ್ಯ ಮಾಹಿತಿ ಪುಸ್ತಕ"ಕ್ಕೆ ಸುಸ್ವಾಗತ, ನಿಮ್ಮ ಆರೋಗ್ಯಕ್ಕೆ ಸಂಬಂಧಿಸಿದ ಪ್ರಶ್ನೆಗಳಿಗೆ ಸ್ಪಷ್ಟ ಮತ್ತು ವಿಶ್ವಾಸಾರ್ಹ ಉತ್ತರಗಳನ್ನು ಒದಗಿಸಲು ವಿನ್ಯಾಸಗೊಳಿಸಲಾದ ಸಮಗ್ರ ಮಾರ್ಗದರ್ಶಿಯೇ ಈ ಪುಸ್ತಕ. ಈ ಪುಸ್ತಕವನ್ನು ಓದಲು ಮತ್ತು ಇದರಿಂದ ಹೆಚ್ಚಿನ ಪ್ರಯೋಜನ ಪಡೆಯಲು ದಯವಿಟ್ಟು ಕೆಳಗಿನ ಸೂಚನೆಗಳನ್ನು ಅನುಸರಿಸಿ:

1. **ಪ್ರಶ್ನೆ ಮತ್ತು ಉತ್ತರ:** ಪ್ರತಿಯೊಂದು ಅಧ್ಯಾಯವನ್ನು ನಿರ್ದಿಷ್ಟ ಕಾಯಿಲೆಯ ಸುತ್ತ ಆಯೋಜಿಸಲಾಗಿದೆ, ಪ್ರಶ್ನೆಗಳು ಮತ್ತು ಉತ್ತರಗಳು ಆ ರೋಗದ ವಿವಿಧ ಅಂಶಗಳನ್ನು ತಿಳಿಸುತ್ತವೆ.
2. **ವಿಷಯಗಳು/ರೋಗಗಳ ಪರಿವಿಡಿ:** ನಿರ್ದಿಷ್ಟ ರೋಗಗಳ ಅಧ್ಯಾಯಗಳನ್ನು ಪತ್ತೆಹಚ್ಚಲು ಪುಸ್ತಕದ ಪ್ರಾರಂಭದಲ್ಲಿ ವಿಷಯಗಳು/ರೋಗಗಳ ಪರಿವಿಡಿಯನ್ನು ಬಳಸಿ.
3. **ವೃತ್ತಿಪರ ವೈದ್ಯಕೀಯ ಸಲಹೆ:** ಈ ಪುಸ್ತಕವು ಸಮಗ್ರ ಮಾಹಿತಿಯನ್ನು ಒದಗಿಸುತ್ತದೆ, ಇದು ವೃತ್ತಿಪರ ವೈದ್ಯಕೀಯ ಸಲಹೆಗೆ ಪರ್ಯಾಯವಾಗಿಲ್ಲ. ರೋಗನಿರ್ಣಯ, ಚಿಕಿತ್ಸೆ ಮತ್ತು ವೈಯಕ್ತೀಕರಿಸಿದ ವೈದ್ಯಕೀಯ ಮಾರ್ಗದರ್ಶನಕ್ಕಾಗಿ ಯಾವಾಗಲೂ ನಿಮ್ಮ ವೈದ್ಯರನ್ನು ಸಂಪರ್ಕಿಸಿ ಮತ್ತು ಅವರೊಂದಿಗೆ ಸಮಾಲೋಚಿಸಿ.
4. **ಆರೋಗ್ಯ ಮೇಲ್ವಿಚಾರಣೆ:** ನಿಮ್ಮ ಆರೋಗ್ಯವನ್ನು ಮೇಲ್ವಿಚಾರಣೆ ಮಾಡಲು ಮತ್ತು ಚರ್ಚಿಸಿದ ರೋಗಗಳ ಆರಂಭಿಕ ಲಕ್ಷಣಗಳನ್ನು ಗುರುತಿಸಲು ಈ ಪುಸ್ತಕದಲ್ಲಿರುವ ಮಾಹಿತಿಯನ್ನು ಬಳಸಿ. ಆರಂಭಿಕ ಪತ್ತೆ, ತಡೆಗಟ್ಟುವಿಕೆ ಮತ್ತು ಪರಿಣಾಮಕಾರಿ ಆರೋಗ್ಯ ನಿರ್ವಹಣೆಯಲ್ಲಿ ಈ ಪುಸ್ತಕ ಪ್ರಮುಖ ಪಾತ್ರ ವಹಿಸುತ್ತದೆ. ವೈಯಕ್ತೀಕರಿಸಿದ ವೈದ್ಯಕೀಯ ಮಾರ್ಗದರ್ಶನಕ್ಕಾಗಿ ಯಾವಾಗಲೂ ನಿಮ್ಮ ವೈದ್ಯರನ್ನು ಸಂಪರ್ಕಿಸಿ ಮತ್ತು ಅವರೊಂದಿಗೆ ಸಮಾಲೋಚಿಸಿ.
5. **ಜ್ಞಾನವನ್ನು ಹಂಚಿಕೊಳ್ಳುವುದು:** ನೀವು ಈ ಪುಸ್ತಕದಿಂದ ಪಡೆದ ಜ್ಞಾನವನ್ನು ಕುಟುಂಬ ಮತ್ತು ಸ್ನೇಹಿತರೊಂದಿಗೆ ಹಂಚಿಕೊಳ್ಳಿ. ಆರೋಗ್ಯ ಸಾಕ್ಷರತೆಯು ಸಮುದಾಯದ ಆರೋಗ್ಯ ಮತ್ತು ಯೋಗಕ್ಷೇಮದ ಮೇಲೆ ಗಮನಾರ್ಹವಾಗಿ ಪರಿಣಾಮ ಬೀರುತ್ತದೆ.
6. **ಮಾಹಿತಿಯಲ್ಲಿ ವಿಕಸನ:** ವೈದ್ಯಕೀಯ ಜ್ಞಾನವು ನಿರಂತರವಾಗಿ ವಿಕಸನಗೊಳ್ಳುತ್ತಿದೆ. ವಿಶ್ವಾಸಾರ್ಹ ಮೂಲಗಳು ಮತ್ತು ಆರೋಗ್ಯ ಪೂರೈಕೆದಾರರನ್ನು ಸಂಪರ್ಕಿಸುವ ಮೂಲಕ ಇತ್ತೀಚಿನ ಆರೋಗ್ಯ ನವೀಕರಣಗಳು ಮತ್ತು ಪ್ರಗತಿಗಳ ಕುರಿತು ಮಾಹಿತಿಯನ್ನು ಪಡೆಯುತ್ತಿರಿ.
7. **ಸಲಹೆ ನೀಡುವುದು:** ನಿಮ್ಮ ಸಲಹೆಗಳು ಮೌಲ್ಯಯುತವಾಗಿವೆ. ಈ ಪುಸ್ತಕ ಕುರಿತು ನೀವು ಸಲಹೆಗಳನ್ನು ಹೊಂದಿದ್ದರೆ, ದಯವಿಟ್ಟು ಲೇಖಕರನ್ನು ಸಂಪರ್ಕಿಸಿ. ನಿಮ್ಮ ಸಲಹೆಗಳನ್ನು ಭವಿಷ್ಯದ ಆವೃತ್ತಿಗಳನ್ನು ಸುಧಾರಿಸಲು ಮತ್ತು ಈ ಪುಸ್ತಕವನ್ನು ಇನ್ನಷ್ಟು ಮೌಲ್ಯಯುತವಾಗಿಸಲು ಬಳಸಿಕೊಳ್ಳಲಾಗುವುದು.

ಕೊನೆಯಲ್ಲಿ ನಾನು ನಿಮಗೆ ಹೇಳ ಬಯಸುವುದೇನೆಂದರೆ, ಆರೋಗ್ಯ ಪ್ರಶ್ನೋತ್ತರ - ವಿವಿಧ ರೋಗಗಳ ಆರೋಗ್ಯ ಮಾಹಿತಿ ಪುಸ್ತಕ ನಿಮ್ಮ ಆರೋಗ್ಯವನ್ನು ಸುಧಾರಿಸಲು, ನಿಮ್ಮ ಆರೋಗ್ಯ ಜ್ಞಾನ ಮತ್ತು ಆತ್ಮವಿಶ್ವಾಸ ಸಬಲಗೊಳಿಸಲು ವಿನ್ಯಾಸಗೊಳಿಸಲಾಗಿದೆ. ಈ ಪುಸ್ತಕವು ನಿಮಗೆ ಸರಿಯಾದ ಆರೋಗ್ಯ ಮಾಹಿತಿಯನ್ನು ಸುಲಭವಾಗಿ ಒದಗಿಸುವಲ್ಲಿ ಯಶಸ್ವಿಯಾಗಲಿದೆ ಎಂದು ನಾವು ಭಾವಿಸುತ್ತೇವೆ. ನಿಮ್ಮ ಆರೋಗ್ಯವು ನಿಮ್ಮ ಅತ್ಯಮೂಲ್ಯ ಆಸ್ತಿಯಾಗಿದೆ ಮತ್ತು ನಿಮ್ಮ ಯೋಗಕ್ಷೇಮದ ಪ್ರಯಾಣದಲ್ಲಿ ನಿಮ್ಮನ್ನು ಬೆಂಬಲಿಸಲು ನಾವು ಈ ಸಾಹಸ ಮಾಡಿದ್ದೇವೆ. ನಿಮ್ಮ ನಿರಂತರ ಬೆಂಬಲಕ್ಕಾಗಿ ಧನ್ಯವಾದಗಳು,

ನಿಮ್ಮ ಆರೋಗ್ಯ ಕಾರ್ಯಕರ್ತ,

ಡಾ ಶಿವಮೂರ್ತಿ ಎನ್

ಅಧ್ಯಾಯ 01: ಮೊಡವೆಗಳು

ಹದಿಹರೆಯದ ತರುಣ ತರುಣಿಯರು ಮಗುವಿನ ರೂಪ ಕಳಚಿ ವಯಸ್ಕರಾಗಿ ಬದಲಾಗುವ ಸಂಧಿ ಸಮಯ. ಇಂತಹ ಸಂದರ್ಭದಲ್ಲಿ ದೈಹಿಕವಾಗಿ ಮತ್ತು ಮಾನಸಿಕವಾಗಿ ಬದಲಾವಣೆಗಳಾಗುವುದು ಸಹಜ. ಹೆಣ್ಣು ಮಕ್ಕಳ ಧ್ವನಿ ಮೃದುವಾಗುವುದು, ಸ್ತನಗಳು ಬೆಳೆಯುವುದು, ಅಂಡಾಶಯ, ಗರ್ಭ ಮತ್ತು ಇತರ ಜನನಾಂಗಗಳ ಬೆಳವಣಿಗೆ ಆಗುವುದು ಸಹಜ. ಗಂಡು ಮಕ್ಕಳಲ್ಲಿ ಧ್ವನಿ ಗಡುಸಾಗುವುದು, ಮೀಸೆ ಮತ್ತು ಗಡ್ಡಬರುವುದು, ಎದೆ ಹೊಟ್ಟೆ ಮತ್ತು ಜನನಾಂಗದ ಸುತ್ತ ಕೂದಲು ಬರುವುದು, ಹೀಗೆ ಹಲವು ಬದಲಾವಣೆಗಳು ಕಾಣಬಹುದು. ಅದರ ಜೊತೆಗೆ ಮಾನಸಿಕವಾಗಿ ಬದಲಾವಣೆ ಸಾಮಾನ್ಯ. ಹೆಣ್ಣು ಮತ್ತು ಗಂಡು ಪರಸ್ಪರ ಆಕರ್ಷಿತರಾಗುವುದು, ಎಲ್ಲವನ್ನೂ ತಾರ್ಕಿಕವಾಗಿ ನೋಡುವುದು ಸಹಜವಾಗಿಯೇ ಬರುತ್ತದೆ. ಇವೆಲ್ಲವೂ ಆಗುತ್ತಿದ್ದರೆ ತಮ್ಮ ಬೆಳವಣಿಗೆಯ ಮೈಲಿಗಲ್ಲುಗಳನ್ನು ಸರಿಯಾಗಿ ಹೊಂದಿರುವುದು ಮೇಲ್ನೋಟಕ್ಕೆ ತಿಳಿದು ಬರುತ್ತದೆ. ಇಂತಹ ಸಂದರ್ಭದಲ್ಲಿ ಕನ್ನಡಿಯ ಮುಂದೆ ಸಮಯ ಕಳೆಯುವುದು ಹೆಚ್ಚಾಗುತ್ತದೆ. ಆಗ ಕಣ್ಣಿಗೆ ಕಾಣುವುದೇ ಮೊಡವೆಗಳು. ಇವು ಗಂಡು ಮತ್ತು ಹೆಣ್ಣು ಭೇದಮಾಡದೆ ಮುಖದಲ್ಲಿ ಕಾಣಬಹುದು. ಈ ಲೇಖನದಲ್ಲಿ ಈ ಮೊಡವೆಗಳ ಬಗ್ಗೆ ತಿಳಿದುಕೊಳ್ಳೋಣ.

1. ಮೊಡವೆಗಳೆಂದರೇನು?

ಹದಿ ಹರೆಯದವರಲ್ಲಿ ಮುಖದಲ್ಲಿ ಕಂಡುಬರುವ ಚಿಕ್ಕ ಚಿಕ್ಕ ಗುಳ್ಳೆಗಳಿಗೆ ಮೊಡವೆಗಳು ಎಂದು ಕರೆಯುತ್ತಾರೆ. ಇಂಗ್ಲೀಷಿನಲ್ಲಿ ಇವುಗಳನ್ನು ಪಿಮ್ಪಲ್ಸ್ ಎಂದು ಕರೆಯುತ್ತಾರೆ. ಈ ಸಮಸ್ಯೆ ಗಂಡು ಹೆಣ್ಣು ಭೇದವಿಲ್ಲದೆ ಇದ್ದರೂ, ಮಹಿಳೆಯರಲ್ಲಿ ಇದೊಂದು ಸೌಂದರ್ಯದ ಸಮಸ್ಯೆಯಾಗಿ ಕಾಣಬಹುದು. ಅತೀ ಹೆಚ್ಚಿನ ಮೊಡವೆಗಳು ಮಚ್ಚೆಗಳಾಗಿ ಉಳಿದು ಕಾಡಬಹುದು.

2. ಮೊಡವೆಗಳು ಹದಿವಯಸ್ಸಿನ ಯುವತಿ ಯುವಕರಿಗೆ ಕಾಣಲು ಕಾರಣವೇನು?

ಈ ವಯಸ್ಸಿನಲ್ಲಿ ಮೇಲೆ ಹೇಳಿದಂತೆ ದೇಹದಲ್ಲಿ ಅನೇಕ ಬದಲಾವಣೆಗಳಾಗುತ್ತವೆ. ಹಾರ್ಮೋನ್ ಸ್ರವಿಸುವ ರೀತಿ ನೀತಿಯಲ್ಲಿ ಬದಲಾವಣೆಗಳಾಗುತ್ತವೆ. ಆಗ ಚರ್ಮದಲ್ಲಿರುವ ಕೂದಲಿನ, ಜಿಡ್ಡಿನ ಹಾಗೂ ಬೆವರಿನ ಗ್ರಂಥಿಗಳಲ್ಲಿ ಬದಲಾವಣೆಗಳಾಗುತ್ತವೆ. ಅದಕ್ಕೆ ತಕ್ಕಂತೆ ಯುವಕ ಯುವತಿಯರು ಸ್ವಚ್ಛತೆ ಕಾಪಾಡಿಕೊಳ್ಳಬೇಕು. ಬಾಲ್ಯದಲ್ಲಿ ಮಾಡುತ್ತಿದ್ದ ಸ್ವಚ್ಛತಾ ಕ್ರಮಗಳನ್ನು ಬಿಟ್ಟು, ವಯಸ್ಕರ ಸ್ವಚ್ಛತಾ ಕ್ರಮಗಳನ್ನು ಅಳವಡಿಸಿಕೊಳ್ಳಬೇಕು. ಸ್ವಚ್ಛತೆ ಕಾಪಾಡದಿದ್ದರೆ, ಕೂದಲಿದ್ದ ಕಡೆ ಚರ್ಮದ ಮೇಲಿನ ಸೂಕ್ಷ್ಮ ಜೀವಿಗಳು ಸೋಂಕು ಉಂಟುಮಾಡುತ್ತವೆ. ಮುಖದ ಮೇಲಿನ ಬೆವರಿನ ಗ್ರಂಥಿಗಳು ಮತ್ತು ಕೂದಲಿನ ಬೇರಿಗೆ, ಪೌಡರ್ ಮತ್ತು ಕ್ರೀಮ್ ಹಚ್ಚಿದಾಗ ಕೂದಲಿನ ಗ್ರಂಥಿಗಳ ದ್ವಾರವನ್ನು ಮುಚ್ಚುವುದರಿಂದ ಜಿಡ್ಡು ಶೇಖರವಾಗಿ, ಬ್ಯಾಕ್ಟೀರಿಯಾಗಳು ವೃದ್ಧಿಯಾಗಲು ಅನುಕೂಲಕರ ವಾತಾವರಣ ಉಂಟಾಗುತ್ತದೆ. ಇದರಿಂದ ಅವುಗಳ ಕೆಲಸಕ್ಕೆ ಅಡ್ಡಿಯಾಗಿ ಸೋಂಕು ಉಂಟಾಗುತ್ತದೆ. ಇವೆಲ್ಲ ಮೊಡವೆಗಳಾಗಿ ಪರಿವರ್ತನೆಗೊಳ್ಳುತ್ತವೆ.

3. ಮುಖದ ಮೇಲೆ ಮೊಡವೆಗಳು ಏಳಲು ಕಾರಣವೇನು?

ಕೆಲವೊಬ್ಬರನ್ನು ಮಾತ್ರ ಈ ಮೊಡವೆಗಳು ಹೆಚ್ಚು ಕಾಡುತ್ತವೆ. ಇದು ಏಕೆ ಎನ್ನುವುದಕ್ಕೆ ಸರಿಯಾದ ಕಾರಣ ತಿಳಿದಿಲ್ಲ. ಆದರೆ ಸರಿಸುಮಾರು ಶೇ-5ರಷ್ಟು ಜನರಲ್ಲಿ ಮೊಡವೆಗಳು ತಾಯಿ ಅಥವಾ ತಂದೆ ಯಾರಾದರೂ ಮೊಡವೆಗಳಿಂದ ಬಳಲುತ್ತಿದ್ದರೆ ಆಗ ಅನುವಂಶಿಕವಾಗಿ ಬಂದಿರುವ ಸಂದರ್ಭಗಳಿರುತ್ತವೆ. ಉಳಿದ ಕಾರಣಗಳೆಂದರೆ:

- ಅಂತರಿಕ ಹಾರ್ಮೋನುಗಳ ಬದಲಾವಣೆಗಳು
- ಹೆಣ್ಣು ಮಕ್ಕಳಲ್ಲಿ ಆಗುವ ಋತುಚಕ್ರ ಹಾಗೂ ಇತರ ಏರುಪೇರುಗಳು
- ಮಾನಸಿಕ ಒತ್ತಡ ಹೆಚ್ಚಾದಾಗ ಅನೇಕ ಗ್ರಂಥಿಗಳಿಂದ (ಅಡ್ರಿನಲ್ ಗ್ರಂಥಿ) ಉತ್ಪತ್ತಿಯಾಗುವ ಹಾರ್ಮೋನುಗಳು ಚರ್ಮದಲ್ಲಿರುವ ಜಿಡ್ಡನ್ನು ಉತ್ಪಾದನೆ ಮಾಡುವ ಗ್ರಂಥಿಗಳು ಹೆಚ್ಚಾಗಿ ಪ್ರಚೋದಿಸುತ್ತವೆ.
- ಹಿಂದೆ ಹೇಳಿದಂತೆ ಚರ್ಮದಲ್ಲಿರುವ ಮೃತ ಜೀವಕೋಶಗಳು ಮತ್ತು ಜಿಡ್ಡಿನ ಪದಾರ್ಥಗಳು, ಬ್ಯಾಕ್ಟೀರಿಯಾಗಳು ಬೆಳೆಯಲು ಸಹಾಯ ಮಾಡುತ್ತವೆ. ಗ್ರಂಥಿಗಳ ರಂಧ್ರಗಳು ಮುಚ್ಚಿ ಉರಿಯೂತ ಉಂಟಾಗಿ ಮೊಡವೆಗಳು ಏಳುತ್ತವೆ.
- ದೇಹದಾರ್ಢ್ಯಕ್ಕಾಗಿ ಬಳಸುವ ಅನಬಾಲಿಕ್ ಹಾರ್ಮೋನುಗಳು ಸಹ ಹಿಂದೆ ಹೇಳಿದಂತೆ ಮೊಡವೆಗಳು ಏಳಲು ಕಾರಣವಾಗುತ್ತವೆ.
- ಚರ್ಮದಲ್ಲಾಗುವ ಕಿರಿಕಿರಿ, ತುರಿಕೆಯಿಂದ ಉರಿಯೂತ ಉಂಟಾಗಿ ಮೊಡವೆ ಏಳಲು ಪೂರಕ ವಾತಾವರಣ ಸಜ್ಜಾಗುತ್ತದೆ.
- ಕೆಲವೊಂದು ಔಷಧಗಳನ್ನು ತೆಗೆದುಕೊಂಡಾಗ ಅದರ ಅಡ್ಡ ಪರಿಣಾಮಗಳಿಂದ ಮೊಡವೆಗಳು ಏಳಬಹುದು. ಉದಾಹರಣೆಗೆ, ಲಿಥಿಯಮ್, ಫೆನಿಟೊಯಿನ್ ಹಾಗೂ ಬಾರ್ಬಿಚುರೇಟ್ಗಳು, ಸ್ಟೀರಾಯಿಡ್ ಹಾರ್ಮೋನುಗಳು ಇತರೆ.

ಈ ಔಷಧಿಗಳು ಹಾರ್ಮೋನುಗಳ ಏರುಪೇರನ್ನು ಉಂಟುಮಾಡುತ್ತವೆ.

4. ಮೊಡವೆಗಳು ಪ್ರೌಢಾವಸ್ಥೆಯ ಸಂಕೇತವೇ?

ಮೊಡವೆಗಳು ಪ್ರೌಢಾವಸ್ಥೆಯಲ್ಲಿ ಬಹಳ ಹೆಚ್ಚಾಗಿ ಕಾಣಿಸಿಕೊಳ್ಳುತ್ತವೆ. ಅದಕ್ಕಾಗಿ ಅವುಗಳನ್ನು `ಕಾಮ ಕುರು' ಎಂದು ಸಹ ಕರೆಯುತ್ತಾರೆ. ದೇಹದಲ್ಲಿ ಆಗುತ್ತಿರುವ ಅಂತರಿಕ ಬದಲಾವಣೆಗಳ ಕುರುಹಾಗಿರಬಹುದು.

ಋತುಮತಿಯಾಗುವ ಒಂದು ವರ್ಷದ ಮೊದಲೇ ಮೊಡವೆಗಳು ಹೆಚ್ಚಾಗಿ ಹೆಣ್ಣು ಮಕ್ಕಳಿಗೆ ಕಾಣಿಸಬಹುದು. ಆದರೆ ಸ್ವಚ್ಛತೆ ಕಾಪಾಡದೆ, ಬೆವರು, ಕೂದಲು ಬೆಳೆಯಲು ಬಿಟ್ಟು ಸೋಂಕುಗಳನ್ನು ಆಹ್ವಾನ ಮಾಡಿದರೆ ಸೌಂದರ್ಯವನ್ನು ಕಳೆದುಕೊಳ್ಳಬೇಕಾಗುತ್ತದೆ.

ಎಚ್ಚರಿಕೆ ವಹಿಸಿ ಸ್ವಚ್ಛತೆ ಕಾರ್ಯಕ್ರಮಗಳನ್ನು ಅಭ್ಯಾಸ ಮಾಡಿಕೊಂಡರೆ, ಮೊಡವೆಗಳು ಕ್ರಮೇಣ ಮಾಯವಾಗುತ್ತವೆ.

5. ಮೊಡವೆಗಳು ಯಾವ ಲಕ್ಷಣಗಳನ್ನು ಹೊಂದಿರುತ್ತವೆ?

ಮೊಡವೆಗಳು ಕಾಣಿಸಿಕೊಳ್ಳುವ ಮೊದಲು ತುರಿಕೆ ಉಂಟಾಗುತ್ತದೆ. ಆಗ ಪದೇ ಪದೇ ತುರಿಕೆ ಇರುವ ಜಾಗವನ್ನು ಮುಟ್ಟಿ ಕೆರೆಯುವಂತಾಗುತ್ತದೆ. ಬೆವರು, ಜಿಡ್ಡು, ಸ್ವಚ್ಛತೆ ಕಾಪಾಡಲು ವಿಫಲವಾಗುವುದು, ಕೂದಲ ಬೇರುಗಳಿಗೆ ಸೋಂಕು ಉಂಟಾಗಲು ಸಹಾಯ ಮಾಡುತ್ತವೆ. ಆಗ ಸಣ್ಣ ಸಣ್ಣ ಕೆಂಪಾದ ಗುಳ್ಳೆಗಳು, ಕೀವು ತುಂಬಿದ, ಕಪ್ಪಗಾದ, ಬೆಳ್ಳಗಿನ ಗುಳ್ಳೆಗಳು, ಗಂಟುಗಳು ಹೀಗೆ ನಾನಾ ರೂಪುಗಳಲ್ಲಿ ಮೊಡವೆಗಳು ಗೋಚರವಾಗುತ್ತವೆ.

ಮುದ್ದಾದ ಮುಖದ ಅಂದಕ್ಕೆ ದಕ್ಕೆ ತಂದು ತೊಂದರೆ ಉಂಟಾಗುತ್ತದೆ. ಅದು ಮಾನಸಿಕ ನೋವು ತಂದು ಖಿನ್ನತೆಗೆ ಕಾರಣವಾಗಬಹುದು.

ಮೊಡವೆಯಂತಹ ಗುಳ್ಳೆಗಳು ದೇಹದ ಇತರ ಭಾಗಗಳಲ್ಲಿಯೂ ಕಾಣಬಹುದು. ಆ ಭಾಗಗಳೆಂದರೆ ಬೆನ್ನು, ಎದೆಯ ಮೇಲ್ಭಾಗ ಹಾಗೂ ಭುಜದ ಭಾಗಗಳು ಆಗಿರುತ್ತವೆ. ಅದಲ್ಲದೆ, ಕೂದಲು ಇರುವ ಜಾಗಗಳಲ್ಲಿ ಆಗುವ ಸೋಂಕು ಗುಳ್ಳೆಗಳನ್ನು ಉಂಟುಮಾಡಬಹುದು.

6. ಮೊಡವೆಗಳು ಕೆಲವರನ್ನು ಹೆಚ್ಚಾಗಿ ಕಾಡಲು ಅನುವಂಶಿಕ ಗುಣಗಳು ಕಾರಣವೇ?

ಹೆಚ್ಚಿನ ರೋಗಿಗಳಲ್ಲಿ ಕಾರಣ ಕಂಡು ಹಿಡಿಯಲು ಕಷ್ಟ. ಆದರೆ ಶೇ-5ರಷ್ಟು ಜನರಲ್ಲಿ ತಾಯಿ ಅಥವಾ ತಂದೆ ಯಾರಾದರೂ ಮೊಡವೆಗೆ ತುತ್ತಾಗಿರುವ ಸಾಧ್ಯತೆ ಇರುತ್ತದೆ. ಇದರಿಂದ ಅನುವಂಶೀಯತೆ ಒಂದು ಕಾರಣವಾಗಿರಬಹುದೆಂದು ತಿಳಿಯಬಹುದಾಗಿದೆ.

7. ಮೊಡವೆಗಳಿಗೆ ಯಾವ ಚಿಕಿತ್ಸೆ ತೆಗೆದುಕೊಳ್ಳಬೇಕಾಗುತ್ತದೆ?

ಸ್ವಚ್ಛತೆ ಕಾಪಾಡುವುದು ಮತ್ತು ಸಮಯಕ್ಕೆ ಸರಿಯಾಗಿ ಪ್ರತೀ ದಿನ ದೈನಂದಿನ ಕ್ರಿಯೆಗಳನ್ನು ಪೂರೈಸುವುದು. ಅನೇಕ ರೋಗಿಗಳಿಗೆ ಯಾವ ಚಿಕಿತ್ಸೆ ಇಲ್ಲದೇ ಮೊಡವೆಗಳು ಒಂದೆರಡು ವರ್ಷಗಳಲ್ಲಿ ಗುಣವಾಗುತ್ತವೆ.

ವಯೋಸಹಜ ಬದಲಾವಣೆಗಳಿಗೆ ಮಾನಸಿಕ ಹಿಂಸೆ ಅನುಭವಿಸುವುದು ಸರಿಯಲ್ಲ. ಮಾನಸಿಕ ವೈದ್ಯರ ಸಲಹೆ ಪಡೆದು, ಧ್ಯಾನ, ಯೋಗ ಮುಂತಾದ ಆರೋಗ್ಯಕರ ಚಟುವಟಿಕೆಗಳಲ್ಲಿ ತೊಡಗಿಸಿಕೊಳ್ಳಬೇಕು.

ಸಂಪೂರ್ಣ ಚಿಕಿತ್ಸೆಗಾಗಿ ಚರ್ಮರೋಗ ತಜ್ಞರನ್ನು ಕಾಣುವುದು ಒಳ್ಳೆಯದು.

ಮೊಡವೆಗಳಿಗೆ ಆಗಿರುವ ಸೋಂಕು ನಿಯಂತ್ರಣ ಮಾಡಲು ಬ್ಯಾಕ್ಟೀರಿಯಾಗಳನ್ನು ನಾಶಪಡಿಸುವ ಕ್ರೀಮ್ಗಳನ್ನು ಬಳಸಬೇಕಾಗಬಹುದು.

ನೂತನ ಚಿಕಿತ್ಸೆಗಳಾದ ಬೆಳಕಿನ ಕಿರಣ ಚಿಕಿತ್ಸೆ (ಫೋಟೋ ಥೆರಪಿ), ಲೇಸರ್ ಕಿರಣ ಚಿಕಿತ್ಸೆ ಬಳಸಬಹುದಾಗಿದೆ.

8. ಮೊಡವೆಗಳು ಆಗದಂತೆ ತಡೆಯುವುದು ಹೇಗೆ?

- ಅನಾರೋಗ್ಯಕರ ಆಹಾರಗಳನ್ನು ಕಡಿಮೆ ಮಾಡಿ. ಕರಿದ ಪದಾರ್ಥಗಳು, ಆಲೂಚಿಪ್ಸ್, ಫ್ರೆಂಚ್ ಫ್ರೈ, ಸಿಹಿ ಪದಾರ್ಥಗಳು ಮತ್ತು ಚಾಕೊಲೇಟ್‌ಗಳು ಹೆಚ್ಚು ಮೊಡವೆ ಬರಲು ಕಾರಣವಾಗುತ್ತವೆ ಹಾಗೂ ಇರುವ ಮೊಡವೆಗಳನ್ನು ಹೆಚ್ಚು ಮಾಡುತ್ತವೆ.

- ಮೀನು ಮತ್ತು ಇತರೆ ಸಮುದ್ರದಲ್ಲಿ ಸಿಗುವ ಆಹಾರ ಪದಾರ್ಥಗಳನ್ನು ಆಧಾರವಾಗಿ ಇಟ್ಟುಕೊಂಡು ಮಾಡುವ ತಿನಿಸುಗಳಲ್ಲಿ ಹೆಚ್ಚಿನ ಅಯೋಡಿನ್ ಅಂಶ ಇರುವುದರಿಂದ ಮೊಡವೆಗಳಿಗೆ ಕಾರಣವಾಗುವ ಸಾಧ್ಯತೆ ಇದೆ.

- ಹಸುವಿನ ಹಾಲಿನಲ್ಲಿ ಇರುವ ಕೆಲವು ಹಾರ್ಮೋನುಗಳು ಮೊಡವೆಗೆ ಕಾರಣ ಇರಬಹುದು. ಕೆನೆ ತೆಗೆಯದ ಹಾಲು ಸೇವನೆ ಇದಕ್ಕೆ ಕಾರಣ ಆಗಿರುವ ಸಾಧ್ಯತೆ ಇದೆ.

- ಆಹಾರದಲ್ಲಿ ಸುಧಾರಣೆ ಮಾಡಿಕೊಂಡು ಹೆಚ್ಚಾಗಿ ಹಸಿರು ಸೊಪ್ಪು, ತರಕಾರಿ ಸೇವಿಸಬೇಕು. ಜೊತೆಗೆ ಜಿಡ್ಡಿನ ಪದಾರ್ಥ ಸೇವನೆ ಮಿತವಾಗಿಡಬೇಕು.

- ಹೆಚ್ಚು ಸಮಯ ಮುಖವನ್ನು ಸೋಪು ಬಳಸಿ ತಿಕ್ಕಿ ತೊಳೆಯುವುದರಿಂದ ಮೊಡವೆಗಳನ್ನು ತಡೆಯಲು ಸಾಧ್ಯವಿಲ್ಲ. ಸೋಂಕು ಹಾಗೂ ನಂಜನ್ನು ತಡೆಯುವುದು ಮುಖ್ಯ. ಆಗ ಮಾತ್ರ ಮೊಡವೆಗಳನ್ನು ತಡೆಯಬಹುದು.

- ಚರ್ಮವನ್ನು ನಯವಾಗಿ ಮತ್ತು ನಿಯಮಿತವಾಗಿ ತೊಳೆಯಬೇಕು. ಹೆಚ್ಚು ಸಾಬೂನಿನ ಬಳಕೆ ಮಾಡುವುದರಿಂದ ಚರ್ಮ ಒಣಗುತ್ತದೆ. ಹಾಗಾಗಿ ಚರ್ಮದ ಆರೋಗ್ಯವನ್ನು ಕಾಪಾಡಲು ಚರ್ಮ ರೋಗಗಳ ತಜ್ಞರ ಸಲಹೆ ಪಡೆಯಿರಿ. ಅವರು ಸೂಚಿಸುವ ಔಷಧಿ, ಕ್ರೀಮ್‌ಗಳನ್ನು ಬಳಸಿ.

- ಕೆಲವೊಮ್ಮೆ ಮಾಯಿಶ್ಚರೈಸರ್ ಹಾಗೂ ಸನ್‌ಸ್ಕ್ರೀನ್ ಲೋಶನ್ ಬಳಕೆಯಿಂದಲೂ ಸಹ ಮೊಡವೆಗಳು ಉಂಟಾಗುವ ಸಾಧ್ಯತೆ ಇದೆ. ಅದಕ್ಕಾಗಿ ವೈದ್ಯರ ಸಲಹೆ ಈ ಸಮಸ್ಯೆಗೆ ಪರಿಹಾರ ಆಗಬಹುದು.

- ಸೂಚಿಸಿದ ಎಲ್ಲಾ ಚಿಕಿತ್ಸೆ ಪಡೆದರೂ ಒಮ್ಮೊಮ್ಮೆ ಮೊಡವೆಗಳು ಮರುಕಳಿಸಬಹುದು. ಧೃತಿಗೆಡದೆ ವೈದ್ಯರ ಸಲಹೆ ಪಡೆಯಿರಿ. ಸೂಚಿಸಿದ ಬದಲಾವಣೆ ಮಾಡಿ ಕೊಂಡು ಚಿಕಿತ್ಸೆ ಮುಂದುವರೆಸಿ.

ಅಧ್ಯಾಯ 02: ಹರ್ನಿಯಾ
(ಅಂಗಾಂಗ ನುಸುಳು ರೋಗ ಅಥವಾ ಅಂಡವಾಯು)

ರಾಣಿಗೆ 9 ತಿಂಗಳು ಗರ್ಭ ಹೊರುವುದು ಮತ್ತು ಪ್ರಸವ ವೇದನೆ ಅನುಭವಿಸುವುದನ್ನು ನೆನಪಿಸಿಕೊಂಡರೆ ಈಗಲೂ ಎದೆ ಜಲ್ಲೆನ್ನುತ್ತದೆ. ಆ ನೋವು ಚೀರಾಟ ಈಗಲೂ ಕಿವಿಯಲ್ಲಿ ಆಗೊಮ್ಮೆ ಈಗೊಮ್ಮೆ ಕೇಳಿಸಿದಂತಾಗಿ ಬೆಚ್ಚಿ ಬೀಳುತ್ತಾಳೆ. ಆದರೆ ಮಗುವಿನ ಮುಖ ನೋಡಿ ಅವಳು ಎಲ್ಲವನ್ನೂ ಮರೆತು ಮಗುವಿನ ಹಾರೈಕೆ ಮಾಡುತ್ತಿರುತ್ತಾಳೆ. ಹೀಗೆ ಜೀವನ ನಡೆಸುತ್ತಾ ಅವಳ ಜೀವನ ಚೆನ್ನಾಗಿಯೇ ಇತ್ತು. ಅವಳು ಖುಷಿಯಿಂದ ಸ್ವರ್ಗವನ್ನೇ ಕಂಡಂತೆ ಭಾವಿಸುತ್ತಿದ್ದಳು.

ಆದರೆ ಒಂದು ದಿನ ಮಗು ಅಳುತ್ತಿತ್ತು. ಸಮಾದಾನ ಮಡುತ್ತಾ ಮಗುವನ್ನು ತೊಡೆಯ ಮೇಲೆ ಮಲಗಿಸಿಕೊಂಡು ಪೌಡರ್ ಹಾಕಿ ಬಟ್ಟೆ ತೊಡಿಸಲು ಪ್ರಯತ್ನ ಮಾಡುತ್ತಿದ್ದಳು. ಮಗುವನ್ನು ಎಷ್ಟು ಸಮಾದಾನ ಮಾಡಿದರೂ ಮಗು ಸುಮ್ಮನಾಗಲಿಲ್ಲ. ಅಷ್ಟರಲ್ಲಿ ಬಂದ ಅಜ್ಜಿ "ಏ ರಾಣಿ ಮಗುವಿನ ಬುಡ್ನಾಕ್ಲ (ಹಳ್ಳಿ ಭಾಷೆಯಲ್ಲಿ ನಾಭಿ ಬಿಂದು, ಹೊಕ್ಕಳು, ಅಥವಾ ಅಂಬಲಿಕಸ್ ಗೆ ಕರೆಯುತ್ತಾರೆ) ಯಾಕೆ ಹಿಂಗೆ ಊದಿಕೊಂಡೈತೆ" ಅಂದರು. "ಇಲ್ಲ ಅಜ್ಜಿ ಅದು ಮೊದ್ಲಿಂದನೂ ಹಿಂಗೆ ಇರೋದು" ಅಂದಳು ರಾಣಿ. ಆಗ ಅಜ್ಜಿ "ಆರು ಹೆತ್ತೋಳ್ಗೆ ಒಂದು ಹೆತ್ತೋಳು ಹೇಳ್ತಳೆ. ಮೊದ್ಲು ಡಾಕ್ಟರ್ ಗೆ ತೋರ್ಸು. ಚಿಕ್ಕದರಲ್ಲೆ ತೋರ್ಸುದ್ರೆ ಎಲ್ಲಾ ಸರಿಹೋಗ್ತದೆ" ಅಂದ್ರು. ಹೌದ ಅಜ್ಜಿ ಅಂತ ಆತಂಕ್ಕೆ ಒಳಗೊಂಡ ರಾಣಿ ಅಂದೇ ವೈದ್ಯರ ಬಳಿಗೆ ಮಗುವನ್ನು ಕರೆದುಕೊಂಡು ಹೋದಳು. ವೈದ್ಯರು ಇದು ಅಂಬಲಿಕಲ್ ಹರ್ನಿಯಾ. ಶಸ್ತ್ರಚಿಕಿತ್ಸೆ ಮಾಡಿದರೆ ಎಲ್ಲಾ ಸರಿಹೋಗುತ್ತದೆ ಎಂದರೆ.

ಓದುಗರೆ ಇದು ಸಾಮಾನ್ಯವಾಗಿ ಶಸ್ತ್ರವೈದ್ಯರ ಕೊಠಡಿಯಲ್ಲಿ ಕಾಣಬಹುದಾದ ಒಂದು ಸಂದರ್ಭ. ಹಾಗಾದರೆ ಈಗ ಹರ್ನಿಯ ಬಗ್ಗೆ ತಿಳಿಯಲು ನಿಮಗೆ ಕುತೂಹಲ ಇದ್ದರೆ ನನ್ನ ಈ ಲೇಖನದ ಮೂಲಕ ತಿಳಿಯೋಣ ಬನ್ನಿ.

1. ಪ್ರೊಲ್ಯಾಪ್ಸ್ ಮತ್ತು ಹರ್ನಿಯ (ಅಂಗಾಂಗ ನುಸುಳು ರೋಗ) ಎರಡು ಒಂದೇನ? ಸ್ವಲ್ಪ ತಿಳಿಸಿ.

ಇಲ್ಲ. ಎರಡರಲ್ಲೂ ಅಂಗಗಳು ತಮ್ಮ ಜಾಗದಲ್ಲಿ ಇರದೆ ಅವಕಾಶ ಸಿಕ್ಕಲ್ಲಿಗೆ ಜಾರಿಹೋಗಿರುತ್ತವೆ.

ದೇಹದಲ್ಲಿ ನೈಸರ್ಗಿಕವಾಗಿ ಅನೇಕ ರಂಧ್ರಗಳನ್ನು ನಾವು ಪಡೆದಿರುತ್ತೇವೆ. ಪ್ರತಿ ರಂಧ್ರಕ್ಕೂ ತನ್ನದೇ ಆದ ಕೆಲಸ ನಿಯೋಜಿತವಾಗಿದೆ. ಆದರೆ ಕೆಲವು ಅಂಗಗಳು ಈ ರಂಧ್ರಗಳ ಮೂಲಕ ಹೊರಬರಲು ಪ್ರಯತ್ನ ಮಾಡಿದರೆ ಅಂಗಗಳ ಪ್ರೊಲ್ಯಾಪ್ಸ್ ಎಂದು ಹೇಳಲಾಗುತ್ತದೆ.

ಆದರೆ ದೇಹದ ಪದರಗಳಲ್ಲಿ/ತಡೆಗೋಡೆಗಳಲ್ಲಿ ನ್ಯೂನತೆ ಇದ್ದರೆ, ಆ ಭಾಗಗಳು ಸಂದುಗಳಿಗೆ ಅವಕಾಶ ಮಾಡಿಕೊಡುತ್ತದೆ. ಆಗ ಅಂಗಗಳು ಅಥವಾ ಅದರ ಭಾಗಗಳು ಅವಕಾಶ ಸಿಕ್ಕ ಸಂದುಗಳಲ್ಲಿ ನುಸುಳುತ್ತವೆ. ಇದನ್ನು ಹರ್ನಿಯ ಎಂದು ಕರೆಯುತ್ತಾರೆ.

2. ಅಂಗಗಳು ಹರ್ನಿಯದಿಂದ ಸ್ಥಾನ ಪಲ್ಲಟವಾಗಿದ್ದರೆ ತೊಂದರೆ ಏನು?

ದೇಹದ ಅಂಗಗಳು ತಂತಮ್ಮ ಜಾಗದಲ್ಲಿ ಇದ್ದರೆ ಮಾತ್ರ ಅವು ಸರಾಗವಾಗಿ ತಡೆರಹಿತವಾಗಿ ಕೆಲಸ ಮಾಡಲು ಸಾಧ್ಯ. ಕಾಣದ ಆ ದೇವರು ಬಹಳ ದೊಡ್ಡ ತಂತ್ರಜ್ಞ. ಎಲ್ಲ ಅಂಗಗಳನ್ನು ಯಾವ ಜಾಗದಲ್ಲಿ ಇಡಬೇಕೋ ಅಲ್ಲಿ ಅಚ್ಚುಕಟ್ಟಾಗಿ ಜೋಡಿಸಿದ್ದಾರೆ. ದೇಹದ ಭಾಗಗಳು ಎಲ್ಲಿರಬೇಕೊ ಅಲ್ಲಿ ಇಲ್ಲದಿದ್ದರೆ ಅನೇಕ ಅಡೆತಡೆಗಳು ಕಂಡುಬರುತ್ತವೆ. ಅಂಥದ್ದಿರುವಾಗ ಅಂಗಗಳು ಅವಕಾಶ ಸಿಕ್ಕಲ್ಲೆಲ್ಲ ನುಸುಳಿ ಹೋದರೆ, ಸಿಕ್ಕಿಬೀಳಬಹುದು, ಗಂಟುಹಾಕಿಕೊಳ್ಳಬಹುದು, ಆಗ ಅವುಗಳ ಕಾರ್ಯವೈಖರಿ, ರಕ್ತ ಸಂಚಲನೆ, ಸರಾಗವಾಗಿ ಸತತ ಎಡೆಬಿಡದೆ ನಡೆದುಕೊಂಡು ಹೋಗುವಲ್ಲಿ ತೊಂದರೆಗಳಾಗಬಹುದು. ಇದರಿಂದ ಒಮ್ಮೊಮ್ಮೆ ತುರ್ತಾಗಿ ಆರೋಗ್ಯ ಘಟಕಗಳಿಗೆ ದಾಖಲಾಗಬೇಕಾದ ಪರಿಸ್ಥಿತಿ ಎದುರಾಗಬಹುದು. ಹಾಗಾಗಿ ಹರ್ನಿಯಗಳನ್ನು ಕಡೆಗಣಿಸಲಾಗದು. ಶಸ್ತ್ರಚಿಕಿತ್ಸಕರ ಸಲಹೆ ಪಡೆದು ಸೂಕ್ತ ಚಿಕಿತ್ಸೆ ಪಡೆಯುವುದು ಉತ್ತಮ.

3. ಸಾಮಾನ್ಯವಾಗಿ ಕಾಣಬಹುದಾದ ಹರ್ನಿಯಗಳಾವುವು?

ದೇಹದ ಅನೇಕ ಭಾಗಗಳ ಹರ್ನಿಯ ಉಂಟಾಗಬಹುದು. ಅದರಲ್ಲಿ ಮುಖ್ಯವಾದ ಕೆಲವು ಅಂಗಗಳ ಹರ್ನಿಯಗಳನ್ನು ಈ ಕೆಳಗೆ ಚರ್ಚೆ ಮಾಡಲಾಗಿದೆ.

೧. ವಪೆಯ ಮೂಲಕ ಹರ್ನಿಯ (ಡಯಫ್ರಾಗಮ್ಯಾಟಿಕ್ ಹರ್ನಿಯ)

ವಪೆಯು ಎದೆ ಮತ್ತು ಹೊಟ್ಟೆ ಇವೆರಡನ್ನು ಬೇರ್ಪಡಿಸುವ ಒಂದು ಮಾಂಸದ ಗೋಡೆಯಾಗಿದೆ. ಅದರ ರಚನೆಯಲ್ಲಿ ವ್ಯತ್ಯಾಸ ಆದರೆ ಆಗ ಅನ್ನನಾಳದ ಭಾಗಗಳು ನುಸುಳಿ ಎದೆಯೊಳಗೆ ಹೊಕ್ಕುವ ಸಾಧ್ಯತೆ ಇರುತ್ತದೆ. ಕೆಲವು ಮಕ್ಕಳು ಹುಟ್ಟು ದೋಷ ಹೊಂದಿದ್ದರೆ ಆಗ ಅನ್ನನಾಳದ ಹರ್ನಿಯ ಇರುವ ಸಾಧ್ಯತೆ ಇರುತ್ತದೆ.

೨. ಇಂಗ್ವೈನಲ್ ಹರ್ನಿಯ (ತೊಡೆಸಂದಿಯ ಹರ್ನಿಯ)

ಇದು ಹೊಟ್ಟೆಯ ಭಾಗಗಳಲ್ಲಿ ಕಾಣುವ ಅತೀ ಸಾಮಾನ್ಯ ತರಹದ ಹರ್ನಿಯಗಳಾಗಿವೆ. ಕಿಬ್ಬೊಟ್ಟೆಯಲ್ಲಿರುವ ಅನೇಕ ಅಂಗಗಳು ಹೊಟ್ಟೆಯೊಳಗಿನ ಅಂಗಗಳೊಂದಿಗೆ ಸಂಪರ್ಕ ಪಡೆಯಲು ಕೆಲವು ನಾಳಗಳು ಇಂಗ್ವೈನಲ್ ಕೊಳವೆ ಮೂಲಕ ಹರಿದು ಬಂದಿರುತ್ತವೆ. ಈ ಕೊಳವೆಯ ಗೋಡೆಗಳು ಮತ್ತು ಮುಚ್ಚಳಗಳ ಶಕ್ತಿಹೀನತೆಯಿಂದ ಹೊಟ್ಟೆಯ ಅಂಗಗಳು ಈ ಕೊಳವೆಯ ಮೂಲಕ ನುಸುಳಿ ಬಂದಾಗ ಇಂಗ್ವೈನಲ್ ಹರ್ನಿಯ ಆಗುತ್ತದೆ.

೩. ಫಿಮೊರಲ್ ಹರ್ನಿಯ

ಮೇಲೆ ಹೇಳಿದ ಇಂಗ್ವೈನಲ್ ಕೊಳವೆಯ ಕೆಳಗೆ ಫಿಮೊರಲ್ ಕ್ಯಾನಾಲ್ (ಕೊಳವೆ) ಮಾರ್ಗ ಇರುತ್ತದೆ. ಇಲ್ಲಿ ಕೂಡ ಹಲವು ಅಂಗಗಳು ನುಸುಳಿ ಬಂದಾಗ ಫಿಮೊರಲ್ ಹರ್ನಿಯ ಎನ್ನುತ್ತಾರೆ.

ಳ. ಹೊಕ್ಕುಳ ಹರ್ನಿಯ (ಅಂಬಲಿಕಲ್ ಹರ್ನಿಯ)

ಪ್ರಾರಂಭದಲ್ಲಿ ಕಥೆಯಲ್ಲಿ ಹೇಳಿದಂತೆ ಸಾಮಾನ್ಯವಾಗಿ ಮಕ್ಕಳಲ್ಲಿ ಕಂಡು ಬರುತ್ತದೆ. ಹೊಕ್ಕುಳ ಮೂಲಕ ಎಲ್ಲಾ ಅಂಗಗಳು ಹೊಟ್ಟೆಯೊಳಗೆ ಸೇರುತ್ತವೆ. ಇದನ್ನು ಎಂಬ್ರಿಯಾಲಜಿ ಪುಸ್ತಕಗಳಲ್ಲಿ ಹೇಳಲಾಗಿದೆ. ತಾಯಿ ಮತ್ತು ಶಿಶುವಿನ ಆಹಾರ ಸರಬರಾಜು ಈ ಹೊಕ್ಕುಳ ಬಳ್ಳಿಯ ಮೂಲಕವೇ ನಡೆಯುತ್ತದೆ. ಹೀಗಿರುವಾಗ ಬೆಳವಣಿಗೆ ಹಂತದಲ್ಲಿ ವ್ಯತ್ಯಾಸಗಳಾದರೆ ಮತ್ತು ಹೊಟ್ಟೆಯ ಗೋಡೆಯಲ್ಲಿ ನ್ಯೂನತೆಗಳಿದ್ದರೆ ಆಗ ಹೊಕ್ಕುಳ ಹರ್ನಿಯ ಆಗಬಹುದು.

ೞ. ಶಸ್ತ್ರಚಿಕಿತ್ಸೆಯಿಂದಾದ ಹರ್ನಿಯ

ಹೊಟ್ಟೆಯ, ಎದೆಯ, ಮೆದುಳಿನ ಶಸ್ತ್ರಚಿಕಿತ್ಸೆ ಮಾಡಿದಾಗ ಅನೇಕ ಅಂಗಗಳು ಮತ್ತು ಅವುಗಳ ಭಾಗಗಳು ಸರ್ಜರಿಯಿಂದ ಕೃತಕವಾಗಿ ನಿರ್ಮಾಣವಾದ ಕೊಳವೆಯಿಂದ ಹೊರಬರಬಹುದು. ಅದಕ್ಕೆ ಶಸ್ತ್ರಚಿಕಿತ್ಸೆಯಿಂದಾದ ಹರ್ನಿಯ ಎನ್ನುತ್ತಾರೆ.

ೠ. ಇತರೆ: ಬೆನ್ನು ನರಹುರಿಯ ಹರ್ನಿಯ, ಮೆದುಳಿನ ಭಾಗಗಳ ಹರ್ನಿಯ. ಇನ್ನೂ ಅನೇಕ ರೀತಿಯ ಹರ್ನಿಯ ಗಳಿವೆ. ಇಲ್ಲಿ ಎಲ್ಲವನ್ನು ಹೇಳಲಿಕ್ಕೆ ಸಾದ್ಯವಿಲ್ಲ.

4. ಹರ್ನಿಯ ಯಾವ ವಯಸ್ಸಿನಲ್ಲಿ ಹೆಚ್ಚಾಗಿ ಕಾಣಸಿಗುತ್ತದೆ?

ಹರ್ನಿಯ ಯಾವ ವಯಸ್ಸಿನಲ್ಲಾದರೂ ಕಾಣಬಹುದು. ಹೊಕ್ಕುಳ ಹರ್ನಿಯ ಮಕ್ಕಳಲ್ಲಿ ಹೆಚ್ಚಾಗಿ ಕಂಡುಬರುತ್ತದೆ. ಭಾರ ಹೊರುವವರಲ್ಲಿ ಹೆಚ್ಚಾಗಿ ಇಂಗ್ವೈನಲ್ ಹರ್ನಿಯ ಕಂಡುಬರುತ್ತದೆ. ಆಪರೇಷನ್ ಆದವರಿಗೆ ಹೆಚ್ಚಾಗಿ ಶಸ್ತ್ರಚಿಕಿತ್ಸೆಯಿಂದಾದ ಹರ್ನಿಯ ಕಂಡುಬರುತ್ತದೆ. ಹಾಗಾಗಿ ಹರ್ನಿಯಾ ನವಜಾತ ಶಿಶುವಿನಿಂದ ಹಿಡಿದು ಯಾವ ವಯಸ್ಸಿನವರನ್ನು ಕೂಡ ಕಾಡಬಹುದಾಗಿದೆ.

5. ಹರ್ನಿಯ ರೋಗದ ಲಕ್ಷಣಗಳು ಯಾವುವು?

ಹರ್ನಿಯ ರೋಗದ ಲಕ್ಷಣಗಳು ಬಾದೆಗೆ ಒಳಗಾದ ಅಂಗದ ಮೇಲೆ ನಿರ್ಧಾರ ಆಗುತ್ತದೆ. ಹರ್ನಿಯ ಇರುವ ಭಾಗಗಳಲ್ಲಿ ನೋವು, ಊತ, ಉಸಿರಾಟ ಮಾಡಿದಂತೆ ಅಥವಾ ಕೆಮ್ಮಿದಂತೆ ಊದಿದ ಭಾಗಗಳಲ್ಲಿ ಬದಲಾವಣೆ ಕಂಡು ಬರುವುದು, ಅಂಗಗಳ ಕಾರ್ಯಕ್ರಮದಲ್ಲಿ ವ್ಯತ್ಯಾಸ ಉಂಟಾಗುವುದು, ಹರ್ನಿಯ ಭಾಗಗಳಲ್ಲಿ ಭಾರದಂತಹ ಅನಿಸಿಕೆ ಇದ್ದು ಒಂದು ಕಡೆ ಎಳೆದಂತೆ ಭಾಸವಾಗುತ್ತದೆ.

ಕೆಲವೊಮ್ಮೆ ಅಂಗಗಳು ನುಗ್ಗಿ ಹೊರಬಂದು ಸಿಕ್ಕಿ ಕೊಂಡರೆ, ಆಗ ಅದು ತುರ್ತು ರೋಗವಾಗಿ ಬದಲಾಗುತ್ತದೆ. ತಕ್ಷಣ ಚಿಕಿತ್ಸೆ ಸಿಗದಿದ್ದರೆ, ಆ ಅಂಗಕ್ಕೆ ರಕ್ತ ಸರಬರಾಜು ಆಗದೆ ಕಪ್ಪಾಗಿ ಕೊಳೆಯಲು ಪ್ರಾರಂಭ ಆಗಬಹುದು. ಇದರಿಂದ ರೋಗಿ ವಿಪರೀತ ನೋವು ಅನುಭವಿಸುವಂತಾಗಬಹುದು. ಅಂತಹ ಸಂಧರ್ಭದಲ್ಲಿ ತುರ್ತಾಗಿ ಶಸ್ತ್ರಚಿಕಿತ್ಸೆ ಮಾಡುವುದು ಅನಿವಾರ್ಯವಾಗಬಹುದು.

ಕೆಲವು ಒಳ ಅಂಗಗಳ ಹರ್ನಿಯ ಕಣ್ಣಿಗೆ ಕಾಣದಿರಬಹುದು. ಜೊತೆಗೆ ಯಾವುದೇ ಚಿನ್ಹೆ ತೋರದಿರಬಹುದು. ಆದರೆ ಅಲ್ಟ್ರಾಸೌಂಡ್, ಸಿಟಿ ಸ್ಕ್ಯಾನಿಂಗ್, ಎಂ ಆರ್ ಐ ಸ್ಕ್ಯಾನಿಂಗ್ ಅಥವಾ ಇತರೆ ಪರೀಕ್ಷೆ ನಡೆಸಿದ ನಂತರ ಬೆಳಕಿಗೆ ಬರಬಹುದಾಗಿದೆ.

6. ಹರ್ನಿಯ ಉಂಟಾಗಲು ಕಾರಣವೇನು?

ಅನೇಕ ಕಾರಣಗಳು ಅಂಗಗಳು ನುಸುಳಿ ಸ್ಥಾನಪಲ್ಲಟವಾಗಲು ಕಾರಣವಾಗಬಹುದು. ಅದರಲ್ಲಿ ಮುಖ್ಯವಾಗಿ

- **ಅತಿಯಾದ ಕೆಮ್ಮು:** ನಿಯಂತ್ರಣ ತಪ್ಪಿದ ಕೆಮ್ಮು ಹೊಟ್ಟೆಯ ಒಳಗಿನ ಅಂಗಗಳ ಮೇಲೆ ಒತ್ತಡ ಹೆಚ್ಚು ಮಾಡುತ್ತದೆ. ಅದರಿಂದ ಹೊಟ್ಟೆಯ ಅಂಗಗಳು ಗೋಡೆಯಲ್ಲಿರುವ ಕಂಡಿಗಳು ಅಥವಾ ಕೊಳವೆಗಳ ಮೂಲಕ ನುಸುಳಿ ಹೋಗಿ ಹರ್ನಿಯ ಉಂಟಾಗಬಹುದು.
- **ಮಲಬದ್ಧತೆ (ಕಾಂನ್ಸ್ಟಿಪೇಶನ್):** ಇದರಿಂದ ಹೇಚ್ಚಿನ ಒತ್ತಡ ಬಳಸಿ ಮಲವಿಸರ್ಜನೆ ಮಾಡಲು ಪ್ರಯತ್ನ ಮಾಡಿದಾಗ ಹರ್ನಿಯ ಆಗಬಹುದು.
- **ಪೋಶಕಾಂಶಗಳ ಕೊರತೆ,** ನೀರಿನ ಕೊರತೆ, ಮೂತ್ರ ವಿಸರ್ಜನೆ ಯಲ್ಲಿ ಅಡೆತಡೆ (ಪ್ರೋಸ್ಟ್ಯಾಟ್ ಗ್ರಂಥಿಯು ಹಿಗ್ಗಿದಾಗ).
- **ಬಲವಾದ ಪೆಟ್ಟು** ಬಿದ್ದಾಗ, ಅಂಗಗಳ ಸ್ಥಾನ ಪಲ್ಲಟ ಆಗಬಹುದು.
- **ಸರಿಯಾಗಿ ವಾಸಿಯಾಗದ ಶಸ್ತ್ರಚಿಕಿತ್ಸೆ** ಇಂದಾದ ಗಾಯ. ಹೆಚ್ಚು ಭಾರ ಹೊರುವುದರಿಂದ ಹರ್ನಿಯ ಆಗಬಹುದು.

ಅನೇಕ ಹರ್ನಿಯಗಳು ಹುಟ್ಟು ದೋಷದ ಪರಿಣಾಮವಾಗಿ ಉಂಟಾಗಿರುತ್ತವೆ. ಉದಾಹರಣೆಗೆ, ಕಿಬ್ಬೊಟ್ಟೆ(ಇಂಗ್ವೈನಲ್) ಹರ್ನಿಯ, ಇಂಗ್ವೈನಲ್ ಕೊಳವೆಯ ಬಾಗಿಲು ದೋಷಪೂರಿತ ಇರುವುದರಿಂದ ಅಂಗಗಳು ನುಸುಳಿ ಬರುತ್ತಿರುತ್ತವೆ.

7. ಹರ್ನಿಯ ಕಂಡು ಹಿಡಿಯುವುದು ಹೇಗೆ?

ಅನೇಕ ಹರ್ನಿಯಗಳು ಯಾವುದೇ ಲಕ್ಷಣಗಳನ್ನು ತೋರದೆ, ತೊಂದರೆ ಕೊಡದೆ ಸುಪ್ತವಾಗಿಯೇ ಉಳಿದಿರುತ್ತವೆ. ಆದರೆ ಅಚಾನಕ್ಕಾಗಿ ಯಾವುದೋ ಶಸ್ತ್ರಚಿಕಿತ್ಸೆ ಮಾಡುವಾಗ ಕಾಣಸಿಗಬಹುದು. ಮೇಲೆ ಹೇಳಿದಂತೆ ರೋಗಲಕ್ಷಣಗಳನ್ನು ತೋರುವ ಹರ್ನಿಯಗಳು ವೈದ್ಯರು ಪರೀಕ್ಷೆ ಮಾಡುವಾಗ ಕಂಡು ಹಿಡಿಯಲಾಗುತ್ತದೆ. ಇನ್ನೂ ಹಲವನ್ನು ಎಂಡೋಸ್ಕೋಪಿ, ಎಕ್ಸ ರೇ, ಅಲ್ಟ್ರಾಸೌಂಡ್, ಸಿಟಿ, ಎಂ ಅರ್ ಐ ಸ್ಕ್ಯಾನಿಂಗ್ ಮಾಡಿದಾಗ ಕಂಡುಹಿಡಿಯಬಹುದು.

8. ಹರ್ನಿಯ ನಿರ್ಲಕ್ಷಿಸಬಹುದೇ? ಹಾಗೆ ಮಾಡಿದರೆ ಏನಾಗುತ್ತದೆ?

ಇಲ್ಲ. ಹರ್ನಿಯ ನಿರ್ಲಕ್ಷ್ಯ ಮಾಡಿದರೆ, ಅಂಗಗಳ ಸುತ್ತಿಬಿದ್ದು ಗಂಟು ಹಾಕಿಕೊಳ್ಳಬಹುದು (ಸ್ಟ್ರಾಂಗುಲೇಟೆಡ್ ಹರ್ನಿಯ). ಇದೊಂದು ತುರ್ತುಪರಿಸ್ಥಿತಿ. ತಕ್ಷಣವೇ ವೈದ್ಯರು ಚಿಕಿತ್ಸೆ ಕೊಡದಿದ್ದರೆ ಅಂಗಗಳು ರಕ್ತ ಸಂಚಲನೆಯಿಂದ ವಂಚನೆಗೆ ಒಳಗಾಗಿ ಕೊಳೆತು ಹೋಗಬಹುದು.

ಅದಲ್ಲದೆ, ಅಂಗಗಳ ಕಾರ್ಯಕ್ಷಮತೆ ಕಡಿಮೆ ಆಗಬಹುದು. ಹಿಂದೆ ಹೇಳಿದ ರೋಗಲಕ್ಷಣಗಳನ್ನು ತೋರಿ ಆರೋಗ್ಯ ಹದಗೆಟ್ಟಾಗ ಸುಪ್ತಹರ್ನಿಯ ತೊಂದರೆ ಕೊಡಲು ಪ್ರಾರಂಭ ಮಾಡಬಹುದು.

9. ಹರ್ನಿಯಗೆ ಯಾವ ಚಿಕಿತ್ಸೆ ಕೊಡಲಾಗುತ್ತದೆ?

ತಾತ್ಕಾಲಿಕವಾಗಿ ಬೆಲ್ಟ್ ತರಹದ ಸಾಧನಗಳನ್ನು ಬಳಸಿ ಅಂಗಗಳನ್ನು ನುಸುಳಿ ಬರದಂತೆ ತಡೆಯಬಹುದು. ಆದರೆ ಹೊರಗೆ ಚಾಚಿ ಕಾಣಬಹುದಾದ ಹರ್ನಿಯಗಳಿಗೆ ಮಾತ್ರ ಈ ರೀತಿ ಮಾಡಬಹುದು. ಅಷ್ಟು ಸಮಾಧಾನಕರ ಚಿಕಿತ್ಸೆ ಕೂಡ ಇದಲ್ಲ.

ಹೆಚ್ಚಿನ ಹರ್ನಿಯಗಳಿಗೆ ಶಸ್ತ್ರಚಿಕಿತ್ಸೆ ಅನಿವಾರ್ಯ.

ಕೆಲವೊಮ್ಮೆ ಚಿಕಿತ್ಸೆ ತುರ್ತಾಗಿ ನೀಡಬೇಕಾಗುತ್ತದೆ. ಇದು ಅಂಗಗಳ ಗ್ಯಾಂಗ್ರೀನ್ (ಸಿಕ್ಕಿಕೊಂಡ ಅಂಗ ರಕ್ತ ಸಂಚಾರದಿಂದ ವಂಚಿತವಾಗಿ ಕೊಳೆಯುವುದು) ಆಗಬಹುದು. ಆಗ ಆ ಅಂಗದ ಭಾಗ ಅಥವಾ ಪೂರ್ತಿ ಅಂಗವನ್ನು ದೇಹದಿಂದ ತೆಗೆದು ಹಾಕಿ ರೋಗಿಯ ಜೀವ ಉಳಿಸಬೇಕಾಗುತ್ತದೆ.

ಒಂದು ಸಮಾಧಾನದ ವಿಷಯವೆಂದರೆ ಹೆಚ್ಚಿನ ಹರ್ನಿಯಗಳನ್ನು ಶಸ್ತ್ರಚಿಕಿತ್ಸೆ ಮೂಲಕ ಗುಣಪಡಿಸಬಹುದು.

ಪ್ರತೀ ಅಂಗದ ಹರ್ನಿಯಗೂ ತನ್ನದೇ ಆದ ಚಿಕಿತ್ಸೆಯ ಯೋಜನೆ ಮಾಡಬೇಕಾಗುತ್ತದೆ. ತರತರದ ಚಿಕಿತ್ಸೆ ಬಂದಿವೆ. ಅದರಲ್ಲೂ ಲೆಪರೋಸ್ಕೋಪಿಕ್ ಶಸ್ತ್ರಚಿಕಿತ್ಸೆ (ಬಿಂದು ರಂಧ್ರ ಶಸ್ತ್ರಚಿಕಿತ್ಸೆ, ಪಿನ್ ಹೋಲ್ ಸರ್ಜರಿ), ಹರ್ನಿಯೋಪ್ಲಾಸ್ಟಿ ಹೀಗೆ ಉದಾಹರಣೆ ಕೊಡಬಹುದು. ನಿಮ್ಮ ವೈದ್ಯರ ಬಳಿ ಸಮಾಲೋಚನೆ ಮಾಡಿದರೆ ಚಿಕಿತ್ಸೆಯ ಯೋಜನೆ ಮಾಡಿ ಮುಂದುವರೆಯಬಹುದು.

10. ಹರ್ನಿಯ ಶೇಕಡಾ ಎಷ್ಟು ಜನರಿಗೆ ಇರುವ ಸಾಧ್ಯತೆ ಇದೆ?

ಪ್ರಪಂಚದಲ್ಲಿ ಕನಿಷ್ಠ 33 ಸಾವಿರ ಸಾವುಗಳು ಹರ್ನಿಯಗಳ ತುರ್ತುಪರಿಸ್ಥಿತಿಯಿಂದ ಆಗಬಹುದು. ವರ್ಷಕ್ಕೆ 2.5 ಕೋಟಿಜನರು ಹರ್ನಿಯದಿಂದ ಬಳಲುತ್ತಾರೆ. ಕೆಲವು ಹರ್ನಿಯ (ಇಂಗ್ವೈನಲ್)ಗಳು ಗಂಡಸರಲ್ಲಿ ಹೆಚ್ಚಾಗಿ ಕಾಣಸಿಗುತ್ತವೆ (ಗಂಡಸಲ್ಲಿ 27% ಇದ್ದರೆ, ಹೆಂಗಸರಲ್ಲಿ 3% ಮಾತ್ರ)

ಅಧ್ಯಾಯ 03: ಗೌಪ್ಯ ರೋಗಗಳು

(ಲೈಂಗಿಕ ಸಂಪರ್ಕದಿಂದ ಬರುವ ರೋಗಗಳು (STD))

ಕಾಲೇಜಿಗೆ ಹೋಗುವ ಕುಮಾರ ಒಮ್ಮೆ ವೈದ್ಯರ ಬಳಿಗೆ ಬಂದನು. ಸರ್ ಯಾಕೋ ಒಂದಕ್ಕೆ (ಮುತ್ರವಿಸರ್ಜನೆ) ಹೋದರೆ ತುಂಬಾ ಉರಿಯುತ್ತದೆ. ಜನನಾಂಗದ ಮೇಲೆ ಗಾಯವಾಗಿದೆ. ಸ್ವಲ್ಪ ಹಾಲಿನ ಬಣ್ಣದ ಕೀವು ಬರುತ್ತದೆ. ಒಂದ ಹೊರಬರುವ ಮೊದಲು ಈ ಕೀವು ಬಂದು ನೋವು ಬರುತ್ತದೆ.

ವೈದ್ಯರು ಹೌದಾ. ಬಾ ಒಳಗೆ ಹೋಗು. ಪರೀಕ್ಷೆ ಮಾಡುತ್ತೇನೆ ಅಂದರು. ಪರೀಕ್ಷೆ ಮಾಡುವ ಮುನ್ನ ರೋಗಿಯ ಚರಿತ್ರೆ ಎಲ್ಲಾ ಕೇಳಿ, ಎಲ್ಲಾದರೂ ಹೊರಗೆ ಹೋಗಿದ್ಯಾ ಅಂದರು.

ಕುಮಾರ ಇಲ್ಲ ಸಾರ್. ಅಂತದೇನು ಇಲ್ಲ ಅಂದ ಅಳುಕುತ್ತಾ.

ವೈದ್ಯರು ನೋಡು ಕುಮಾರ ನೀನು ಹೇಳಲಿಲ್ಲ ಅಂದ್ರೂ ಗೊತ್ತಾಗುತ್ತೆ. ಇನ್ನೂ ಕಾಲೇಜು ಮೆಟ್ಟಿಲು ಈಗ ಹತ್ತಿರುವೆ. ಭವಿಷ್ಯ ರೂಪಿಸಿಕೊಳ್ಳುವ ಬದಲು ಹೊರಗಡೆ ಬೀದಿ ಬಸವನ ತರ ಬೇಲಿ ಹಾರಿದರೆ ಜೀವನದ ಬಾಲಂಗೋಚಿ ಕಟ್ಟಾಗಿ ಜೀವನದ ಗಾಳಿಪಟ ಹಾರೋದೇ ಇಲ್ಲ ಅಂದರು.

ವೈದ್ಯರು ಹೇಳಿದ ಮಾರ್ಮಿಕ ನುಡಿಗಳನ್ನು ಕೇಳಿದ ಕುಮಾರ ದಂಗಾಗಿ ಡಾಕ್ಟರ್ ಗೆ ಹೇಳದೇ ಎಲ್ಲಾ ಗೊತ್ತಾಯ್ತು ಅಂತ ಸ್ವಲ್ಪ ಪೇಚಿಗೆ ಈಡಾದ. ಇಲ್ಲ ಸರ್, ಇನ್ಮೇಲೆ ಅಂಗೆ ಮಾಡಲ್ಲ. ಓದಿನ ಕಡೆ ಗಮನ ಕೊಡುತ್ತೇನೆ ಅಂದ. ವೈದ್ಯರು ಇಂಜಕ್ಷನ್ ಬರೆದುಕೊಟ್ಟರು. ವೈದ್ಯರು ಹೇಳಿದಂತೆ ಚಿಕಿತ್ಸೆ ಪಡೆದು ಗುಣವಾದ.

ಓದುಗರೇ, ಇಂತಹ ಕಥೆಗಳು ಬಹಳ ಸಾಮಾನ್ಯ. ಲೈಂಗಿಕ ರೋಗಗಳು ಯುವಕ ಯುವತಿಯರನ್ನು ಕಾಡುತ್ತವೆ. ಬನ್ನಿ ಈ ರೋಗಗಳು, ಅವುಗಳನ್ನು ತಡೆಯುವ ಬಗ್ಗೆ ಮಾಹಿತಿ ಪಡೆಯೋಣ.

1. ಎಸ್ ಟಿ ಡಿ ಎಂದರೇನು?

ಅನೇಕ ರೋಗಗಳು ಲೈಂಗಿಕ ಸಂಪರ್ಕದಿಂದ ಒಬ್ಬರಿಂದ ಇನ್ನೊಬ್ಬರಿಗೆ ಹರಡುತ್ತವೆ. ಗಂಡನಿಂದ ಹೆಂಡತಿಗೆ ಹಾಗೂ ಹೆಂಡತಿಯಿಂದ ಗಂಡನಿಗೂ ಹರಡಬಹುದಾಗಿವೆ. ಈ ರೋಗಗಳಿಗೆ ಸೆಕ್ಸುಯಲಿ ಟ್ರಾನ್ಸಮಿಟ್ಟೆಡ್ ಡಿಸೀಸ್ (ಎಸ್.ಟಿ.ಡಿ) ಎಂದು ಕರೆಯಲಾಗುತ್ತದೆ. ಈ ರೋಗಗಳಿಗೆ ಗೌಪ್ಯ ರೋಗಗಳು, ಲೈಂಗಿಕ ಸಂಪರ್ಕದಿಂದ ಹರಡುವ ರೋಗಗಳು ಎಂತಲೂ ಕರೆಯಲಾಗುತ್ತದೆ.

2. ಯಾವ ಯಾವ ರೋಗಗಳು ಲೈಂಗಿಕ ಸಂಪರ್ಕದಿಂದ ಹರಡುವ ಸಾಧ್ಯತೆ ಇದೆ?

ಅನೇಕ ರೋಗಗಳು ಲೈಂಗಿಕ ಸಂಪರ್ಕದಿಂದ ಹರಡುವ ಸಾಧ್ಯತೆ ಇದೆ. ಅವೆಂದರೆ

- ಕ್ಲಮ್ಯೆಡಿಯಾಸಿಸ್
- ಗೊನೊರಿಯಾ,
- ಟ್ರೈಕೊಮೋನಿಯಾಸಿಸ್
- ಜನನಾಂಗದ ಪ್ಯಾಪಿಲೋಮ ಸೋಂಕು
- ಜನನಾಂಗದ ಹರ್ಪಿಸ್ ಸೋಂಕು
- ಸಿಫಿಲಿಸ್
- ಎಚ್ ಐ ವಿ / ಏಡ್ಸ್
- ಹೆಪಟೈಟಿಸ್ ಬಿ
- ಇ ಕೋಲೈ
- ಸ್ಕೇಬೀಸ್ ಇತರೆ

3. ಯೋನಿ ಸಂಭೋಗದಿಂದ ಮಾತ್ರ ಈ ರೋಗಗಳು ಹರಡಲು ಸಾಧ್ಯತೆ ಇದೆಯೇ?

ಯಾವುದೇ ರೀತಿಯ ಲೈಂಗಿಕ ಕ್ರಿಯೆಯಿಂದಲೂ ಈ ರೋಗಗಳು ಹರಡಬಹುದಾಗಿದೆ. ಅದು ಹೆಣ್ಣು ಮತ್ತು ಗಂಡಿನ ನೈಸರ್ಗಿಕ ಜನನಾಂಗ ಒಳಗೊಂಡ ಲೈಂಗಿಕ ಕ್ರಿಯೆ ಆಗಿರಬಹುದು ಅಥವಾ ವಾಮ ಮಾರ್ಗ ಬಳಸಿ ಆಗುವ ಲೈಂಗಿಕ ಕ್ರಿಯೆ ಆಗಿರಬಹುದು. ಎಲ್ಲಾ ತರಹದ ಲೈಂಗಿಕ ಕ್ರಿಯೆಯಿಂದ ಈ ರೋಗಗಳು ಹರಡಬಹುದಾಗಿದೆ.

ಸಲಿಂಗ ಕಾಮಿಗಳು ಮಾಡುವ ಓರಲ್ (ಬಾಯಿ), ರೆಕ್ಟಲ್ (ಗುದ), ಹೀಗೆ ಯಾವುದೇ ರೀತಿಯ ಲೈಂಗಿಕ ಕ್ರಿಯೆಯಿಂದಲೂ ಎಸ್. ಟಿ.ಡಿ ಹರಡುವ ಸಾಧ್ಯತೆ ಇದೆ.

4. ಲೈಂಗಿಕ ಸಂಭೋಗದಿಂದ ಮಾತ್ರ ಈ ರೋಗಗಳು ಹರಡುತ್ತವೆಯೇ? ಅಥವಾ ಬೇರೆ ಮಾರ್ಗದಿಂದಲೂ ಹರಡಬಹುದೇ?

ರೋಗಗಳು ಹರಡಲು ಲೈಂಗಿಕ ಸಂಭೋಗದ ಕ್ರಿಯೆಗಳ ಅವಶ್ಯಕತೆ ಇಲ್ಲ. ಸೂಕ್ಷ್ಮ ಜೀವಿಗಳು ಒಬ್ಬರಿಂದ ಇನ್ನೊಬ್ಬರಿಗೆ ಹರಡಲು ಅವಕಾಶಕ್ಕಾಗಿ ಕಾಯುತ್ತಿರುತ್ತವೆ. ತಮಗೆ ಸಿಕ್ಕ ಅವಕಾಶವನ್ನು ಬಳಸಿ ತಮ್ಮ ವಂಶಾಭಿವೃದ್ಧಿ ಮಾಡಲು ಹಾತೊರೆಯುತ್ತಿರುತ್ತವೆ. ಆಗ ಲೈಂಗಿಕ ಕ್ರಿಯೆಯ ಮೂಲಕ ಹರಡಲು ಅವಕಾಶ ಸಿಕ್ಕರೆ ಒಬ್ಬರಿಂದ ಇನ್ನೊಬ್ಬರಿಗೆ ಹರಡುತ್ತವೆ.

ಹಸ್ತ ಲಾಘವ, ಸೊಂಕಿರುವ ಜಾಗವನ್ನು ಮುಟ್ಟುವುದು (ಗಾಯಗಳು, ಕಣ್ಣು, ಮೂಗು ಮುಟ್ಟುವುದು), ಸೊಂಕಿರುವ ವಸ್ತುಗಳನ್ನು ತಿನ್ನುವುದು (ಬಾಯಿಯ ಮೂಲಕ ರೋಗಾಣುಗಳು ಪ್ರವೇಶ ಪಡೆಯಬಹುದು), ಬೇರೆಯವರ ಬಟ್ಟೆಗಳನ್ನು ಹಂಚಿಕೊಳ್ಳುವುದು, ಬೇರೆಯವರ ಸೋಪು, ಟವಲ್ ಬಳಸುವುದು, ಬಾಚಣಿಗೆ ಹೀಗೆ ಬೇರೆಯವರ ವಸ್ತುಗಳನ್ನು ಬಳಸುವುದು ಮಾಡಿದಾಗ ಒಬ್ಬರಿಂದ ಮತ್ತೊಬ್ಬರಿಗೆ ರೋಗಾಣುಗಳು ಹರಡುತ್ತವೆ.

5. ಸಾಮಾನ್ಯವಾಗಿ ಕಾಣುವ ಎಸ್ ಟಿ ಡಿ ರೋಗಗಳ ಲಕ್ಷಣಗಳು ಯಾವುವು?

ಹೆಚ್ಚಿನ ಎಸ್ಟಿಡಿ ರೋಗಿಗಳು ತೋರುವ ಲಕ್ಷಣಗಳೆಂದರೆ

- ಮೂತ್ರ ವಿಸರ್ಜನೆ ಮಾಡುವಾಗ ತೀವ್ರವಾದ ಉರಿಯುವುದು, ಕಷ್ಟ ಎನಿಸುವುದು
- ಖಾಸಗಿ ಭಾಗದಲ್ಲಿ ತುರಿಕೆ ಮತ್ತು ನೋವಾಗುವುದು
- ಬಿಳಿ ಮೂಟ್ಟು ಬರುವುದು
- ಮೂತ್ರ ಮಾಡುವಾಗ ನೋವು ಹೆಚ್ಚಾಗುವುದು
- ಜ್ವರ, ಮೈತುರಿಕೆ, ಗಣ್ಣು/ಕೀಲು ನೋವು , ಮೈಮೇಲೆ ದದ್ದುಗಳು
- ತೋಡೆ ಸಂದಿಯ ದುಗ್ದರಸ ಗಂಥಿಗಳ ಊತ
- ಜನನಾಂಗದ ಗಾಯಗಳು, ಬಿರಿಯುವುದು, ರಕ್ತ ಶ್ರಾವ ಆಗುವುದು
- ಕಾಮಾಲೆ ರೋಗದ ಲಕ್ಷಣಗಳು, ಹಸಿವು ಕಡಿಮೆಯಾಗುವುದು, ದೇಹದ ತೂಕ ಕಡಿಮೆ ಆಗುವುದು, ನಿದ್ದೆ ಕಡಿಮೆ ಮಾಡುವುದು, ಮಾನಸಿಕ ಅಸ್ತಿರತೆ
- ದೇಹದ ಮೇಲೆಲ್ಲಾ ಗುಳ್ಳೆಗಳು, ಮಚ್ಚೆಗಳು, ಆಲ್ಗಿ ಸೋಂಕಾಗಿರುವುದು
- ಹುಟ್ಟುವ ಮಕ್ಕಳಿಗೆ ಹುಟ್ಟು ದೋಷಗಳು, ಹುಟ್ಟು ಕುರುಡುತನ, ಹೃದಯ ನ್ಯೂನತೆಗಳು, ಮೆದುಳು ಮಂದ ಬೆಳವಣಿಗೆ, ಬೆನ್ನು ಹುರಿ ನ್ಯೂನತೆಗಳು, ಇತರೆ.

6. ಎಸ್ ಟಿ ಡಿ ರೋಗಗಳು ಬರದಂತೆ ಹೇಗೆ ಎಚ್ಚರ ವಹಿಸಬಹುದು?

ಹಿಂದೆ ಹೇಳಿದಂತೆ ಎಸ್ ಟಿ ಡಿ ರೋಗಗಳು ಪುರುಷರಿಂದ ಮಹಿಳೆಯರಿಗೆ ಅಥವಾ ಮಹಿಳೆಯರಿಂದ ಪುರುಷರಿಗೆ ಸುಲಭವಾಗಿ ಹರಡುತ್ತದೆ. ತಡೆಯಲು ಹಲವಾರು ಕ್ರಮಗಳನ್ನು ಅನುಸರಿಸಬಹುದು.

- ಜೀವನದಲ್ಲಿ ಲೈಂಗಿಕ ಶಿಸ್ತಿನ್ನು ಪಾಲಿಸಬೇಕು.
- ಹಲವು ಲೈಂಗಿಕ ಸಂಗಾತಿಗಳನ್ನು ಇಟ್ಟು ಕೊಳ್ಳಬಾರದು. ಇದು ಕಾನೂನಿನ ವಿರುದ್ಧ ಆದರೂ, ನಿಮ್ಮ ಆರೋಗ್ಯಕ್ಕೆ ಹಾನಿಕಾರಕ. ಲೈಂಗಿಕ ಬೇಟೆ ಹೊರಟವರಿಗೆ ಹೆಚ್ಚಾಗಿ ಏಡ್ಸ್ ನಂತಹ ಹೆಮ್ಮಾರಿಗಳು ಅಂಟಿರುವುದು ಸಾಬೀತಾಗಿದೆ. ಅದಲ್ಲದೇ ಅಂತಹವರ ಮಕ್ಕಳಿಗೆ ಹುಟ್ಟು ದೋಷಗಳು ಇರುವ ಸಾಧ್ಯತೆ ಹೇಚ್ಚಾಗುತ್ತದೆ.
- ಲೈಂಗಿಕ ಕ್ರಿಯೆಯಲ್ಲಿ ನೈಸರ್ಗಿಕ ಲೈಂಗಿಕ ಅಂಗಾಂಗಗಳನ್ನು ಬಳಸಿ ಮಾಡುವುದು ಒಳ್ಳೆಯದು. ವಾಮಮಾರ್ಗಗಳನ್ನು ಅಂದರೆ, ಬಾಯಿ, ಗುದ, ಸಲಿಂಗ ಹೀಗೆ ಇತರೆ ಅಂಗಗಳನ್ನು ಬಳಸಬಾರದು. ಇದರಿಂದ ಅಂಗಗಳಿಗೆ ಗಾಯಗಳಾಗಿ ಲೈಂಗಿಕ ರೋಗಗಳು ಹರಡಲು ಸಹಾಯ ಮಾಡುತ್ತವೆ.
- ಗರ್ಭಿಣಿಯೊಂದಿಗೆ ಲೈಂಗಿಕ ಕ್ರಿಯೆ ಮಾಡಬಾರದು
- ಅಪ್ರಾಪ್ತ ವಯಸ್ಸಿನವರನ್ನು ಲೈಂಗಿಕ ಕ್ರಿಯೆಗೆ ದೂಡಬಾರದು. ಅಂಗಗಳು ಪ್ರೌಢಾವಸ್ಥೆಗೆ ಬಂದಿಲ್ಲದ ಕಾರಣ ಗಾಯಗಳಾಗಿ ಸೋಂಕಿಗೆ ಕಾರಣವಾಗಬಹುದು.
- ಬಲವಂತವಾಗಿ ಲೈಂಗಿಕ ಕಿರುಕುಳ ಕೊಡಬಾರದು. ಒಪ್ಪಿಗೆ ಇದ್ದು ಪರಸ್ಪರ ಸಂತೋಷವಾಗಿ ಮಾಡುವ ಕ್ರಿಯೆಯಲ್ಲಿ ಹಲವಾರು ಲೋಳೆ ರಸಗಳು ಶ್ರವಿಸುವ ಕಾರಣದಿಂದ ಗಾಯಗಳಾಗುವುದನ್ನು ತಡೆಯುತ್ತದೆ.
- ಅಪರಿಚಿತರು ಮತ್ತು ಅವಕಾಶವಾದಿಗಳೊಂದಿಗೆ ಲೈಂಗಿಕ ಸಂಬಂಧ ಇಟ್ಟುಕೊಳ್ಳಬಾರದು.
- ಲೈಂಗಿಕ ಕ್ರಿಯೆಯ ಮುನ್ನ ಮತ್ತು ನಂತರ ಸ್ವಚ್ಛತೆ ಕಾಪಾಡಿಕೊಳ್ಳಬೇಕು.
- ನಿರೋಧ್ ಬಳಸುವುದರಿಂದ ಅನೇಕ ಲೈಂಗಿಕ ರೋಗಗಳನ್ನು ತಡೆಯಬಹುದು.

- ಲೈಂಗಿಕ ರೋಗ ಗಂಡು ಅಥವಾ ಹೆಣ್ಣು ಯಾರಿಗಾದರೂ ಒಬ್ಬರಿಗೆ ಇದ್ದರೆ ಲೈಂಗಿಕ ಉಪವಾಸವನ್ನು ಇಬ್ಬರೂ ಕಾಯ್ದುಕೊಳ್ಳಬೇಕು. ಜೊತೆಗೆ ಇಬ್ಬರೂ ಚಿಕಿತ್ಸೆ ಪಡೆಯಬೇಕು. ಒಬ್ಬರು ಚಿಕಿತ್ಸೆ ಪಡೆದು ಇನ್ನೊಬ್ಬರು ಚಿಕಿತ್ಸೆ ಪಡೆಯದಿದ್ದರೆ ಆಗ ಮತ್ತೆ ಇಬ್ಬರಿಗೂ ರೋಗ ಹರಡುವ ಸಾಧ್ಯತೆ ಇರುತ್ತದೆ. ಅದಕ್ಕಾಗಿ ವೈದ್ಯರು ಸಲಹೆ ಮಾಡಿದ್ದನ್ನು ಇಬ್ಬರೂ ಪಾಲಿಸಬೇಕು.

7. ಲೈಂಗಿಕ ರೋಗಗಳು ಬಂಜೆತನಕ್ಕೆ ಕಾರಣ ಆಗಬಹುದೇ?

ಹೌದು. ಅನೇಕ ಎಸ್ ಟಿ ಡಿ ರೋಗಗಳು ವಂಶಾಭಿವೃದ್ಧಿಗೆ ಸಹಕಾರ ಮಾಡುವ ದೇಹದ ಅಂಗಗಳಾದ ಓವರಿ (ಅಂಡಾಣು ಉತ್ಪಾದಿಸುವ ಅಂಗ), ಗರ್ಭಕೋಶ (ಭ್ರೂಣ ಬೆಳೆಯುವ ಅಂಗ), ಗರ್ಭಕೋಶದ ನಾಳಗಳು (ಯೂಸ್ಟೇಷಿಯನ್ ಟ್ಯೂಬ್), ಗರ್ಭಕೋಶದ ಬಾಗಿಲು (ಸರ್ವಿಕ್ಸ್) ಮತ್ತು ಯೋನಿ ಇವೆಲ್ಲವುಗಳ ಸೋಂಕು ಉಂಟು ಮಾಡುತ್ತವೆ.

ಎಸ್ ಟಿ ಡಿ ರೋಗಗಳಿಂದ ಕಲುಷಿತಗೊಂಡ ವಾತಾವರಣದಲ್ಲಿ ನಿಮ್ಮ ಮಗುವು ಆರೋಗ್ಯಕರವಾಗಿ ಬೆಳೆಯಲು ಸಾಧ್ಯವಿಲ್ಲ ಅಲ್ಲವೆ?

ಎಸ್ ಟಿ ಡಿ ರೋಗಗಳಿಂದ ಬಳಲುತ್ತಿರುವ ರೋಗಿಗಳಿಗೆ ಆನೇಕ ಬಾರಿ ಅಬಾರ್ಷನ್ ಕೂಡ ಆಗಬಹುದು. ಅಕಸ್ಮಾತ್ ಗರ್ಭಧಾರಣೆ ಆದರೂ ಹುಟ್ಟಿದ ಮಕ್ಕಳಿಗೆ ಅನೇಕ ಹುಟ್ಟು ದೋಷಗಳಿರುವ ಸಾಧ್ಯತೆಗಳೂ ಹೆಚ್ಚಾಗಿವೆ. ಹಾಗಾಗಿ ಯುವಕರು ಮತ್ತು ಯುವತಿಯರು ಯೌವ್ವನದಲ್ಲಿ ಕಾಮಚಾಳಿಗೆ ಬಿದ್ದು ಹಲವು ಲೈಂಗಿಕ ಸಂಗಾತಿಗಳ ಸಂಪರ್ಕ ಇಟ್ಟುಕೊಳ್ಳಬಾರದು. ಈ ನಿಟ್ಟಿನಲ್ಲಿ ಎಚ್ಚರವಹಿಸಿದರೆ ಅವರು ಅನುಭವಿಸಬಹುದಾದ ಅನೇಕ ದುಷ್ಪರಿಣಾಮಳನ್ನು ತಡೆಯಬಹುದಾಗಿದೆ .

8. ಲೈಂಗಿಕ ರೋಗಗಳಿಂದ ಬಳಲುತ್ತಿರುವ ತಂದೆ ತಾಯಿಗೆ ಹುಟ್ಟಿದ ಮಕ್ಕಳಿಗೆ ಯಾವ ರೀತಿಯ ಹುಟ್ಟು ದೋಷ ಗಳು ಬರುವ ಸಾಧ್ಯತೆ ಇದೆ?

ಲೈಂಗಿಕ ರೋಗಗಳಿಂದ ಬಳಲುತ್ತಿರುವ ತಂದೆತಾಯಿಗಳು ಮುಂದಿನ ಪೀಳಿಗೆಗೆ ಅನೇಕ ರೋಗಗಳನ್ನು ಕೊಡುವುದು ಸಾಮಾನ್ಯ. ಇದರಿಂದ ಮಕ್ಕಳು ಜೀವನ ಪರಿಯಂತ ತೊಂದರೆ ಅನುಭವಿಸುತ್ತಾರೆ. ನಿಮ್ಮ ತಂದೆ ತಾಯಿ ಲೈಂಗಿಕ ಚಟಗಳಿಗೆ ಬಲಿಯಾಗದೆ ನಿಮಗೆ ಆರೋಗ್ಯವಂತ ದೇಹ ಕೊಟ್ಟಿದ್ದಾರೆ. ಹಾಗಾಗಿ ನೀವು ಸಹ ನಿಮ್ಮ ಸಂತತಿಯನ್ನು ಆರೋಗ್ಯವಾಗಿಡಲು ಲೈಂಗಿಕ ಶಿಸ್ತನ್ನು ಕಾಪಾಡಬೇಕಿದೆ. ಲೈಂಗಿಕ ರೋಗಗಳು ಅಂಟು ರೋಗಗಳು. ಸಿಫಿಲಿಸ್, ಏಡ್ಸ್, ಟ್ರಕೋಮ, ಟಾಕ್ಸೋಪ್ಲಸ್ಮೋಸಿಸ್, ಹೆಪಟೈಟಿಸ್ ರೋಗಗಳು ಗರ್ಭಿಣಿಯನ್ನು ಹಿಂಸಿಸಿದರೆ ಮುಂದಿನ ಪೀಳಿಗೆಗೆ ತೊಂದರೆ ಖಂಡಿತ ಸಾದ್ಯವಿದೆ.

- ಸಿಫಿಲಿಸ್ ಇದ್ದು ಮಗುವಿನ ತಾಯಿ ಚಿಕಿತ್ಸೆ ಪಡೆಯದಿದ್ದರೆ ಅನೇಕ ತೊಂದರೆಗಳೊಂದಿಗೆ ಮಗು ಜನಿಸಬಹುದು. ಅಬಾರ್ಷನ್, ಮೂಳೆಗೆ ಊನವಾಗಿರುವುದು, ರಕ್ತ ಹೀನತೆ, ಲಿವರ್ ಮತ್ತು ಸ್ಪ್ಲೀನ್ ಊತ, ಕಾಮಾಲೆ, ನರಗಳ ನ್ಯೂನತೆ, ಕುರುಡುತನ, ಮೆದುಳು ಸೋಂಕು, ಚರ್ಮದ ಮೇಲೆ ದದ್ದುಗಳು ಇತರೆ.

- ಗೊನೋರಿಯ ಗರ್ಭಿಣಿಯರಿಗೆ ಆಗಿದ್ದರೆ ಆಗ ಅಬಾರ್ಷನ್ ಆಗಬಹುದು, ಅವಧಿಗೆ ಮುಂಚೆಯೇ ಪ್ರಸವವಾಗುವುದು, ಹುಟ್ಟಿದ ಮಗುವಿನ ತೂಕ ಕಡಿಮೆ ಇರಬಹುದು, ಗರ್ಭ ಕೋಶದ ಸೋಂಕು, ಮಗುವಿನ ಕಣ್ಣಿನ ಸೋಂಕು ಮತ್ತು ಕುರುಡುತನ ಇತರೆ.

- ಎಚ್ ಐ ವಿ (ಏಡ್ಸ್) ರೋಗದಿಂದ ಬಳಲುತ್ತಿರುವ ತಾಯಿಯಿಂದ ಮಗುವಿಗೆ ಪ್ರಸವದ ಸಂಧರ್ಭದಲ್ಲಿ ವೈರಾಣು ಹರಡುವ ಸಾಧ್ಯತೆ ಹೆಚ್ಚು. ಸೋಂಕು ತಗುಲಿದ ಮಗುವಿಗೆ ಶಕ್ತಿ ಹೀನತೆ, ತೂಕ ಕಡಿಮೆ ಆಗುವುದು, ಹೆಚ್ಚು ದಿನಗಳವರೆಗೆ ಜ್ವರ, ಬೆವರುವುದು, ಆಗಾಗ ಅಲ್ಸಿಗಳ ಸೋಂಕು, ಮೈತುರಿಕೆ, ದದ್ದುಗಳು, ಜನನಾಂಗದ ಸೋಂಕುಗಳು, ಜ್ಞಾಪಕ ಶಕ್ತಿ ಕಡಿಮೆ ಆಗುವುದು ಇತರೆ.

ಎಲ್ಲಾ ಲೈಂಗಿಕ ರೋಗಗಳು ಒಂದಲ್ಲ ಒಂದು ತೊಂದರೆ ಕೊಡುವ ಸಾಧ್ಯತೆ ಇದೆ. ಎಲ್ಲಾ ರೋಗಗಳ ಪರಿಣಾಮಗಳನ್ನು ಚರ್ಚೆ ಮಾಡುವುದು ಅಸಾಧ್ಯ.

ಹರೆಯದ ಕರೆಗಳನ್ನು ನಿಗ್ರಹಿಸಿದರೆ ಸಾಂಸಾರಿಕ ಜೀವನದ ಯಶಸ್ಸನ್ನು ಪಡೆಯಬಹುದು. ಹಾರ್ಮೋನ್ನಳ ಆಟವನ್ನು ಯವ್ವನದಲ್ಲಿ ನಿಯಂತ್ರಣ ಮಾಡುವುದು ಆರೋಗ್ಯಕರ ಜೀವನಕ್ಕೆ ನಾಂದಿ ಹಾಡಿದಂತಾಗುತ್ತದೆ.

9. ಹಲವು ಲೈಂಗಿಕ ರೋಗಗಳು ವಾಸಿಯಾಗುವುದಿಲ್ಲ. ಜೀವನ ಪರ್ಯಂತ ತೊಂದರೆ ಅನುಭವಿಸಬೇಕಾಗುತ್ತದೆ ಎಂದು ಹೇಳುತ್ತಾರೆ. ಇದು ಸರಿಯೇ?

ಈ ಪ್ರಶ್ನೆಗೆ ಹೌದು ಮತ್ತು ಇಲ್ಲ ಎಂದು ಹೇಳಬಹುದು. ಅಂದರೆ ಕೆಲವು ರೋಗಗಳನ್ನು ಚಿಕಿತ್ಸೆ ಮಾಡಿ ವಾಸಿಮಾಡಬಹುದು. ಆದರೆ ಇನ್ನೂ ಕೆಲವು ರೋಗಗಳು ಜೀವನ ಪರ್ಯಂತ ನಿಮ್ಮ ಸಂಗಾತಿಯಾಗಿ ನಿಮ್ಮೊಂದಿಗೆ ಕೊನೆ ಕಾಣುತ್ತವೆ. ರೋಗ ಹಲವು ಮಂದಿಗೆ ಹರಡಿದ್ದರೆ ಅವರೊಂದಿಗೆ ಕೂಡ ಇದ್ದು ಅವರ ಜೀವನ ಕೂಡ ಹಾಳು ಮಾಡುತ್ತವೆ.

ಈ ಪರಿಸ್ಥಿತಿ ಯನ್ನು ನೆನೆದರೆ ಮೈ ಜುಮ್ ಎನ್ನುವುದು ಖಂಡಿತ. ಆದರೆ ಸತ್ಯ. ಏಡ್ಸ್ ಮತ್ತು ಹೆಪಟೈಟಿಸ್ ರೋಗಗಳಿಗೆ ಚಿಕಿತ್ಸೆ ಇದ್ದರೂ ವೈರಸ್ ನಿಂದ ಸಂಪೂರ್ಣ ಮುಕ್ತಿ ಸಿಗುವುದಿಲ್ಲ. ನಿಮ್ಮ ರೋಗ ನಿರೋಧಕ ಶಕ್ತಿ ಕಡಿಮೆ ಆಗುವವರೆಗೆ ಕಾಯ್ದು ನಿಮ್ಮನ್ನು ಹಿಂಸಿಸುತ್ತವೆ. ಕ್ಯಾನ್ಸರ್ ನಂತಹ ರೋಗಗಳನ್ನು ನಿಮ್ಮ ದೇಹಕ್ಕೆ ಬಳುವಳಿಯಾಗಿ ಕೊಡಬಲ್ಲ ರೋಗಗಳಾಗಿವೆ ಈ ಲೈಂಗಿಕ ರೋಗಗಳು. ದೇಹದ ಚಪಲ ತೀರಿಸಲು ಜೀವನ ಬಲಿಕೊಡುವಷ್ಟು ಧೈರ್ಯ ಮಾಡಬಾರದು.

ಈಗ ಒಳ್ಳೆಯ ಸಮಾಚಾರ ಹೇಳುತ್ತೇನೆ. ಪೂರ್ತಿ ಗುಣವಾಗುವಂತಹ ಲೈಂಗಿಕ ರೋಗಗಳೆಂದರೆ ಕ್ಲಮ್ಯೆಡಿಯಾಸಿಸ್, ಗೊನೊರಿಯಾ, ಟ್ರೈಕೊಮೋನಿಯಾಸಿಸ್, ಜನನಾಂಗದ ಪ್ಯಾಪಿಲೋಮ ಸೋಂಕು, ಜನನಾಂಗದ ಹರ್ಪಿಸ್ ಸೋಂಕು, ಸಿಫಿಲಿಸ್, ಇ ಕೋಲೈ, ಸ್ಕೇಬೀಸ್ ಇತರೆ. ಈ ಎಲ್ಲಾ ರೋಗಗಳಿಗೆ ನಿರ್ದಿಷ್ಟ ಚಿಕಿತ್ಸೆ ಇದೆ.

ಅದನ್ನು ಗಂಡ ಮತ್ತು ಹೆಂಡತಿ ಇಬ್ಬರೂ ಪಾಲಿಸಿದರೆ ಆಗ ಪೂರ್ಣ ಗುಣವಾಗುವಂತಹ ಸಾಧ್ಯತೆ ಇದೆ.

10. ಲೈಂಗಿಕ ರೋಗದ ಚಿಕಿತ್ಸೆ ಫಲಕಾರಿಯಾಗಲು ಗಂಡ ಮತ್ತು ಹೆಂಡತಿ ಇಬ್ಬರೂ ಏಕೆ ಒಮ್ಮೆಲೇ ಚಿಕಿತ್ಸೆ ಪಡೆಯ ಬೇಕು?

ಲೈಂಗಿಕ ರೋಗಗಳು ಲೈಂಗಿಕ ಸಂಪರ್ಕದಿಂದ ಹರಡುತ್ತವೆ. ಸಂಗಾತಿಗಳಲ್ಲಿ ಯಾರೊಬ್ಬರಿಗೂ ಲೈಂಗಿಕ ರೋಗಗಳಿದ್ದರೆ ಇಬ್ಬರಿಗೂ ಮರುಸೊಂಕಾಗುವ ಸಾಧ್ಯತೆ ಇರುತ್ತದೆ. ಒಬ್ಬರು ಚಿಕಿತ್ಸೆ ಪಡೆದು ಇನ್ನೊಬ್ಬರಲ್ಲಿ ಸೋಂಕು ಉಳಿದಿದ್ದರೆ, ಅಷ್ಟು ದಿನಗಳಲ್ಲಿ ಔಷಧಿಯು ದೇಹದಿಂದ ಹೊರಹೋಗಿದ್ದರೆ, ಆಗ ಮತ್ತೆ ಲೈಂಗಿಕವಾಗಿ ಕೂಡಿದಾಗ ಮತ್ತೆ ಸೊಂಕಾಗುತ್ತದೆ. ಆಗ ಚಿಕಿತ್ಸೆ ಯಶಸ್ವಿಯಾಗದೆ ಇಬ್ಬರೂ ನರಳಬೇಕಾಗುತ್ತದೆ. ಅದಕ್ಕಾಗಿ ಗಂಡ ಹೆಂಡತಿ ಅಥವಾ ಲೈಂಗಿಕ ಸಹಪಾಠಿಗಳಿಬ್ಬರೂ ಒಮ್ಮೆಲೇ ಚಿಕಿತ್ಸೆ ಪಡೆಯುವುದು ಕಡ್ಡಾಯ.

11. ಲೈಂಗಿಕ ರೋಗ ಇರುವವರಿಗೆಲ್ಲ ರೋಗ ಲಕ್ಷಣಗಳು ಕಾಣಿಸಿಕೊಳ್ಳುತ್ತವೆಯೇ?

ಇಲ್ಲ. ಅನೇಕ ರೋಗಿಗಳಿಗೆ ಸೋಂಕು ಇದ್ದರೂ ಯಾವುದೇ ಲಕ್ಷಣಗಳು ಕಾಣಿಸಿಕೊಳ್ಳದೇ ಇರಬಹುದು. ಹಾಗಾಗಿ ಹಲವು ಲೈಂಗಿಕ ಸಹಪಾಠಿಗಳೊಂದಿಗೆ ಸಂಬಂಧ ಹೊಂದುವುದು ಅಪಾಯಕಾರಿ.

ಲೈಂಗಿಕ ಕ್ರಿಯೆಯಲ್ಲಿ ವ್ಯವಹಾರ ಮತ್ತು ಜೀವನಕ್ಕಾಗಿ ವೃತ್ತಿಯಾಗಿ ಪರಿಗಣಿಸಿದವರಿಗೆ ಸಾಮಾನ್ಯವಾಗಿ ಸೋಂಕು ಇರುತ್ತದೆ. ಹಾಗಾಗಿ ವೇಶ್ಯೆಯರನ್ನು ಕೂಡುವುದು ಬಹಳ ಅಪಾಯಕಾರಿ. ಹೆಣ್ಣು ಅಥವಾ ಗಂಡು ಯಾರೇ ಆದರೂ ಲೈಂಗಿಕ ಚಟದಲ್ಲಿ ಬಿದ್ದು ವ್ಯಸನಿಗಳಾಗಿದ್ದರೆ ಅಂತಹವರಿಂದ ಸೋಂಕು ಹರಡುವುದು ಸಾಮಾನ್ಯ.

12. ಯಾರಿಗಾದರೂ ಲೈಂಗಿಕ ರೋಗಗಳಿವೆ ಎಂದು ತಿಳಿಯುವುದು ಹೇಗೆ?

ಹೆಚ್ಚಿನ ಲೈಂಗಿಕ ಚಟುವಟಿಕೆಗಳು ಗೌಪ್ಯವಾಗಿ ನಡೆಯುತ್ತವೆ. ಹಾಗಾಗಿ ಲ್ಯಾಬ್ ಟೆಸ್ಟ್ ಮಾಡುವುದರಿಂದ ಸೊಂಕನ್ನು ಕಂಡುಹಿಡಿಯಲು ಸಾದ್ಯವಿದೆ.

ಗರ್ಭಿಣಿ ಮಹಿಳೆಯರಿಗೆ ಏಡ್ಸ್, ಹೆಪಟೈಟಿಸ್, ಸಿಫಿಲಿಸ್, ಮತ್ತಿತರ ಟೆಸ್ಟ್ ಮಾಡಲಾಗುವುದು. ಉದ್ದೇಶವೇನೆಂದರೆ, ಹುಟ್ಟುವ ಮಗುವಿಗೆ ಸೋಂಕು ಹರಡದಂತೆ ತಡೆಯುವುದಾಗಿದೆ, ಮತ್ತು ವೈದ್ಯಕೀಯ ಸಿಬ್ಬಂದಿ ಕೂಡ ಹೆಚ್ಚಿನ ಎಚ್ಚರಿಕೆ ವಹಿಸಿ ಅವರಿಗೂ ಈ ಸೋಂಕು ತಗುಲದಂತೆ ತಡೆಯುವುದಾದೆ. ಹಾಗಾಗಿ ಕೆಲವು ಸೋಂಕುಗಳು ಇವೆಯೇ, ಇಲ್ಲವೇ ಎಂದು ಮುಂಚೆಯೇ ಪರೀಕ್ಷೆ ಮಾಡಲಾಗುತ್ತದೆ.

ಅಧ್ಯಾಯ 04: ಗೀಳು
(ಆಬ್ಸೆಸ್ಸಿವ್ ಕಂಪಲ್ಸಿವ್ ಡಿಸ್‌ಆರ್ಡರ್)

ಅಮ್ಮ ಮಗನಿಗೆ ಹೇಳ್ತಾರೆ, "ಲೋ ರಾಘು, ಏನಾಗಿದ್ಯೋ ನಿನ್ಹೆಂಡ್ತಿಗೆ. ಈ ಕೊರೋನ ಬಂದು ಹೋಗಾಯ್ತು. ಆದ್ರೆ ಕೈತೊಳೆಯುವುದನ್ನು ಬಿಡ್ತಾನೇ ಇಲ್ಲ ಅವಳು. ದಿನಪೂರ್ತಿ ಹೀಗೆ ಕೈ ತೊಳ್ಕೊಂಡು ಇದ್ರೆ ಜೀವನ ಹೆಂಗೆ" ಅಂದ್ರು.

ಇತ್ತೀಚೆಗೆ ಸುಮ ಕೈತೊಳೆಯುವುದನ್ನು ಅಭ್ಯಾಸ ಮಾಡಿಕೊಂಡಿದ್ದಾಳೆ. ಟೀವಿ ನೋಡುತ್ತಾ ಇರುತ್ತಾಳೆ. ಕಣ್ಮುಚ್ಚಿ ತೆಗೆಯೋದರಲ್ಲಿ ನೋಡಿದರೆ ವಾಶ್ ಬೇಸಿನ್ ಹತ್ತಿರ ನಿಂತು ಕೈತೊಳೆಯುತ್ತಾ ಇರುತ್ತಾಳೆ. ಯಾಕೋ ಎಷ್ಟು ಕೈ ತೊಳೆದರೂ ಸಮಾಧಾನ ಆಗುತ್ತಾ ಇರುವುದಿಲ್ಲ. ಒಮ್ಮೊಮ್ಮೆ ಅವಳಿಗೂ ಬೇಸರವಾಗಿ ಯಾಕೆ ಹೀಗೆ ಅಂತ ಯೋಚಿಸೋಕು ಸಮಯ ಇಲ್ಲದೆ ಕೈತೊಳೆಯುತ್ತಾ ಇರುತ್ತಾಳೆ. ಇದಕ್ಕೆ ಗೀಳು (ಅಬ್ಸೆಸ್ಸಿವ್ ಕಂಪಲ್ಸಿವ್ ಡಿಸ್ ಆರ್ಡರ್) ರೋಗ ಎನ್ನುತ್ತಾರೆ.

ಇಲ್ಲಿ ಗಮನಿಸಬೇಕಾದ ವಿಷಯ ಎಂದರೆ ಸುಮಳಿಗೆ ಆತಂಕ. ಕೈ ಕೊಳೆ ಆಗಿದೆ ಅನ್ನೋ ಭಾವನೆ. ತೊಳೆಯದಿದ್ದರೆ, ಏನೋ ಅನಾಹುತ ಆಗುತ್ತದೆ ಎನ್ನುವ ಭಯ. ಅದಕ್ಕಾಗಿ ಕೈ ತೊಳೆಯುತ್ತಾರೆ. ಸ್ವಲ್ಪ ಹೊತ್ತಿನ ನಂತರ ಮರೆತು ಮತ್ತೆ ಕೈತೊಳೆಯುವುದನ್ನು ಪ್ರಾರಂಭ ಮಾಡುತ್ತಾರೆ. ಅದಲ್ಲದೆ ಯಾವುದಾದರೂ ವಸ್ತು ಮುಟ್ಟಿದರೆ ಅದರಿಂದ ಯಾವುದೋ ಕ್ರಿಮಿ ಅವರನ್ನು ಕೊಂದು ಬಿಡಬಹುದು ಎಂಬ ಭೀತಿ ಇರುತ್ತದೆ. ಕೊರೋನ ವೈರಸ್ ನ ಹಾವಳಿ ಹೆಚ್ಚು ಇದ್ದಾಗ ಇಂತಹ ಗೀಳು ರೋಗದಿಂದ ಬಳಲಿದವರು ಬಹಳ ಇದ್ದಾರೆ.

ಈ ಲೇಖನದಲ್ಲಿ ಗೀಳು ಮನೋರೋಗದ ಬಗ್ಗೆ ಹೆಚ್ಚಿನ ಮಾಹಿತಿ ಪಡೆಯೋಣ ಬನ್ನಿ.

1. ಗೀಳು ಎಂದರೇನು?

ಗೀಳು, ಅಂದರೆ ರೋಗಿಯ ಮನಸ್ಸಿನಲ್ಲಿ ಕೆಲವು ವಿಚಾರಗಳು ಕೊರೆಯುತ್ತಿರುತ್ತವೆ. ಅದು ಯಾವುದೇ ಆಲೋಚನೆ ಆಗಿರಬಹುದು, ಅನುಮಾನ ಇರಬಹುದು, ವಿಚಾರ ತಲೆಗೆ ಹಚ್ಚಿಕೊಂಡು ಅದೇ ವಿಷಯ ಅವರ ದೌರ್ಬಲ್ಯ ಆಗಬಹುದು ಅಥವಾ ಯಾವುದೇ ಘಟನೆಯಿಂದ ಮನಃಪಟಲದಲ್ಲಿ ಉಳಿದು ಆ ಬಿಂಬ, ಘಟನೆ ಮನಸ್ಸಿನೊಳಕ್ಕೆ ಪದೇ ಪದೇ ಬರುವುದು. ಅದೇನೋ ಅಸಂಬದ್ಧ ವಿಷಯ ಅಂತ ಗೊತ್ತಿದ್ದರೂ ಅವರನ್ನು ಎಡಬಿಡದೆ ಕಾಡುವ ಯೋಚನೆಗಳು, ಇಲ್ಲವೆ ಭಾವನೆಗಳಿಗೂ ಇದೇ ಹೆಸರಿದೆ.

ಈ ಗೀಳಿನ ವಿಚಾರಗಳು ವ್ಯಕ್ತಿಗೆ ತಿಳಿದಿದ್ದರೂ ಅವನ್ನು ಹತೋಟಿಯಲ್ಲಿ ಇಡುವುದರಲ್ಲಿ ವಿಫಲವಾಗುತ್ತಾರೆ. ಈ ವಿಚಾರಗಳು ಮನಸ್ಸಿನೊಳಗೆ ಪದೇ ಪದೇ ನುಗ್ಗಿಬರಲು ಆ ವ್ಯಕ್ತಿ ಕಾರಣವಲ್ಲ ಎಂದು ತಿಳಿದಿದ್ದರೂ ಈ ರೀತಿಯ ಆಲೋಚನೆ, ಅನುಮಾನಗಳನ್ನು, ಹತೋಟಿಯಲ್ಲಿಡಲು ಪ್ರಯತ್ನಿಸಿದರೂ ವಿಫಲರಾದಾಗ, ಭಯ, ಆತಂಕ, ಬೇಸರ, ದುಃಖಗಳು ಅವರನ್ನು ಕಾಡುತ್ತವೆ. ಇದನ್ನು ಗೀಳು ಮನೋರೋಗ (ಆಬ್ಸೆಸ್ಸಿವ್ ಕಂಪಲ್ಸಿವ್ ಡಿಸ್‌ಆರ್ಡರ್) ಎನ್ನುತ್ತಾರೆ.

2. ಗೀಳು ರೋಗದ ವಿಧಗಳಾವುವು?

ಮೂರು ವಿಧಗಳಿವೆ.

ಎ. ಬರಿ ಮನಸ್ಸಿನಲ್ಲಿ ಆಗಾಗ ಯೋಚನೆಗಳು ಮಾತ್ರ ಬರಬಹುದು.

ಉದಾಹರಣೆಗೆ: ಕೈ ಗಲೀಜಾಗಿದೆ ಎಂದು ಮತ್ತೆ ಮತ್ತೆ ತೊಳೆಯುವುದು, ಮನೆಯ ಬಾಗಿಲಿಗೆ ಬೀಗ ಹಾಕಿಬಂದೆನೋ ಇಲ್ಲವೆ ಎಂಬ ಅನುಮಾನ. ತನಗೆ ಕ್ಯಾನ್ಸರ್ ಇದೆ ಎನ್ನುವ ಅನುಮಾನ.

ಇಂತಹ ಯೋಚನೆಗಳು ಪದೇ ಪದೇ ಮನಸ್ಸಿಗೆ ಬರುವುದು.

ಬಿ. ಗೀಳು ವರ್ತನೆಗಳು ತೋರುವುದು

ಪದೇ ಪದೇ ಕೈ ತೊಳೆಯುವುದು, ದೇವರಿಗೆ ಕೆಟ್ಟ ಮಾತು ಬೈದು ಬಿಡುತ್ತೇನೆ ಎಂಬ ಹೆದರಿಕೆಯಿಂದ ಬಾಯಿಯನ್ನು ಗಟ್ಟಿಯಾಗಿ ಕೈಯಿಂದ ಮುಚ್ಚಿಕೊಳ್ಳುವುದು, ಬ್ಯಾಂಕಿನಲ್ಲಿ ಕ್ಯಾಷಿಯರ್ ಪದೇ ಪದೇ ಎಣಿಸಿದ ನೋಟನ್ನು ಎಣಿಸುವುದು.

ಸಿ. ಯೋಚನೆ ಮತ್ತು ವರ್ತನೆ ಎರಡೂ ಕೂಡಿದ ಗೀಳು

ಮನೆಯಲ್ಲಿ ಗಲೀಜು ತುಂಬಿದೆ ಎಂಬ ಗೀಳು ಇಟ್ಟುಕೊಂಡಿರುವ ಮಹಿಳೆ ದಿನಪೂರ್ತಿ ಸಾರಿಸುತ್ತಾ ಇರುವುದು, ಕೆಟ್ಟ ಮಾತುಗಳು ಬರುತ್ತದೆ ಎಂದು ದೇವರ ಮುಂದೆ ಹೆದರಿ ನಾನು ಮುಂದೆ ತಪ್ಪು ಮಾಡುವುದಿಲ್ಲ, ಎಂದು ಇಪ್ಪತ್ತು ಮೂವತ್ತು ಬಾರಿ ಕಿರುಚಿ ಕೊಳ್ಳುವುದು, ಈ ರೀತಿಯ ಲಕ್ಷಣಗಳು, ಯೋಚನೆಗಳು ಮತ್ತು ವರ್ತನೆಗಳನ್ನು ಈ ಗುಂಪಿನ ರೋಗಿಗಳಲ್ಲಿ ಕಾಣಬಹುದು.

3. ಗೀಳು ರೋಗದ ತೀವ್ರತೆ ಏನು? ಅದರಿಂದ ಆಗಬಹುದಾದ ಪರಿಣಾಮಗಳೇನು?

ಓದುಗರ ಮನಸ್ಸಿಗೆ ಈಗ ಅನೇಕ ವಿಚಾರಗಳು ಬರುತ್ತಿರಬೇಕು. ಹಾಗೇ ಅವಲೋಕನ ಮಾಡಿಕೊಂಡರೆ ತಮ್ಮಲ್ಲೂ ಒಂದಲ್ಲ ಒಂದು ಗೀಳುತನ ಇದೆ ಎಂದು ಅನಿಸಿರಬೇಕು. ಉದಾಹರಣೆಗೆ ಹಾಡುವುದು, ಪದೇ ಪದೆ ಕೆಮ್ಮುವುದು, ಸುಮ್ಮನೆ ನಗುವುದು, ಹೊರಗಿನವರಿಗೆ ಅರ್ಥ ಆಗದಂತೆ ಕೋಪಮಾಡಿಕೊಳ್ಳುವುದು ಇತರೆ. ಹಲವು ಜನರಿಗೆ ಹತೋಟಿಯಲ್ಲಿ ಇಟ್ಟುಕೊಂಡು ಸ್ವತಃ ನಿಯಂತ್ರಣ ಮಾಡಬಹುದಾದ ಗೀಳಾಗಿರುತ್ತದೆ. ಒಮ್ಮೊಮ್ಮೆ ಹಿತಕರವಾದ ಗೀಳು ಆಗಿರುತ್ತದೆ. ಕವಿತೆ, ಕವನ ಬರೆಯುವುದು ಒಂದು ತರಹದ ಗೀಳೆ. ಆದರೆ ತನಗೆ ಮತ್ತು ಇತರರಿಗೆ ಖುಷಿ ಕೊಡುತ್ತದೆ.

ಹಲವು ಗೀಳು ರೋಗಿಗಳಿಗೆ ತನ್ನ ಹತೋಟಿಗೆ ನಿಲುಕದ ಯೋಚನೆಗಳು ಬಂದು, ಆ ವ್ಯಕ್ತಿಗೆ ನೋವನ್ನು ಉಂಟು ಮಾಡಬಹುದು.

ತೀವ್ರ ಸ್ವರೂಪದ ಗೀಳು ರೋಗಿಗಳು ತಾನು ಹುಚ್ಚನಾಗುತ್ತಿದ್ದೇನೆಂದು ಭಾವಿಸಿ. ತಾನು ಬದುಕಿರಲು ಯೋಗ್ಯನಲ್ಲ ಎಂದು ತಿಳಿದು ಆತ್ಮಹತ್ಯೆ ಮಾಡಿಕೊಳ್ಳಲು ಪ್ರಯತ್ನ ಮಾಡಬಹುದು.

4. ಗೀಳು ರೋಗದ ಇತರ ಲಕ್ಷಣಗಳನ್ನು ತಿಳಿಯಬಹುದೇ?

ಗೀಳು ರೋಗವು ಅನೇಕ ರೀತಿಯಲ್ಲಿ ಪ್ರಕಟವಾಗಬಹುದು. ರೋಗಿಗಳು ತೋರಬಹುದಾದ ಲಕ್ಷಣಗಳೆಂದರೆ, ತಲೆ ನೋವು, ನಿದ್ರಾಹೀನತೆ, ಸದಾ ಯೋಚನಾಮಗ್ನರಾಗುವುದು.

ಗೀಳು ತೀವ್ರ ಸ್ವರೂಪದ್ದಾದಾಗ ರೋಗಿಗಳು ತಾವು ಸಂಪೂರ್ಣ ಅಪ್ರಯೋಜಕರೆಂದು ಭಾವಿಸಿ, ಆವೇಗಕ್ಕೆ ಒಳಗಾಗಿ ರಚನಾತ್ಮಕ ಯೋಚನೆ ಮಾಡಲು ಅಸಮರ್ಥನಾಗುತ್ತಾರೆ. ಆಗ ಆತ್ಮಹತ್ಯೆ ಮಾಡಿಕೊಳ್ಳುವ ಯೋಚನೆ ಬರಬಹುದು. ಅನೇಕ ರೋಗಿಗಳು ಆತ್ಮಹತ್ಯೆಗೆ ಪ್ರಯತ್ನ ಕೂಡ ಮಾಡಬಹುದು. ಸಂಶೋಧನೆಗಳ ಪ್ರಕಾರ ಗೀಳು ಮನೋರೋಗ ಹೊಂದಿರುವ ಶೇ ೧೮ ರಷ್ಟು ರೋಗಿಗಳು ಆತ್ಮಹತ್ಯೆಗೆ ಪ್ರಯತ್ನ ಪಟ್ಟಿರುವ ಸಂಗತಿ ಬಯಲಾಗಿದೆ. ಅದಲ್ಲದೇ, ಶೇ ೩೩ ರಷ್ಟು ರೋಗಿಗಳು ಆತ್ಮಹತ್ಯೆ ಮಾಡಿಕೊಳ್ಳಲು ಆಲೋಚನೆ ಮಾಡುತ್ತಾರೆ ಮತ್ತು ಈ ಯೋಚನೆಗಳು ಅವರನ್ನು ಪದೇ ಪದೇ ಕಾಡುವ ಸಾಧ್ಯತೆ ಇದೆ ಎಂದು ಹೇಳಲಾಗಿದೆ.

5. ವ್ಯತಿರಿಕ್ತ ಯೋಚನೆಗಳು ಗೀಳು ರೋಗಿಗಳಿಗೆ ಕಾಣಿಸಿಕೊಳ್ಳಬಹುದೇ?

ಹೌದು. ಲೇಖನಗಳಲ್ಲಿ ಉಲ್ಲೇಖ ಆಗಿರುವಂತೆ ಗೀಳು ರೋಗಿಗಳು ಬಯಸುವುದು ಒಂದಾದರೆ, ಆಶಿಸುವುದು ಒಂದು. ಆದರೆ ಅವೆರಡನ್ನೂ ಬಿಟ್ಟು ಮಾಡುವುದು ಮೂರನೇಯದಾಗಿರುತ್ತದೆ. ಹೀಗೆ ಮಾಡಿದನಂತರ ನಾನೇಕೆ ಹೀಗೆ ಎಂದು ಯೋಚಿಸುತ್ತಾ ತನಗೆ ಹುಚ್ಚು ಹಿಡಿದಿರಬಹುದೆಂದು ಭಾವಿಸಿ ಮನೋವೇದನೆ ಹಚ್ಚಿಕೊಂಡು ಮರುಗುತ್ತಾರೆ.

ಕ್ರೈಯನ್ಸ್ ಎಂಬಾತ ವರದಿ ಮಾಡಿರುವ ಒಬ್ಬ ಹುಡುಗಿಯ ನೈಜ ಘಟನೆಯ ಬಗ್ಗೆ ಈಗ ತಿಳಿಯಿರಿ. ಈ ಕಥೆ ಗೀಳು ರೋಗದ ತೀವ್ರಾವಸ್ಥೆಗೆ ಒಂದು ಉದಾಹರಣೆಯಾಗಿದೆ.

ಅವರು ಹೇಳುವಂತೆ, ಆ ಹುಡುಗಿ ವಿಚಿತ್ರ ವ್ಯತಿರಿಕ್ತ ಯೋಚನೆಯನ್ನು ಹೊಂದಿರುತ್ತಾಳೆ. ಅವಳು ತನ್ನ ಪ್ರೀತಿಯ ಸ್ನೇಹಿತನ ಬಗೆಗೆ ಯೋಚಿಸಿದಾಗ ಅವನಿನ್ನು ಏಕೆ ಬದುಕಿದ್ದಾನೆ, ಸಾಯಬಾರದೇಕೆ ಎಂದು ಯೋಚಿಸುತ್ತಿದ್ದಳು; ಅವಳ ತಾಯಿ ಮೆಟ್ಟಿಲುಗಳನ್ನಿಳಿದು ಕೆಳಕ್ಕೆ ಹೋಗುತ್ತಿರುವಾಗ ಅವಳು ಕೆಳಕ್ಕೆ ಬಿದ್ದು ತಲೆಗೆ ಪೆಟ್ಟಾಗಿ ರುಂಡ ಮುರಿಯಬಾರದೇಕೆ ಎಂದು ಯೋಚಿಸುತ್ತಿದ್ದಳು; ಅತೀ ಹೆಚ್ಚು ಪ್ರೀತಿಸುವ ಅವಳ ಸೋದರಿ ತನ್ನ ಪುಟ್ಟ ಮಗಳೊಂದಿಗೆ ಸಮುದ್ರ ತೀರಕ್ಕೆ ಹೊರಟಾಗ, ಅವರಿಬ್ಬರೂ ನೀರಿನಲ್ಲಿ ಮುಳುಗಿ ಸಾಯಲಿ ಎಂದು ಮನಸ್ಸಿನಲ್ಲಿ ಕೋರುತ್ತಿದ್ದಳು. ಈ ಎಲ್ಲಾ ಯೋಚನೆಗಳು ಅವಳನ್ನು ಭಯಭೀತಿಗೆ ಒಳಪಡಿಸುತ್ತಿತ್ತು. ಉದ್ರೇಕಗೊಳಿಸುತ್ತವೆ. ಅವಳು ಅವರನ್ನು ಅತೀ ಹೆಚ್ಚು ಪ್ರೀತಿಸುತ್ತಾಳೆ. ಆದರೂ ಅವಳೇಕೆ ಈ ಬಗೆಯ ಭಯಂಕರ ವಿಚಾರಗಳನ್ನು ಯೋಚಿಸುತ್ತಾಳೆ ಎಂದು ತಿಳಿಯಲಾಗದೆ ಪೇಚಿಗೆ ಸಿಕ್ಕಿ ಹಾಕಿಕೊಳ್ಳುತ್ತಾಳೆ.

ಇದೆಲ್ಲ ಅವಳಿಗೆ ಹುಚ್ಚು ಹಿಡಿಸಿದಂತೆ ಮಾನಸಿಕ ಹಿಂಸೆ ಕೊಡುತ್ತದೆ. ಈ ರೀತಿಯ ವಿಚಿತ್ರ ಮತ್ತು ಭಯಾನಕ ಯೋಚನೆಗಳನ್ನು ಮಾಡುವ ಬದಲು ಸಾಯುವುದೇ ಸರಿ ಎಂದು ಆತ್ಮಹತ್ಯೆ ಮಾಡಿಕೊಳ್ಳಲು ಆಲೋಚನೆ ಮಾಡುತ್ತಾಳೆ.

ಹೀಗೆ ಗೀಳು ರೋಗಿಗಳ ಮನಸ್ಥಿತಿ ನಮ್ಮ ಯೋಚನೆಗೆ ನಿಲುಕದ್ದು ಆಗಿರುತ್ತದೆ.

6. ಗೀಳು ರೋಗ ಬರಲು ಕಾರಣವೇನು?

ನಮ್ಮ ಮೆದುಳು ಕಾರ್ಯನಿರ್ವಹಿಸಲು ಅನೇಕ ರಾಸಾಯನಿಕಗಳು ನರಗಳ ಮಿಂಚು (ಇಂಪಲ್ಸ್) ಹರಿದು ಯೋಚಿಸುವ ಮತ್ತು ಮನಃಸ್ಥಿತಿ (ಎಮೋಷನ್ಸ್) ನಿರ್ವಹಣೆ ಮಾಡಲು ಸಹಾಯ ಮಾಡುತ್ತವೆ. ಅವುಗಳಲ್ಲಿ ಸರಟೊನಿನ್ ಎಂಬ ನರವಾಹಕಗಳ ಅಸಮತೋಲನ ಉಂಟಾದಾಗ ಈ ಕಾಯಿಲೆ ಬರುತ್ತದೆ ಎಂದು ಸಂಶೋಧನೆಯಿಂದ ತಿಳಿದು ಬಂದಿದೆ. ಯಾರಿಗಾದರೂ ಗೀಳು ಮನೋರೋಗ ಇದ್ದರೆ ಅವರಿಗೆ ಐದಾರು ವರ್ಷ ವಯಸ್ಸಿನಲ್ಲಿಯೇ ಕೆಲವು ಲಕ್ಷಣಗಳನ್ನು ತೋರಬಹುದು. ಬಹಳ ಶಿಸ್ತಾಗಿ ಇರುವ ಮಗು, ಸಂಖ್ಯೆಗಳ ಬಗ್ಗೆ ಅಥವಾ ಟೈಲ್ಸ್ ನ ಮೇಲೆ ಇರುವ ಗೆರೆಗಳ ಬಗ್ಗೆಯೂ ಹೆಚ್ಚು ಗಮನ ಕೊಡುವ ಮಗು, ಹಾಗು ಸ್ವಚ್ಛತೆಯ ಬಗ್ಗೆ ಗಮನ ಕೊಡುವ ಮಗು ಮುಂದೆ ಗೀಳು ಮನೋರೋಗದ ರೋಗಿಯಾಗುವ ಸಾಧ್ಯತೆ ಇರುತ್ತದೆ .

7. ಗೀಳು ರೋಗಕ್ಕೆ ಚಿಕಿತ್ಸೆ ಇದೆಯೇ? ವಿವರ ತಿಳಿಯಬಹುದೇ?

ಹೌದು.

- ಗೀಳು ರೋಗಕ್ಕೆ ಚಿಕಿತ್ಸೆ ಇದೆ. ಆದರೆ ದೀರ್ಘ ಕಾಲಾವಧಿಯವರೆಗೆ ಚಿಕಿತ್ಸೆ ಅವಶ್ಯಕತೆ ಇದೆ.
- ಅನೇಕ ಔಷಧೋಪಚಾರದಿಂದ ಸಂಪೂರ್ಣವಾಗಿ ಈ ಗೀಳು ರೋಗವನ್ನು ಗುಣಪಡಿಸಬಹುದಾಗಿದೆ. ಮನೋವೈದ್ಯರ ಸಹಾಯ ಪಡೆದು ಹೆಚ್ಚಿನ ಮಾಹಿತಿ ಪಡೆಯಬಹುದು.
- ಔಷಧಿಯ ಜೊತೆಗೆ ಮನೋವೈದ್ಯರ ಮಾರ್ಗದರ್ಶನ ಕೂಡ ಬಹಳ ಮುಖ್ಯ.
- ಸೈಕೋಥೆರಪಿ - ನಿಮ್ಮ ಯೋಚನೆಯನ್ನು ಸರಿದಾರಿಗೆ ತರಲು ಮತ್ತು ಮೈ ಮನಸ್ಸುಗಳನ್ನು ಹತೋಟಿಗೇ ತರಲು ತರಬೇತಿ ಕೊಡುವ ನಡವಳಿಕಾ ಚಿಕಿತ್ಸೆ (ಸೈಕೋಥೆರಪಿ) ಮುಖ್ಯವಾಗುತ್ತದೆ.
- ಮನಸ್ಸನ್ನು ಹತೋಟಿಗೆ ತರುವ ಧ್ಯಾನ, ಯೋಗ, ಉಪವಾಸ, ಪ್ರಕೃತಿ ವೀಕ್ಷಣೆ, ಸಂಗೀತ, ದೀರ್ಘ ಉಸಿರಾಟ ಇವು ವ್ಯಕ್ತಿಯ ಭಯ, ಆತಂಕ, ಬೇಸರದಂತಹ ರೋಗಲಕ್ಷಣಗಳನ್ನು ನಿಯಂತ್ರಣ ಮಾಡಬಲ್ಲವು.

8. ಗೀಳುರೋಗ ಇದೆ ಎಂಬ ಅನುಮಾನ ಬಂದರೆ ಏನು ಮಾಡಬೇಕು?

ಹತ್ತಿರದ ಮನೋವೈದ್ಯರನ್ನು ಭೇಟಿ ಮಾಡಿ ಸಲಹೆ ಪಡೆಯಿರಿ. ಮಾನಸಿಕ ಹಿಂಸೆ ಅನುಭವಿಸುವ ಅವಶ್ಯಕತೆ ಇಲ್ಲ. ವೈದ್ಯರೊಂದಿಗೆ ಸಮಾಲೋಚನೆ ಮಾಡಿ ಪರಿಹಾರ ಪಡೆಯಿರಿ.

ಅಧ್ಯಾಯ 05: ಮಲೇರಿಯ

ಪೀಠಿಕೆ: ಮನೆಮನೆಯಲ್ಲೂ ಸೊಳ್ಳೆಗಳು ಇರುತ್ತವೆ. ಅದರಂತೆ ಅವು ಹರಡುವ ಮಲೇರಿಯ ರೋಗ ಕೂಡ ಕಂಡು ಬರುತ್ತದೆ. ಅದ್ದರಿಂದ ಈ ರೋಗ ಒಂದು ಮನುಕುಲದ ಬಹುದೊಡ್ಡ ಶತ್ರು.

ವಿಶ್ವ ಆರೋಗ್ಯ ಸಂಸ್ಥೆ ತನ್ನ ಪ್ರಕಟಣೆಯಲ್ಲಿ ತಿಳಿಸಿರುವಂತೆ ಭಾರತ ಒಂದರಲ್ಲಿಯೇ ವರ್ಷಕ್ಕೆ 1.5 ಕೋಟಿ ಜನರು ಮಲೇರಿಯಾದಿಂದ ಬಳಲುತ್ತಾರೆ. ಸರಿಸುಮಾರು 2000 ಮಂದಿ ಈ ರೋಗದಿಂದ ಸಾವನ್ನು ಅಪ್ಪುತ್ತಾರೆ. ಪ್ರತಿ ವರ್ಷ ಎಪ್ರಿಲ್ 25ರಂದು ವಿಶ್ವದಾದ್ಯಂತ "ವಿಶ್ವ ಮಲೇರಿಯಾ" ದಿನವನ್ನು ಆಚರಿಸಲಾಗುತ್ತಿದೆ. ಇದರ ಮೂಲ ಉದ್ದೇಶ ಏನೆಂದರೆ, ಮಲೇರಿಯಾ ರೋಗದಿಂದಾಗುವ ತೊಂದರೆಗಳು ಮತ್ತು ಅದರಿಂದ ಆರೋಗ್ಯದ ಮೇಲಾಗುವ ಪರಿಣಾಮಗಳ ಬಗ್ಗೆ ಹೆಚ್ಚಿನ ಅರಿವು ಮೂಡಿಸಿ ರೋಗದ ಬಗ್ಗೆ ಮತ್ತು ಅದನ್ನು ತಡೆಗಟ್ಟುವ ಬಗ್ಗೆ ಜಾಗ್ರುತಿ ಮೂಡಿಸುವುದಾಗಿದೆ.

1. ಮಲೇರಿಯಾ ಉಂಟಾಗಲು ಕಾರಣವೇನು?

ಮಲೇರಿಯಾ ಒಂದು ಸಾಂಕ್ರಾಮಿಕ ರೋಗವಾಗಿದ್ದು, ಪ್ಲಾಸ್ಮೋಡಿಯಂ ಜಾತಿಗೆ ಸೇರಿದ ಪ್ಯಾರಾಸೈಟ್ (ಪ್ರೋಟೊಸೋವ ಪರಾವಲಂಬಿ) ಗಳಿಂದ ಈ ರೋಗ ಬರುತ್ತದೆ. ಈ ಪರಾವಲಂಬಿ ಜೀವಿಗಳಲ್ಲಿ ನಾಲ್ಕು ಉಪಜಾತಿಗಳಿವೆ. ಈ ನಾಲ್ಕು ವಿಧಗಳು ಮನುಷ್ಯರಿಗೆ ಮಲೇರಿಯಾ ಸೋಂಕು ಉಂಟುಮಾಡುತ್ತವೆ. ಅವೆಂದರೆ ಪ್ಲಾಸ್ಮೋಡಿಯಂ ವೈವಾಕ್ಸ್, ಫಾಲ್ಸಿಫೆರಮ್, ಓವಾಲೆ ಮತ್ತು ಮಲೇರಿಯಾ. ಈ ಉಪಜಾತಿಗಳಲ್ಲಿ ಫಾಲ್ಸಿಫೆರಂಗೆ ಸೇರಿದ ರೋಗಾಣುಗಳು ಅತ್ಯಂತ ಗುರುತರವಾದ ಮಲೇರಿಯಾ ರೋಗ ಉಂಟುಮಾಡುತ್ತದೆ. ಹೆಚ್ಚಿನ ಸಾವುಗಳು ಫಾಲ್ಸಿಫೆರಂನಿಂದ ಆದ ಮಲೇರಿಯಾ ಕಾರಣವಾಗಿರುತ್ತದೆ.

2. ಮಲೇರಿಯಾ ಸೊಳ್ಳೆಗಳಿಂದ ಹರಡುತ್ತದೆ ಎಂದು ಹೇಳಲಾಗುತ್ತದೆ. ಇದು ಸರಿಯೇ?

ಹೆಣ್ಣು ಅನಾಫಿಲಸ್ ಸೊಳ್ಳೆಗಳಲ್ಲಿ ಬೆಳೆದು ಹರಡಲು ಸಿದ್ಧವಾದ ಮಲೇರಿಯಾ ರೋಗಾಣುಗಳು ಮನುಷ್ಯನ ದೇಹ ಸೇರಲು ಹಾತೊರೆಯುತ್ತಿರುತ್ತವೆ. ಹೀಗಿರುವಾಗ ರಕ್ತ ಹೀರಲು ಬಂದ ಸೊಳ್ಳೆಗಳು ರಕ್ತ ಹೀರುತ್ತಾ ರೋಗಾಣುಗಳನ್ನು ಮನುಷ್ಯನ ದೇಹಕ್ಕೆ ಸೇರಿಸುತ್ತವೆ. ಹಾಗಾಗಿ ಮಲೇರಿಯಾ ತಡೆಗಟ್ಟಲು ಸೊಳ್ಳೆಗಳನ್ನು ನಿಯಂತ್ರಣ ಮಾಡುವುದು ಮತ್ತು ಸೊಳ್ಳೆಗಳು ವಂಶಾಭಿವೃದ್ಧಿ ಹೊಂದದಂತೆ ತಡೆಯುವುದು ಮುಖ್ಯವಾಗಿದೆ.

3. ಮಲೇರಿಯಾದಿಂದ ಬಳಲುತ್ತಿರುವ ಜನರಿರುವ ಪ್ರದೇಶಕ್ಕೆ ಪ್ರವೇಶಿಸುವ ಮುನ್ನ ಯಾವ ಕ್ರಮಗಳನ್ನು ಅನುಸರಿಸಿದರೆ ಉತ್ತಮ?

ಮಲೇರಿಯಾ ರೋಗ ಹೆಚ್ಚಿರುವ ಜಾಗಗಳಲ್ಲಿ 'ಮಲೇರಿಯಾ' ಸೋಂಕು ಪಡೆಯುವ ಎಲ್ಲಾ ಸಾದ್ಯತೆಗಳಿರುತ್ತವೆ. ಈ ಸೋಂಕನ್ನು ಕಡಿಮೆಗೊಳಿಸಲು ರೋಗ ನಿರೋಧಕ ಔಷಧಿಗಳನ್ನು ನಿರಂತರವಾಗಿ ಸೇವಿಸಬೇಕಾಗುತ್ತದೆ. ನಿಮ್ಮ ಹತ್ತಿರದ ಸರ್ಕಾರಿ ಆಸ್ಪತ್ರೆಯ ವೈದ್ಯರು ನ್ನು ಭೇಟಿಯಾಗಿ ಉಚಿತ ಸಲಹೆ ಪಡೆದು ಮಾತ್ರೆಗಳನ್ನು ತೆಗೆದುಕೊಳ್ಳಬೇಕು.

ಅದರ ಜೊತೆಗೆ ಮಲಗುವವಾಗ ಸೊಳ್ಳೆ ಬಲೆಗಳನ್ನು (ಮಸ್ಕುಟೋ ನೆಟ್) ಬಳಸುವ ಸುಲಭ ವಿಧಾನದಿಂದ ಮಲೇರಿಯಾ ತಡೆಯಬಹುದು. ಸೊಳ್ಳೆ ದೂರವಿಡುವ ಮಾರ್ಟಿನ್, ಆಲ್‌ಔಟ್, ಗುಡ್‌ನೈಟ್ ನಂತಹ ವಿದ್ಯುತ್ ಚಾಲಿತ ಸೊಳ್ಳೆ ದೂರವಿಡುವ ದ್ರವ್ಯಗಳನ್ನು ಬಳಸಿ ಮಲೇರಿಯಾ ತಡೆಯಲು ಕ್ರಮ ತೆಗೆದುಕೊಳ್ಳಬೇಕು. ಇವಲ್ಲದೆ, ಇನ್ನೂ ಅನೇಕ ಸೊಳ್ಳೆ ದೂರವಿಡುವ ಸಾಧನಗಳನ್ನು ಬಳಸಬಹುದು. ಸುತ್ತ ಮುತ್ತಲಿನ ತಾಣಗಳಲ್ಲಿ ನೀರು ಶೇಖರಣೆ ಆಗಿದ್ದರೆ ಅವು ಸೊಳ್ಳೆ ಬೆಳೆಯಲು ಸಹಕಾರಿಯಾಗಿರುತ್ತದೆ. ಅಂತಹ ಜಾಗಗಳನ್ನು ಸ್ವಚ್ಚವಾಗಿಟ್ಟುಕೊಳ್ಳಬೇಕು. ಆಗ ಮಲೇರಿಯಾ ಹರಡುವ ಅನಾಫಿಲಿಸ್ ಸೊಳ್ಳೆಗಳು ಬೆಳೆಯದಂತೆ ತಡೆಗಟ್ಟಿದಂತಾಗುತ್ತದೆ. ಸೊಳ್ಳೆಗಳು ಮಲೇರಿಯಾ ಅಲ್ಲದೆ ಇನ್ನೂ ಅನೇಕ ರೋಗಗಳನ್ನು ಹರಡುತ್ತವೆ. ಡೆಂಗ್ಯು, ಮೆದುಳು ಜ್ವರ, ಆನೆಕಾಲು ರೋಗ (ಫಿಲೆರಿಯಾಸಿಸ್), ಚಿಕನ್ಗುನ್ಯ, ಹೀಗೆ ಅನೇಕ ರೋಗಗಳನ್ನು ಹರಡುತ್ತವೆ. ಸೊಳ್ಳೆಗಳ ನಿರ್ಮೂಲನೆ ಮಾಡಿದರೆ, ಆಗ ಇವೆಲ್ಲ ರೋಗಗಳನ್ನು ತಡೆಯಬಹುದು.

4. ಮಲೇರಿಯಾ ರೋಗದ ಲಕ್ಷಣಗಳಾವುವು?

ಜಗತ್ತಿನಲ್ಲಿರುವ ನೂರು ಮಲೇರಿಯಾ ರೋಗಿಗಳಲ್ಲಿ ಮೂವರು ಭಾರತದಲ್ಲಿಯೇ ಇದ್ದಾರೆ. ಜ್ವರ ಬರಲು ನೂರಾರು ಕಾರಣಗಳಿವೆ. ಮಲೇರಿಯಾದಿಂದಲೂ ಜ್ವರ ಬರುತ್ತದೆ. ದೇಹದ ಅನೇಕ ಅಂಗಗಳಿಗೆ ತೊಂದರೆ ಆಗಬಹುದು. ಹಾಗಾಗಿ ಮಲೇರಿಯಾ ಬರದಂತೆ ಎಚ್ಚರವಹಿಸಬೇಕು. ಮಲೇರಿಯಾ ಇರಬಹುದೆಂದು ಅನುಮಾನ ಬಂದರೆ ತಕ್ಷಣ ವೈದ್ಯರ ಬಳಿ ಸಂದರ್ಶನ ಮಾಡಿ ಸಲಹೆ ಪಡೆಯುವುದು ಉತ್ತಮ. ಮಲೇರಿಯಾ ದ ಲಕ್ಷಣಗಳು:

ವಿಪರೀತ ಜ್ವರ (ಹೆಚ್ಚು ತಾಪಮಾನ), ನಡುಗುವುದು, ಬೆವರುವುದು, ವಿಪರೀತ ಚಳಿಯಾಗುವುದು, ತಲೆ ನೋವು, ಮೈ-ಕೈ ನೋವು, ಆಯಾಸ, ವಾಕರಿಕೆ, ವಾಂತಿ, ರಕ್ತಹೀನತೆ, ತಲೆ ಸುತ್ತುವುದು, ಮತ್ತು ಉಸಿರು ಕಟ್ಟುವಿಕೆ ಮುಂತಾದುವುಗಳು ಕಾಣಿಸಿಕೊಳ್ಳಬಹುದು. ಸೂಕ್ತ ಚಿಕಿತ್ಸೆ, ಸಕಾಲದಲ್ಲಿ ದೊರಕದಿದ್ದರೆ ತೀವ್ರ ಮಲೇರಿಯಾದ ಪರಿಣಾಮದಿಂದ ಪ್ರಜ್ಞೆ ಹೀನರಾಗಬಹುದು ಮತ್ತು ಪರಿಸ್ಥಿತಿ ಹದಗೆಟ್ಟರೆ ಸಾವು ಸಹ ಸಂಭವಿಸಬಹುದು. ಮಕ್ಕಳು ಮತ್ತು ಗರ್ಭಿಣಿ ಮಹಿಳೆಯರು ತೀವ್ರ ಹಾನಿಗೆ ತುತ್ತಾಗುವ ಸಾದ್ಯತೆ ಇರುತ್ತದೆ.

ಇದರ ಜೊತೆಗೆ ಅಂಗಗಳಿಗೆ ಹಾನಿಯಾದರೆ ರೆಟಿನಗೆ ಹಾನಿ (ಕಣ್ಣಿಗೆ ತೊಂದರೆ), ಸೆಳೆತ ಅಥವಾ ಅಪಸ್ಮಾರ(ಫಿಟ್ಸ್), ಮೂತ್ರಪಿಂಡಗಳ ವೈಫಲ್ಯ ಮತ್ತು ಮೂತ್ರದಲ್ಲಿ ರಕ್ತ ಬರುವ ಸಾಧ್ಯತೆಯೂ ಇದೆ. ಮಲೇರಿಯಾ ರೋಗಾಣುಗಳ ಸೋಂಕು ತಗುಲಿದ 6-14 ದಿನಗಳ ನಂತರ ರೋಗಲಕ್ಷಣಗಳನ್ನು ಹೊರಹಾಕಲು ಪ್ರಾರಂಭಿಸುತ್ತದೆ. ಹಿಗ್ಗಿದ ಗುಲ್ಮ ಗ್ರಂಥಿ (ಸ್ಪ್ಲೀನೋಮೆಗಾಲೆ), ತೀವ್ರ ತಲೆನೋವು, ಮೆದುಳಿನ ರಕ್ತಹೀನತೆ, ಹಿಗ್ಗಿದ ಯಕೃತ್ತು (ಹೆಪಾಟೊ ಮೆಗಾಲೆ), ಮೂತ್ರಪಿಂಡಗಳ ವೈಫಲ್ಯಗಳು ಸಂಭವಿಸಬಹುದು.

5. ಮಲೇರಿಯಾ ಚಿಕಿತ್ಸೆ ಪಡೆದ ನಂತರ ಮತ್ತೆ ಮರುಕಳಿಸಿ ರೋಗಿಯನ್ನು ಹಿಂಸಿಸಬಲ್ಲುದೇ?

ರೋಗಾಣುಗಳನ್ನು ಸಂಪೂರ್ಣವಾಗಿ ದೇಹದಿಂದ ಹೊರದೂಡದಿದ್ದರೆ ಅಥವಾ ಕೆಲವು ರೋಗಾಣುಗಳು ಯಕೃತಿನಲ್ಲಿ ಅಡಗಿ ಕುಳಿತು ಅವ್ಯಕ್ತ ಪರಾವಲಂಬಿಗಳಾಗಿ ಇದ್ದರೆ, ಅವಕಾಶ ಸಿಕ್ಕಾಗ ಅಂದರೆ ರೋಗನಿರೋಧಕ ಶಕ್ತಿ ಕಡಿಮೆ ಆದಾಗ, ಮಲೇರಿಯಾ ಮರುಕಳಿಸುವ ಸಂಧರ್ಭಗಳಿರುತ್ತವೆ. ಸೋಂಕು ತಗಲಿದ ತಿಂಗಳುಗಳ ಅಥವಾ ವರ್ಷಗಳ ಬಳಿಕವೂ ರೋಗ ಮರುಕಳಿಸಬಹುದು.

ಅವ್ಯಕ್ತ ಮಲೇರಿಯಾ ಇರುವವರಿಗೆ ರಕ್ತ ಪರೀಕ್ಷೆ ನಡೆಸಿದದಲ್ಲಿ ರೋಗಾಣುಗಳು ಕಾಣಿಸಿಕೊಳ್ಳದೇ ಇರಬಹುದು. ಟೆಸ್ಟ್ ನಕಾರಾತ್ಮಕವಾಗಿರುವುದರಿಂದ ವೈದ್ಯರಿಗೆ ಮಲೇರಿಯಾ ಕಂಡುಹಿಡಿಯಲು ಸಮಸ್ಯೆ ಆಗಬಹುದು. ಈ ರೀತಿಯ ದೀರ್ಘಕಾಲದ ಮಲೇರಿಯಾ ವೈವಾಕ್ಸ್ ಮತ್ತು ಓವಾಲೆ ಉಪವಿಧಗಳಲ್ಲಿ ಕಂಡುಬರುತ್ತದೆ. ಅದಕ್ಕಾಗಿ ವೈದ್ಯರು ಹೇಳಿದ ಎಲ್ಲಾ ಔಷಧಗಳನ್ನು ಚಾಚೂ ತಪ್ಪದೆ ತೆಗೆದುಕೊಳ್ಳುವುದಲ್ಲದೆ ಚಿಕಿತ್ಸೆ ಮುಗಿದ ಮೇಲೂ ರಕ್ತ ಮತ್ತು ಇತರೆ ಪರೀಕ್ಷೆಗಳನ್ನು ಸೂಚಿಸಿದರೆ ಮಾಡಿಸಬೇಕಾಗುತ್ತದೆ.

6. ಮಲೇರಿಯಾ ತಡೆಗಟ್ಟುವುದು ಹೇಗೆ?

ಮಲೇರಿಯಾ ರೋಗವು ಸೊಳ್ಳೆಗಳಿಂದ ಮನುಷ್ಯನಿಗೆ, ಮತ್ತು ಮನುಷ್ಯನಿಂದ ವಂಶಾಭಿವೃದ್ಧಿ ಮಾಡಲು ಸೊಳ್ಳೆಗಳಿಗೆ ಹರಡಿ, ಬೆಳೆದ ನಂತರ ಮತ್ತೆ ಮನುಷ್ಯನಿಗೆ ಹರಡುವ ಸಾಂಕ್ರಮಿಕ ರೋಗವಾಗಿರುತ್ತದೆ. ಇದು ಮಲೇರಿಯಾ ಪರಾವಲಂಬಿ ರೋಗಾಣುಗಳ ಜೀವನಚಕ್ರ. ಈ ಜೀವನಚಕ್ರ ಪೂರ್ತಿ ಆಗುವುದನ್ನು ತಡೆದರೆ ಮಲೇರಿಯಾ ರೋಗವನ್ನು ನಿರ್ಮೂಲನೆ ಮಾಡಬಹುದು. ರೋಗ ನಿಯಂತ್ರಣಕ್ಕೆ ಮತ್ತು ತಡೆಗಟ್ಟುವುದಕ್ಕೆ ಹೆಚ್ಚಿನ ಆದ್ಯತೆ ನೀಡುವುದು ಉತ್ತಮ. ಅದರಿಂದ ಆರೋಗ್ಯದ ಮೇಲಾಗುವ ಹೆಚ್ಚಿನ ತೊಂದರೆಗಳು ಮತ್ತು ಆರ್ಥಿಕ ಹೊರೆಯನ್ನು ಕೂಡ ತಡೆಯಬಹುದು.

ಪ್ರತಿ ನಗರ ಮತ್ತು ಹಳ್ಳಿಗಳಲ್ಲಿ ನೆಲೆಸಿರುವ ಪ್ರತಿಯೊಬ್ಬ ನಾಗರಿಕನೂ ಎಚ್ಚೆತ್ತು ಮಲೇರಿಯಾ ನಿಯಂತ್ರಣಕ್ಕೆ ಸಹಕಾರ ನೀಡುವುದು ಅತೀ ಅವಶ್ಯಕ. ಸೊಳ್ಳೆಗಳು ಬೆಳೆಯದಂತೆ ಕ್ರಮಗಳನ್ನು ತೆಗೆದುಕೊಂಡು ಮುನ್ನೆಚ್ಚರಿಕೆ ವಹಿಸಬೇಕು. ಅವುಗಳೆಂದರೆ

- ಮನೆಯ ಸುತ್ತಮುತ್ತಲಿನ ಆವರಣಗಳಲ್ಲಿ ನೀರು ನಿಲ್ಲದಂತೆ ಎಚ್ಚರಿಕೆ ವಹಿಸುವುದು.
- ಖಾಲಿ ತಟ್ಟೆಗಳು ಕ್ಯಾನ್‌ಗಳು, ತೆಂಗಿನ ಚಿಪ್ಪು, ಟಯರ್‌ಗಳು, ನೀರಿನ ಟ್ಯಾಂಕು, ಬಕೆಟುಗಳಲ್ಲಿ, ಹೂದಾನಿಗಳು ಕೆಳತಟ್ಟೆಗಳು, ಎ.ಸಿ. ಫ್ರಿಡ್ಜ್ ಮತ್ತು ಏರ್ ಕೂಲರ್‌ಗಳು, ನೀರಿನತೊಟ್ಟಿ, ಟ್ಯಾಂಕ್ ಮತ್ತು ಬಾವಿಗಳಲ್ಲಿ ಹೀಗೆ ಹಲವಾರು ಜಾಗಗಳಲ್ಲಿ ನೀರು ನಿಂತು ಸೊಳ್ಳೆಗಳು ಬೆಳೆಯುವ ಸಾಧ್ಯತೆ ಇರುತ್ತದೆ. ಈ ಜಾಗಗಳಲ್ಲಿ ಸೊಳ್ಳೆಗಳು ಬೆಳೆಯದಂತೆ ಕ್ರಮಗಳನ್ನು ತೆಗೆದುಕೊಳ್ಳಬೇಕು.

- ರಾತ್ರಿ ಮಲಗುವಾಗ ಸೊಳ್ಳೆ ಪರದೆ ಉಪಯೋಗಿಸಬೇಕು. ಸೊಳ್ಳೆನಾಶಕ ದ್ರಾವಣಗಳನ್ನು ಬಳಸಬೇಕು. ಕಸ, ಘನತ್ಯಾಜ್ಯಗಳನ್ನು ಸರಿಯಾಗಿ ವಿಲೇವಾರಿ ಮಾಡಬೇಕು. ಸಾರ್ವಜನಿಕ ಸ್ಥಳಗಳ ಸ್ವಚ್ಛತೆಯನ್ನು ಕಾಯ್ದುಕೊಳ್ಳು ಬೇಕು.

- ಜ್ವರದ ಜೊತೆಗೆ ತೀವ್ರ ನಡುಕ, ಚಳಿ ಇದ್ದರೆ ತಕ್ಷಣ ವೈದ್ಯರನ್ನು ಕಂಡು 'ಮಲೇರಿಯಾ' ರಕ್ತಪರೀಕ್ಷೆ ಮಾಡಿಸಿಕೊಳ್ಳಬೇಕು. ಆರಂಭಿಕ ಹಂತದಲ್ಲಿಯೇ ಮಲೇರಿಯಾ ರೋಗವನ್ನು ಗುರುತಿಸಿದ ಚಿಕಿತ್ಸೆ ಪಡೆದಲ್ಲಿ ತೀವ್ರ ತರವಾದ ರೋಗವನ್ನು ತಡೆಯಬಹುದು.

- ವಿಜ್ಞಾನಿಗಳು ಹೆಚ್ಚಿನ ಸಂಶೋಧನೆ ಮಾಡಿ ವ್ಯಾಕ್ಸಿನ್ ಕಂಡು ಹಿಡಿಯುವುದು. ಇತ್ತೀಚೆಗೆ ಈ ನಿಟ್ಟಿನಲ್ಲಿ ಶುಭ ಸಮಾಚಾರ ಹೊರಬಂದಿದೆ. ಮಲೇರಿಯಾಗೆ ವ್ಯಾಕ್ಸಿನ್ ಕಂಡು ಹಿಡಿಯಲಾಗಿದೆ. ಮಸ್ಕ್ಯೂರಿಕ್ಸ್ ಎಂದು ಹೆಸರಿಡಲಾಗಿದೆ. ಇದೊಂದು ಉತ್ತಮ ಬೆಳವಣಿಗೆಯಾಗಿದ್ದು ಮುಂದೆ ಮಲೇರಿಯಾ ಸಂಪೂರ್ಣ ತಡೆಗಟ್ಟಲು ಈ ವ್ಯಾಕ್ಸಿನ್ ಸಹಾಯ ಕಾರಿಯಾಗುತ್ತದೆ ಎಂದು ಆಶಿಸೋಣ.

ಅಧ್ಯಾಯ 06: ಗರ್ಭಧಾರಣೆ ಮತ್ತು ಔಷಧ ಸೇವನೆ

1. ಗರ್ಭಿಣಿಯರು ವೈದ್ಯರ ಸಲಹೆ ಇಲ್ಲದೆ ಔಷಧಿಗಳನ್ನು ತೆಗೆದುಕೊಳ್ಳಬಾರದು, ಏಕೆ?

ಗರ್ಭಿಣಿ ಸ್ತ್ರೀಯರು ಮಾನವನ ಮುಂದಿನ ಪೀಳಿಗೆಯನ್ನು ಸೃಷ್ಟಿ ಮಾಡುವ ಒಂದು ಮಹತ್ವದ ಕೆಲಸವನ್ನು ಪೂರೈಸುವ ನಿಟ್ಟಿನಲ್ಲಿ ತಮ್ಮ ಜವಾಬ್ದಾರಿಯನ್ನು ನಿರ್ವಹಣೆ ಮಾಡುತ್ತಿರುತ್ತಾರೆ. ಅಂತಹ ಗುರುತರವಾದ ಕೆಲಸವನ್ನು ಅತೀ ನಾಜೂಕಾಗಿ ಮಾಡಬೇಕಾಗುತ್ತದೆ. ಹಾಗಾಗಿ ಗರ್ಭಿಣಿ ಸ್ತ್ರೀಯರು ಕುಡಿಯುವ ನೀರಿನ ಸ್ವಚ್ಛತೆಯಿಂದ ಹಿಡಿದು, ಅವರು ತಿನ್ನುವ ಆಹಾರ ಮತ್ತು ಅದರಲ್ಲಿರುವ ಪೋಷಕಾಂಶಗಳು ಹೆಚ್ಚು ಮಹತ್ವ ಪಡೆಯುತ್ತವೆ. ಹಾಗಿದ್ದಾಗ ಅವರು ರಾಸಾಯನಿಕಗಳಾದ ಔಷಧಿಯನ್ನು ತೆಗೆದು ಕೊಳ್ಳಬಹುದೇ? ಇಲ್ಲವೇ? ಎಂಬುದನ್ನು ತಿಳಿದರೆ ಒಳ್ಳೆಯದು ಮತ್ತು ಯಾವ ಮಾತ್ರೆ ಅಥವಾ ಔಷಧಿ ತೆಗೆದುಕೊಳ್ಳಬಾರದು ಎಂಬುದರ ಬಗ್ಗೆ ತಿಳಿದುಕೊಳ್ಳಲೇಬೇಕು. ಬನ್ನಿ ಈ ಬಗ್ಗೆ ಪ್ರಶ್ನಾವಳಿಗಳ ಮೂಲಕ ಅವುಗಳಿಗೆ ಉತ್ತರ ನೀಡುತ್ತಾ ತಿಳಿದುಕೊಳ್ಳಲು ಪ್ರಯತ್ನ ಮಾಡೋಣ.

2. ಗರ್ಭಧರಿಸಿದ ಮಹಿಳೆಯರಿಗೆ ಆರೋಗ್ಯ ಸಮಸ್ಯೆ ಬರದಂತೆ ಏಕೆ ನೋಡಿ ಕೊಳ್ಳಬೇಕು?

ಆರೋಗ್ಯವಂತ ಮಗುವು ಆರೋಗ್ಯವಂತ ಸಮಾಜಕ್ಕೆ ಕೊಡುವ ಬಹು ಮುಖ್ಯ ಕೊಡುಗೆಯಾಗಿದೆ.

ಇತಿಹಾಸ ತೆಗೆದು ನೋಡಿದರೆ, ಥಾಲಿಡೋಮೈಡ್ ಹಗರಣದ ನೆನಪಾಗುತ್ತದೆ. ಥಾಲಿಡೋಮೈಡ್ ಅನ್ನು 1953ರಲ್ಲಿ ಗರ್ಭಿಣಿಯರಿಗೆ ಆಗುವ ವಾಂತಿ ಮತ್ತು ವಾಕರಿಕೆಗೆ ಚಿಕಿತ್ಸೆಗಾಗಿ ಪರಿಚಯಿಸಲಾಯಿತು. ಆದರೆ ಈ ಔಷಧಿ ಸೇವಿಸಿದ 20000 ಕ್ಕೂ ಹೆಚ್ಚು ತಾಯಂದಿರ ಮಕ್ಕಳು ಕೈಕಾಲುಗಳಿಲ್ಲದ ಫೇಕೊಮೇಲಿಯ ಎಂಬ ರೋಗ ಹೊಂದಿರುವ ಮಕ್ಕಳಾಗಿ ಹುಟ್ಟಿದ್ದರು. ಇದರಿಂದ ದಿಗ್ಭ್ರಮೆಗೆ ಉಂಟಾದ ಜಗತ್ತು ಎಚ್ಚೆತ್ತು ಕೊಂಡಿತು. ಆಗ ಆ ಔಷಧವನ್ನು ಮಾರುಕಟ್ಟೆಯಿಂದ ಹೋರಹಾಕಲಾಯಿತು. ಅದಕ್ಕಾಗಿ ಗರ್ಭಿಣಿ ಸ್ತ್ರೀಯರು ತಮ್ಮ ಆರೋಗ್ಯದ ಕಡೆಗೆ ಗಮನ ಹರಿಸಬೇಕು ಮತ್ತು ವೈದ್ಯರ ಸಲಹೆಯನ್ನು ಸದಾ ಪಡೆದೇ ಅವರ ಒಪ್ಪಿಗೆ ಮೇರೆಗೆ ಮಾತ್ರ ಔಷಧೀಯನ್ನು ತೆಗದುಕೊಳ್ಳಬೇಕು.

3. ಗರ್ಭಿಣಿ ಆದ ಮೊದಲ ಮೂರು ತಿಂಗಳು ಔಷಧಿ ತೆಗೆದುಕೊಂಡರೆ ಯಾವ ತೊಂದರೆ ಆಗಬಹುದು?

ಗರ್ಭಧರಿಸಿದ ಮಹಿಳೆಯರು ಸರ್ಕಾರ ಸೇವಿಸುವ ಎಲ್ಲಾ ವಸ್ತುಗಳ ಮೇಲೆ ಎಚ್ಚರಿಕೆ ವಹಿಸಬೇಕು. ತಾಯಿ ತಿನ್ನುವ ಪ್ರತಿ ಆಹಾರ ಮತ್ತು ಮಾತ್ರೆಗಳಿಂದಾಗಿ ಬೆಳೆಯುತ್ತಿರುವ ಭ್ರೂಣದ ಮೇಲೆ ವ್ಯತಿರಿಕ್ತ ಪರಿಣಾಮ ಬೀರುತ್ತದೆ. ಗರ್ಭಧಾರಣೆ ಆದ ನಂತರ ದೇಹದಲ್ಲಿ ಅನೇಕ ಬದಲಾವಣೆಗಳಾಗುತ್ತವೆ.

ತಾಯಿಗೆ ತಲೆನೋವು, ಹೊಟ್ಟೆನೋವು, ಮೈಕೈ ಊತ, ವಾಕರಿಕೆ, ವಾಂತಿ, ಮತ್ತು ಮಾನಸಿಕ ವಿಧವಿಧವಾದ ಭಾವನೆಗಳನ್ನು ಅನುಭವಿಸಬಹುದು. ವಿಚಿತ್ರ ರುಚಿ ಇರುವ ತಿನಿಸುಗಳನ್ನು ತಿನ್ನಲು ಮನಸಾಗಬಹುದು. ಈ ರೀತಿಯ ವಿಷಯಗಳಿಗೆ ವೈದ್ಯರನ್ನು ಕಂಡು ಅದಕ್ಕೆ ಅವರು ಸೂಚಿಸಿದ ಪರಿಹಾರಗಳನ್ನು ಮಾತ್ರ ಪಾಲಿಸುವುದು ಸೂಕ್ತ.

ಗರ್ಭಿಣಿ ಮಹಿಳೆಯರು ಮೊದಲ ಮೂರು ತಿಂಗಳುಗಳಲ್ಲಿ ಔಷಧಿ ಸೇವಿಸುವುದನ್ನು ಆದಷ್ಟು ಕಡಿಮೆ ಮಾಡಬೇಕು. ಆ ಕ್ಷಣಕ್ಕೆ ಔಷಧಿಯಿಂದ ಪರಿಹಾರ ಸಿಗಬಹುದಾದರೂ, ಗರ್ಭದಲ್ಲಿ ಬೆಳೆಯುತ್ತಿರುವ ಭ್ರೂಣಕ್ಕೆ ಹಾನಿಯುಂಟಾಗಬಹುದು. ಮಗುವಿನ ಅಂಗಗಳ ಬೆಳವಣಿಗೆಗೆ ತೊಂದರೆಯಾಗಿ ಹುಟ್ಟು ದೋಷಗಳನ್ನು ಹೊಂದಿ ಜನಿಸಬಹುದು. ಮೂಳೆ ಮತ್ತು ಮಾಂಸಖಂಡಗಳಲ್ಲಿ ಶಕ್ತಿ ಇಲ್ಲದಿರುವುದು, ಹೃದಯ ಭಾಗಗಳಲ್ಲಿ ದೋಷವಿದ್ದು ಅಶುದ್ಧ ಮತ್ತು ಶುದ್ಧ ರಕ್ತ ಕಲೆತು ದೇಹಕ್ಕೆ ಆಕ್ಸಿಜನ್ ಸರಿಯಾಗಿ ಸರಬರಾಜು ಆಗದಿರುವುದು, ಕಿವಿ ಕೇಳದಿರುವುದು, ಬೆನ್ನು ಹುರಿಯಲ್ಲಿ ತೊಂದರೆಯಾಗಿ ನರದೋಷ, ಮೆದುಳಿನ ಬೆಳವಣಿಗೆಯಲ್ಲಿ ಕುಂಠಿತವಾಗುವುದು, ಹೀಗೆ ಹಲವಾರು ತೊಂದರೆಗಳು ಆಗಬಹುದು.

ಔಷಧಿಗಳಿಂದ ಮಗುವಿನ ಬೆಳವಣಿಗೆಯ ಮೇಲೆ ಪರಿಣಾಮ ಬೀರಬಹುದು ಮತ್ತು ಗರ್ಭಪಾತವಾಗುವ ಸಂಭವವೂ ಇರುತ್ತದೆ. ಆದ್ದರಿಂದ ಗರ್ಭಿಣಿಯಾದಾಗ ವಿಶೇಷ ಆರೈಕೆಯ ಜೊತೆಗೆ ವರ್ಜ್ಯ ವಿರುವ ಔಷಧಿಗಳಿಂದ ದೂರವಿರುವುದು ಒಳ್ಳೆಯದು.

4. ಕೆಲವು ರೋಗಗಳಿಗೆ ಗರ್ಭಿಣಿಯಾದ ಸಮಯದಲ್ಲಿ ಸಹ ಔಷಧಿ ನಿಲ್ಲಿಸದಂತೆ ತೆಗೆದುಕೊಳ್ಳಬೇಕಾಗುತ್ತದೆ ಎಂದು ವೈದ್ಯರು ಹೇಳುತ್ತಾರೆ? ಈ ರೋಗಗಳ ಬಗ್ಗೆ ತಿಳಿದುಕೊಳ್ಳಬಹುದೇ?

ಗರ್ಭಿಣಿಯರು ಮಧುಮೇಹ (ಡಯಾಬಿಟಿಸ್ ಮೆಲ್ಲಿಟಸ್), ಗರ್ಭಧಾರಣೆಯಿಂದ ಬಂದ ಮಧುಮೇಹ, ಅಸ್ತಮಾ, ಅಧಿಕ ರಕ್ತದೊತ್ತಡ, ಥೈರಾಯ್ಡ್, ಗರ್ಭಾವಸ್ಥೆಯಲ್ಲಿ ಅಧಿಕ ರಕ್ತ ಹೆಪ್ಪುಗಟ್ಟುವಿಕೆ, ಸೂಕ್ಷ್ಮಜೀವಿಗಳ ಸೋಂಕು ಮತ್ತು ಮೂರ್ಛೆರೋಗ ಹೀಗೆ ಹಲವು ರೋಗಗಳಿಗೆ ಚಿಕಿತ್ಸೆಯನ್ನು ಕಡ್ಡಾಯವಾಗಿ ವೈದ್ಯರ ಸಲಹೆಯಂತೆ ತೆಗೆದುಕೊಳ್ಳಬೇಕಾಗುತ್ತದೆ. ಈ ರೋಗಗಳಿಗೆ ಚಿಕಿತ್ಸೆ ಮಾಡಲು ಕೊಡುವ ಔಷಧಿಗಳು ಸಹ ಗುರುತರವಾದ ಅಡ್ಡ ಪರಿಣಾಮಗಳನ್ನು ತಾಯಿ ಮತ್ತು ಬೆಳೆಯುತ್ತಿರುವ ಭ್ರೂಣದ ಮೇಲೂ ಉಂಟು ಮಾಡುವ ಶಕ್ತಿ ಹೊಂದಿರುತ್ತವೆ. ಆದರೆ ಔಷಧಿ ನಿಲ್ಲಿಸಿದರೆ ತಾಯಿಯ ಆರೋಗ್ಯಕ್ಕೆ ಅಪಾಯಕಾರಿ ಆಗಬಹುದು. ಅದಕ್ಕಾಗಿ ಬಹಳ ಎಚ್ಚರಿಕೆಯ ಕ್ರಮಗಳನ್ನು ಅನುಸರಿಸಿ ತಾಯಿಯ ಆರೋಗ್ಯ ಕಾಪಾಡಲು ಮತ್ತು ಆರೋಗ್ಯಕರ ಶಿಶು ಪಡೆಯಲು ಸಮತೋಲನ ಕಾಯ್ದುಕೊಂಡ ಚಿಕಿತ್ಸೆ ನೀಡಬೇಕಾಗುತ್ತದೆ. ಇದನ್ನು ನುರಿತ ವೈದ್ಯರು ಮಾತ್ರ ಮಾಡಲು ಸಾಧ್ಯವಿದೆ.

5. ಆಯುರ್ವೇದ ಮತ್ತು ಆಯುಶ್ ಗೆ ಸಂಭಂಧಿಸಿದ ಔಷಧಿಗಳನ್ನು ಗರ್ಭಿಣಿಯರು ತೆಗೆದುಕೊಂಡರೆ ತೊಂದರೆ ಆಗುವುದಿಲ್ಲ ಎಂದು ಹೇಳುತ್ತಾರೆ. ಅದು ಸರಿಯೆ?

ಇಲ್ಲ. ಹಲವಾರು ಆಯುರ್ವೇದ ಮತ್ತು ಔಷಧಗಳು ಅಡ್ಡಪರಿಣಾಮಗಳನ್ನು ಉಂಟು ಮಾಡಿರುವುದು ನಾವು ನೋಡಿದ್ದೇವೆ ಮತ್ತು ಲೇಖನಗಳಲ್ಲಿ ಉಲ್ಲೇಖ ಮಾಡಲಾಗಿದೆ.

ಗರ್ಭಿಣಿಯರಿಗೆ ಅವರ ಆರೋಗ್ಯ ಮತ್ತು ಬೆಳೆಯುವ ಭ್ರೂಣದ ಆರೋಗ್ಯ ಮುಖ್ಯವಾಗಿದೆ. ಅದಕ್ಕಾಗಿ ಎಲ್ಲಾ ತರಹದ ಎಚ್ಚರಿಕೆ ತೆಗೆದುಕೊಂಡು ವೈದ್ಯರ ಸಲಹೆ ಪಡೆದು ಮುಂದುವರೆಯುವುದು ಉತ್ತಮ.

6. ಯಾವ ಯಾವ ಪದಾರ್ಥಗಳನ್ನು ಮತ್ತು ಔಷಧಗಳನ್ನು ಗರ್ಭಿಣಿಯರು ಸೇವಿಸಿದರೆ ಮಗುವಿಗೆ ಹುಟ್ಟು ದೋಷ (ಟೆರಟೋಜನಿಕ್ ಅಡ್ಡಪರಿಣಾಮ) ವನ್ನು ಉಂಟುಮಾಡುವ ಸಾಧ್ಯತೆ ಇರುತ್ತದೆ?

ಹಲವಾರು ಆಹಾರ ಪದಾರ್ಥಗಳು, ಸಾಮಾಜಿಕವಾಗಿ ಬಳಸುವ ಅಭ್ಯಾಸಗಳು, ಮತ್ತು ಪಾನೀಯಗಳು ಹುಟ್ಟು ದೋಷ (ಟೆರಟೋಜನಿಕ್ ಅಡ್ಡಪರಿಣಾಮ) ಉಂಟು ಮಾಡುತ್ತವೆ. ಸಾಮಾನ್ಯವಾಗಿ ಸೇವಿಸುವ ಕಾಫಿ, ಟೀ, ಆಲ್ಕೋಹಾಲ್, ನಶೆ ಪದಾರ್ಥಗಳು, ಧೂಮಪಾನ ಇವೆಲ್ಲವೂ ಹುಟ್ಟು ದೋಷ ಉಂಟು ಮಾಡುವ ಸಾಮರ್ಥ್ಯ ಹೊಂದಿವೆ. ಅದರಂತೆ ಕ್ಷಕಿರಣ (ಎಕ್ಸರೇ) ಪರೀಕ್ಷೆ, ಅಲ್ಟ್ರಾ ವೈಲಟ್ ಕಿರಣಗಳಿಗೆ ಸಂಪರ್ಕ ಪಡೆದರೆ, ಮಗುವಿನ ಅಂಗಗಳ ಬೆಳವಣಿಗೆ ಕುಂಟಿತವಾಗುವ ಸಾಧ್ಯತೆ ಇದೆ.

ಕ್ಯಾನ್ಸರ್ ಕಾರಕಗಳು, ಮತ್ತು ಮ್ಯೂಟೇಷನ್ ಉಂಟು ಮಾಡುವ ರಾಸಾಯನಿಕಗಳು ಮತ್ತು ಔಷಧಿಗಳು ಹುಟ್ಟು ದೋಷ ಉಂಟು ಮಾಡುವ ಸಾಮರ್ಥ್ಯ ಹೊಂದಿವೆ. ಅದಲ್ಲದೆ ನೋವು ನಿವಾರಕ ಮಾತ್ರೆಗಳೂ, ಶಿಲೀಂಧ್ರ ನಿವಾರಕಗಳು (ಆಂಟಿಫಂಗಲ್ ಔಷಧಿಗಳು), ಮೊಡವೆಗೆ ಬಳಸುವ ಔಷಧಿಗಳು, ಖಿನ್ನತೆಗೆ ಬಳಸುವ ಔಷಧಿಗಳು, ಸೂಕ್ಷ್ಮ ಜೀವಿಗಳನ್ನು ನಿವಾರಿಸಲು ಬಳಸುವ ಆಂಟಿಬಯೋಟಿಕ್ ಗಳು, ವಾಂತಿ ಮತ್ತು ವಾಕರಿಕೆಗೆ ಬಳಸುವ ಔಷಧಿಗಳು ಮತ್ತು ಗುರುತು ಪರಿಚಯ ಇರದ ಗಿಡ ಮೂಲಿಕೆಗಳಿಂದ ತಯಾರಿಸಿದ ಪದಾರ್ಥಗಳನ್ನು ಸೇವಿಸಿದರೆ ಕೂಡ ತೊಂದರೆ ಉಂಟಾಗುವ ಸಾಧ್ಯತೆ ಇದೆ.

ಹಿಂದೆ ಹೇಳಿದಂತೆ ಗರ್ಭಿಣಿಯರಿಗಿರುವ ಮಧುಮೇಹ (ಡಯಾಬಿಟಿಸ್ ಮೆಲ್ಲಿಟಸ್), ಅಸ್ತಮಾ, ಅಧಿಕ ರಕ್ತದೊತ್ತಡ, ಥೈರಾಯ್ಡ್, ಅಧಿಕ ರಕ್ತ ಹೆಪ್ಪುಗಟ್ಟುವಿಕೆ, ಮತ್ತು ಮೂರ್ಛೆರೋಗ ಹೀಗೆ ಹಲವು ರೋಗಗಳಿಗೆ ಬಳಸುವ ಔಷಧಿಗಳು ಸಹ ಹುಟ್ಟು ದೋಷ ತೊಂದರೆ ಉಂಟು ಮಾಡುವ ಸಾಧ್ಯತೆ ಇದೆ.

7. ಗರ್ಭಿಣಿ ಆಗುವುದಕ್ಕೆ ಮುಂಚೆಯೇ ಮಧುಮೇಹಕ್ಕೆ ಔಷಧಿ ಸೇವಿಸುತ್ತಿರುವ. ಗರ್ಭಿಣಿ ಆದ ನಂತರ ಮುಂದುವರೆಸುವುದೋ? ಬೇಡವೋ ತಿಳಿಸಿ?

ಮಧುಮೇಹಕ್ಕೆ ಚಿಕಿತ್ಸೆ ಅತ್ಯಗತ್ಯ. ಆದರೆ ಔಷಧದ ಬದಲಾವಣೆ ಮಾಡಬೇಕಾಗಬಹುದು. ನಿಮ್ಮ ವೈದ್ಯರನ್ನು ಕೂಡಲೇ ಸಂಪರ್ಕಿಸಿ.

ನಿಮಗೆ ಮಧುಮೇಹ ಇದೆಯೆಂದು ಗೊತ್ತಿದ್ದು ಚಿಕಿತ್ಸೆ ಪಡೆಯುತ್ತಿದ್ದರೆ, ನಿಮ್ಮ ವೈದ್ಯರೊಂದಿಗೆ ಚರ್ಚಿಸಿ ಔಷಧ ಬದಲಾವಣೆ ಮಾಡಿಸಿಕೊಂಡ ನಂತರ ಗರ್ಭಧಾರಣೆ ಮಾಡಿಕೊಳ್ಳುವುದು ಬುದ್ದಿವಂತಿಕೆ ಎಂದು ಇಲ್ಲಿ ಹೇಳ ಬಯಸುತ್ತೇನೆ. ಇದರಿಂದ ಹುಟ್ಟು ದೋಷ ಉಂಟು ಮಾಡುವ ಔಷಧಿಯು ತಾಯಿಯ ದೇಹದಲ್ಲಿ ಇರದಂತೆ ಎಚ್ಚರವಹಿಸಬಹುದು.

8. ನನಗೆ ಪಿಟ್ಸ್ ರೋಗ ಇದೆ. ನಾನು ಗರ್ಭಿಣಿ ಆಗಬಹುದೇ? ಪಿಟ್ಸ್ ರೋಗ ತಡೆಯಲು ಬಳಸುವ ಔಷಧಗಳು ಹುಟ್ಟು ದೋಷ ಉಂಟುಮಾಡುವ ಸಾಧ್ಯತೆ ಹೆಚ್ಚು. ಇದು ಸರಿಯೇ?

ನೀವು ಗರ್ಭಿಣಿ ಆಗಬಹುದು. ಆರೋಗ್ಯ ಮಕ್ಕಳಿಗೆ ತಾಯಿಯೂ ಆಗುವ ಸಾಧ್ಯತೆ ಇದೆ. ಆದರೆ ಹಿಂದಿನ ಪ್ರಶ್ನೆಗೆ ಉತ್ತರಿಸಿದಾಗ ಹೇಳಿದಂತೆ ಗರ್ಭ ಧರಿಸುವ ಮೊದಲು ವೈದ್ಯರ ಸಲಹೆ ಪಡೆಯುವುದು ಉತ್ತಮ ಮತ್ತು ಔಷಧಗಳ ಬದಲಾವಣೆ ಮಾಡುವ ಅಗತ್ಯ ಇದ್ದರೆ, ಅವರ ಸಲಹೆಯಂತೆ ಬದಲಾಯಿಸಿ ಆಗಾಗ ಸಮಾಲೋಚನೆಯ ಅಗತ್ಯ ಬೀಳಬಹುದು.

ಸ್ಕ್ಯಾನಿಂಗ್ ಮತ್ತು ಉತ್ತಮ ಗರ್ಭ ನಿರ್ವಹಣೆಯಿಂದ (ಮಾನಿಟರಿಂಗ್) ಆರೋಗ್ಯ ಮಗು ಪಡೆಯಲು ಸಾದ್ಯವಿದೆ.

9. ಸಾರ್ ನನಗೆ ಥೈರಾಯ್ಡ್ ಇದ್ದು ಮಾತ್ರೆ ತೆಗೆದುಕೊಳ್ಳುತ್ತಿದ್ದೇನೆ. ಎರಡು ಬಾರಿ ಅಬಾರ್ಷನ್ ಕೂಡ ಆಗಿದೆ. ನನಗೆ ಆರೋಗ್ಯವಂತ ಮಗು ಪಡೆಯಲು ಸಾದ್ಯವಿದೆಯೇ?

ಹಾರ್ಮೋನ್ ಗಳ ಅಸಮತೋಲನದಿಂದ ಅನೇಕ ತೊಂದರೆಗಳು ಆಗುತ್ತವೆ. ಹಾಗೇನೇ ಅಬಾರ್ಷನ್ ಕೂಡ. ಥೈರಾಯ್ಡ್ ರೋಗದಲ್ಲಿ ಮುಖ್ಯವಾಗಿ ಹಾರ್ಮೋನ್ ಗಳ ಅಸಮತೋಲನ ಇರುತ್ತದೆ. ಸ್ತ್ರೀ ರೋಗ ಮತ್ತು ಪ್ರಸೂತಿ ಶಾಸ್ತ್ರದ ತಜ್ಞರ ಸಹಾಯ ಪಡೆದು ಅವರ ಮಾರ್ಗದರ್ಶನ ಪಡೆದು ಆರೋಗ್ಯವಂತ ಮಗು ಪಡೆಯಲು ಪ್ರಯತ್ನ ಮಾಡಬಹುದು. ಅನೇಕ ತಾಯಿಯರು ಯಶಸ್ವಿಯಾದ ನಿದರ್ಶನಗಳು ಇವೆ.

10. ನಾನು ಗರ್ಭಧಾರಣೆ ತಡೆಯಲು ಔಷಧಿ ಪಡೆಯುತ್ತಿರುತ್ತೇನೆ. ಆದರೆ ಇತ್ತೀಚೆಗೆ ನನ್ನ ಮುಟ್ಟು ನಿಂತಿದೆ. ಪರೀಕ್ಷೆ ಮಾಡಿದಾಗ ಗರ್ಭಿಣಿ ಆಗಿರುವುದು ಖಚಿತ ಪಡಿಸಿದ್ದಾರೆ. ನನಗೆ ಹುಟ್ಟುವ ಮಗು ಆರೋಗ್ಯವಾಗಿ ಇರುವ ಸಾಧ್ಯತೆ ಇದೆಯೇ?

ಈ ರೀತಿಯ ಪರಿಸ್ಥಿತಿ ಯಾವ ದಂಪತಿಗಳಿಗಾದರೂ ಎದುರಾಗಬಹುದು. ಒಮ್ಮೊಮ್ಮೆ ನಿಯಮದಂತೆ ಪ್ರತಿ ದಿನ ಮಾತ್ರೆ ತೆಗೆದು ಕೊಳ್ಳದೆ ಇದ್ದರೆ ಗರ್ಭ ನಿರೋಧಕ ಕ್ರಮಗಳು ಫಲಕಾರಿಯಾಗದೆ ಇರಬಹುದು. ಅಂತಹ ಸಂಧರ್ಭದಲ್ಲಿ ಸ್ತ್ರೀ ರೋಗ ಮತ್ತು ಪ್ರಸೂತಿ ಶಾಸ್ತ್ರದ ತಜ್ಞರ ಸಹಾಯ ಪಡೆದು ಅವರ ಮಾರ್ಗದರ್ಶನದಂತೆ ನಡೆಯಬೇಕು.

11. ಗರ್ಭಿಣಿ ಅದ ಮೇಲೆ ಮತ್ತು ಗರ್ಭಧರಿಸುವ ಮುನ್ನ ಯಾವುದೇ ಮಾತ್ರೆ / ಔಷಧ ತೆಗೆದುಕೊಂಡರೂ ಹುಟ್ಟು ದೋಷ ಉಂಟಾಗುತ್ತದೆಯೇ?

ಇಲ್ಲ. ಎಲ್ಲಾ ಔಷಧಗಳು ಹುಟ್ಟು ದೋಷ ಉಂಟುಮಾಡುವುದಿಲ್ಲ. ಆದರೆ ಸ್ವಯಂ ಚಿಕಿತ್ಸೆ ಅಪಾಯಕಾರಿ ಆಗಬಹುದು. ಅದಕ್ಕಾಗಿ ನುರಿತ ತಜ್ಞ ವೈದ್ಯರ ಸಲಹೆ ಪಡೆದು ಅವರ ಮಾರ್ಗದರ್ಶನದಂತೆ ನಡೆದರೆ ಒಳ್ಳೆಯ ಫಲಿತಾಂಶ ಪಡೆಯಲು ಸಹಾಯ ಆಗುತ್ತದೆ.

ಅಧ್ಯಾಯ 07: ಟೊಳ್ಳು ಮೂಳೆ (ಆಸ್ಟಿಯೋಪೋರೋಸಿಸ್)

ನಮ್ಮ ಕ್ಲಿನಿಕ್ ಗೆ ಒಂದು ದೂರವಾಣಿ ಕರೆ ಬರುತ್ತದೆ. ಡಾಕ್ಟರ್ ನಮಸ್ಕಾರ. ನಾನು ನವೀನ್ ಅಂತ ಮಾತಾಡ್ತಾ ಇರೋದು. ನಮ್ಮ ಅಜ್ಜಿಗೆ ಸುಮಾರು 70 ವರ್ಷ ವಯಸ್ಸು ಆಗಿರಬಹುದು. ಬಚ್ಚಲು ಮನೆಗೆ ಹೋಗಿದ್ದರು. ಸ್ವಲ್ಪ ಹೊತ್ತಿನ ನಂತರ ಜೋರಾಗಿ ಚೀರಾಟ ಕೇಳಿಸಿತು. ಹೋಗಿ ನೋಡಿದರೆ ಅವರು ಜಾರಿ ಬಿದ್ದಿದ್ದರು. ಪಾಚಿ ಕಟ್ಟಿತ್ತು ಅನ್ಸತ್ತೆ. ಆಯತಪ್ಪಿ ಸರಕ್ಕನೆ ಜಾರಿ ಕೆಳಗೆ ಬಿದ್ದರು. ಈಗ ಮೇಲೆ ಏಳಲು ತುಂಬಾ ಕಷ್ಟ ಪಡುತ್ತಿದ್ದಾರೆ. ಮನೆಯವರೆಲ್ಲ ಸೇರಿ ಅವರನ್ನು ಮಂಚದ ಮೇಲೆ ಮಲಗಿಸಿದ್ದೇವೆ. ಅವರು ತೀವ್ರ ತರವಾದ ನೋವು ಅನುಭವಿಸುತ್ತಿದ್ದಾರೆ. ಹಾಸಿಗೆಯಿಂದ ಏಳುವುದು ಕಷ್ಟ ಆಗುತ್ತಿದೆ. ದಯವಿಟ್ಟು ಒಮ್ಮೆ ಬಂದು ನೋಡುವಿರಾ?

ನಾನು ಅವರ ಕರೆಗೆ ಓಗೊಟ್ಟು ಹೋಗಿ ನೋಡಿದಾಗ ಅಜ್ಜಿಯ ಸೊಂಟದ ಮೂಳೆ ಮುರಿದಿರುವುದು ಗೊತ್ತಾಯಿತು. ನವೀನ್ ಅವರಿಗೆ ಹೇಳಿದರೂ ನಂಬಿಕೆ ಬರಲಿಲ್ಲ. ಅಜ್ಜಿ ಚೆನ್ನಾಗಿಯೇ ಇದ್ದರು. ಅಷ್ಟು ಸುಲಭವಾಗಿ ಹೇಗೆ ಮುರಿಯುತ್ತದೆ? ಎಂಬುದು ಅವರ ಪ್ರಶ್ನೆ.

ಮುಂದೆ ಆಗಬಹುದಾದ ತೊಂದರೆಗಳು, ಆರ್ಥಿಕ ಹೊರೆ, ರೋಗಿಯ ದೈನಂದಿನ ಜೀವನದ ಮೇಲೆ ಆಗಬಹುದಾದ ಪರಿಣಾಮಗಳನ್ನು ನೀವು ಊಹಿಸಿಕೊಳ್ಳಬಹುದು. ಈ ತರಹ ಮುರಿದ ಮೂಳೆಯಿಂದ ರೋಗಿ ತಿಂಗಳು ಗಟ್ಟಲೆ ಹಾಸಿಗೆ ಹಿಡಿದು ಮಲಗಬೇಕಾಗುತ್ತದೆ.

ಇವಕ್ಕೆಲ್ಲ ಕಾರಣ ಏನು ಎಂದು ಊಹಿಸುವಿರಾ? ಅದೇ ಟೊಳ್ಳು ಮೂಳೆ, ಅಥವಾ ಮೆದು ಅಸ್ಥಿ, ಅಥವಾ ರಂಧ್ರಮೂಳೆ (ಆಸ್ಟಿಯೋಪೋರೋಸಿಸ್ ಅಥವಾ ಅಸ್ತಿರಂಧ್ರತೆ). ಹಾಗಾದರೆ ಈ ಟೊಳ್ಳು ಮೂಳೆಯ ಬಗ್ಗೆ ತಿಳಿಯೋಣ ಬನ್ನಿ.

1. ಆಸ್ಟಿಯೊಪೊರೋಸಿಸ್ ಅಥವಾ ಟೊಳ್ಳುಮೂಳೆ ಎಂದರೇನು?

ಮೂಳೆಗಳು ನಮ್ಮ ದೇಹದ ಅಂಗಗಳು ಮತ್ತು ಅಂಗಾಂಶಗಳನ್ನು ಹಿಡಿದಿಡುವ ಹಂದರವಾಗಿರುತ್ತದೆ. ಅದು ತನ್ನ ಅಸ್ತಿತ್ವವನ್ನು ಉಳಿಸಿ ಕೊಂಡಾಗ ಮಾತ್ರ ಒಬ್ಬ ಮನುಷ್ಯ ನೆಟ್ಟಗೆ ನಿಲ್ಲಲು ಸಾದ್ಯ. ಹಾಗಾಗಿ ಮೂಳೆಗಳ ಆರೋಗ್ಯ ಬಹಳ ಮುಖ್ಯ. ಮೂಳೆಗಳು ಕ್ಯಾಲ್ಸಿಯಂ ಮತ್ತು ಇತರೆ ಖನಿಜಾಂಶಗಳಿಂದ ಒಳಗೊಂಡಿದ್ದು, ಸತತವಾಗಿ ಅದರ ಅಸ್ತಿತ್ವಕ್ಕೆ ದಕ್ಕೆ ಬಾರದಂತೆ ನೋಡಿಕೊಳ್ಳಲು ಮೂಳೆಯಲ್ಲಿರುವ ಆಸ್ಟಿಯೋಬ್ಲಾಸ್ಟ್ಸ ಮತ್ತು ಆಸ್ಟಿಯೋಕ್ಲಾಸ್ಟ್ಸ ಎನ್ನುವ ಜೀವಕೋಶಗಳು ಮೂಳೆಗಳಲ್ಲಿ ಕಾರ್ಯನಿರ್ವಹಣೆ ಮಾಡುತ್ತಿರುತ್ತವೆ. ಅವುಗಳ ಕಾರ್ಯವೈಖರಿಯಲ್ಲಿ ವ್ಯತ್ಯಾಸಗಳಾದರೆ ಆಗ ಮೂಳೆಗಳ ದುರ್ಬಲತೆ ಉಂಟಾಗುತ್ತದೆ. ಇಂತಹ ಮೂಳೆಗಳ ದುರ್ಬಲತೆಗಳಲ್ಲಿ ಆಸ್ಟಿಯೊಪೊರೋಸಿಸ್ ಬಹಳ ಮುಖ್ಯವಾದುದು ಮತ್ತು ಸಾಮಾನ್ಯ ಕೂಡ. ಅಂದರೆ ಟೊಳ್ಳುಮೂಳೆ ರೋಗದಲ್ಲಿ ಮೂಳೆಗಳಲ್ಲಿರುವ ಖನಿಜಾಂಶಗಳ ಸಾಂದ್ರತೆ (ಬೋನ್ ಮಿನರಲ್ ಡೆಸ್ಸಿಟಿ) ಕಡಿಮೆಯಾಗಿರುತ್ತದೆ.

ಜೊತೆಗೆ ಮೂಳೆಯ ಸೂಕ್ಷ್ಮರಚನೆಯಲ್ಲಿ ಸಹಾಯ ಮಾಡುವ ಪ್ರೋಟೀನ್‌ಗಳ ಪ್ರಮಾಣದಲ್ಲಿ ವ್ಯತ್ಯಾಸ ಉಂಟಾಗಿ ಮೂಳೆಗಳ ಭಾರ ತಡೆಯುವ ಸಾಮರ್ಥ್ಯ ಕಡಿಮೆ ಆಗುತ್ತದೆ. ಇದರಿಂದ ಮೂಳೆಗಳು ಮುರಿಯುವ ಅಥವಾ ಬಿರುಕು ಬಿಡುವ ಅಪಾಯದ ಸಾಧ್ಯತೆಗಳು ಹೆಚ್ಚಾಗುತ್ತದೆ.

2. ಮಹಿಳೆಯರಿಗೆ ಟೊಳ್ಳುಮೂಳೆ ರೋಗ ಹೆಚ್ಚು ಕಾಣಿಸಿಕೊಳ್ಳಬಹುದು ಎಂದು ಹೇಳುತ್ತಾರೆ. ಇದು ಸರಿಯೇ? ಕಾರಣವೇನು?

ಮಹಿಳೆಯರಲ್ಲಿ ಟೊಳ್ಳುಮೂಳೆ ರೋಗ ಕಾಣಬಹುದಾದ ಸಾದ್ಯತೆ ಹೆಚ್ಚು. ಏಕೆಂದರೆ ಅವರ ಮೂಳೆಯಲ್ಲಿ ಖನಿಜಾಂಶಗಳ ಸಾಂದ್ರತೆ (ಬೋನ್ ಮಿನರಲ್ ಡೆಸ್ಸಿಟಿ) ಸರಾಸರಿ 2.5ರಷ್ಟು ಕಡಿಮೆ ಇರುತ್ತದೆ ಎಂದು ವಿಶ್ವ ಆರೋಗ್ಯ ಸಂಸ್ಥೆ ಹೇಳಿದೆ, ಹಾಗಾಗಿ ಅವರಿಗೆ ಟೊಳ್ಳುಮೂಳೆ ರೋಗ ಇದ್ದರೆ, ಇದು ಸೂಕ್ಷ್ಮ ಮಟ್ಟದ ಬಿರುಕುಗಳಿರುವುದನ್ನು ಸೂಚಿಸುತ್ತದೆ.
ಹೀಗಿರುವಾಗ, ಮೆನೋಪಾಸ್ (ಋತುಬಂಧ) ಹಂತ ದಾಟಿದ ಮಹಿಳೆಯರಲ್ಲಿ ಅನೇಕ ಹಾರ್ಮೋನ್ ಗಳ ಕೊರತೆ ಉಂಟಾಗುತ್ತದೆ. ಇದು ಪ್ರಕೃತಿದತ್ತವಾಗಿ ಆದರೂ, ಅದು ಮಹಿಳೆಯರ ಮೂಳೆಗಳ ಮೇಲೆ ಪ್ರತಿಕೂಲ ಪರಿಣಾಮ ಬೀರುತ್ತದೆ.

ಈ ರೀತಿಯ ಹಾರ್ಮೋನ್ ಗಳ ವ್ಯತ್ಯಾಸಗಳು ಪುರುಷರಲ್ಲಿಯೂ ಕಂಡುಬರಬಹುದು. ಅವರೂ ಟೊಳ್ಳುಮೂಳೆ ರೋಗದಿಂದ ಬಳಲಬಹುದು. ಹಾಗಾಗಿ ಅವರೂ ಎಚ್ಚರ ವಹಿಸಬೇಕು.

3. ಟೊಳ್ಳು ಮೂಳೆ ರೋಗ ಉಂಟಾಗಲು ಕಾರಣವೇನು?

ಮೂಳೆಗಳಲ್ಲಿ ಅದರ ಮರುರಚನೆ ನಿರಂತರ ನಡೆಯುತ್ತಿರುತ್ತದೆ. ಮೂಳೆಸವೆಸಿ ಮತ್ತೆ ಮರುಲೇಪನ ಮಾಡುವ ಕಾರ್ಯ ನಿರಂತರ ತಂತಾನೆ ನಡೆಯುತ್ತಿರುತ್ತದೆ. ಇಂತಹ ಕೆಲಸ ಸಮತೋಲನದಲ್ಲಿ ನಡೆಯುತ್ತಿದ್ದರೆ ಮೂಳೆಗಳು ತನ್ನ ಬಲಿಷ್ಠ ರಚನೆಯನ್ನು ಉಳಿಸಿಕೊಂಡಿರುತ್ತವೆ. ಆದರೆ ಹಲವಾರು ಕಾರಣಗಳಿಂದ (ವಯೋಸಹಜ ಬದಲಾವಣೆಯಿಂದ ಅಥವಾ ಅನೇಕ ರೋಗಗಳಲ್ಲಿ ಹರಿಬಿಡುವ ಜೀವರಸ (ಹಾರ್ಮೋನ್) ಗಳಿಂದ) ಅಸಮತೋಲನ ಕಡೆಗೆ ವಾಲುತ್ತದೆ.

ಟೊಳ್ಳು ಮೂಳೆಗೆ ಇರುವ ಮೂರು ಮುಖ್ಯ ಕಾರಣಗಳೆಂದರೆ

- ಸಾಕಷ್ಟು ಮೂಳೆಗೆ ಬೇಕಾಗುವ ಕ್ಯಾಲ್ಸಿಯಂ ಮತ್ತು ಇತರೆ ಪೌಷ್ಟಿಕಾಂಶಗಳ ಕೊರತೆ. ಇದು ಮೂಳೆಗಳ ಬೆಳವಣಿಗೆ ಸಂದರ್ಭದಲ್ಲಿ ಕಾಣಿಸಿಕೊಳ್ಳುವರಿಂದಾಗಿ ಬರುತ್ತದೆ),
- ಅತಿಯಾದ ಮೂಳೆ ಮರುಹೀರಿಕೆಯಾಗುವುದು
- ಮೂಳೆ ಮರುನಿರ್ಮಾಣದ ಹಂತದಲ್ಲಿ ಹೊಸದಾಗಿ ನಿರ್ಮಾಣವಾದ ಎಲುಬಿನಲ್ಲಿ ಪೋಷಕಾಂಶಗಳ ಕೊರತೆ ಮತ್ತು ಜೀವಕೋಶಗಳ ಕಾರ್ಯವೈಖರಿಯಲ್ಲಿ ವ್ಯತ್ಯಾಸ.
- ಈ ಮೂರು ಪ್ರಕ್ರಿಯೆಗಳು ಸಮರ್ಪಕವಾಗಿ ನೆರವೇರದಿದ್ದಾಗ ಎಲುಬಿನ ಅಂಗಾಂಶಗಳು ದುರ್ಬಲವಾಗಿ ರಚನೆಯಾಗುತ್ತವೆ.

4. ಮೂಳೆಗಳಲ್ಲಿ ಕ್ಯಾಲ್ಸಿಯಂ ಪ್ರಮಾಣವನ್ನು ಹೇಗೆ ಹೆಚ್ಚಿಸಿಕೊಳ್ಳಬಹುದು?

ಮೂಳೆಗಳು ತನ್ನ ಸ್ವಾಭಾವಿಕ ಗುಣಗಳನ್ನು ಉಳಿಸಿಕೊಂಡು ಗಟ್ಟಿಯಾಗಿರಲು ಆರೋಗ್ಯಕರ ಚಟುವಟಿಕೆಗಳನ್ನು ಇಟ್ಟುಕೊಳ್ಳಬೇಕು. ಕೆಲವನ್ನು ಈ ಕೆಳಗೆ ಹೇಳಲಾಗಿದೆ.

A. ಸ್ವಯಂ ವೈದ್ಯಕೀಯ (ಸೆಲ್ಫ್ ಮೆಡಿಕೇಶನ್) ಮಾಡಬಾರದು. ನಕಲಿ ವೈದ್ಯರ ಬಳಿ ಚಿಕಿತ್ಸೆ ಪಡೆಯಬಾರದು. ಹೆಚ್ಚಿನ ನಕಲಿ ವೈದ್ಯರು. ಸ್ಟಿರಾಯ್ಡ್ ಬಳಸುತ್ತಾರೆ. ಅದರಿಂದ ಬಹಳಷ್ಟು ಆರೋಗ್ಯ ಹದಗೆಡುವ ಸಂದರ್ಭಗಳಿರುತ್ತವೆ. ಮೂಳೆಗಳ ಟೊಳ್ಳುತನ ಹೆಚ್ಚಾಗುತ್ತದೆ. ಇದಕ್ಕೆ ಸ್ಟೀರಾಯ್ಡ್-ಅಥವಾ ಗ್ಲೂಕೊಕಾರ್ಟಿಕಾಯ್ಡ್-ನಿಂದಾದ ಆಸ್ಟಿಯೊಪೊರೋಸಿಸ್ ಎಂದು ಕರೆಯಲಾಗುತ್ತದೆ. ಸ್ಟಿರಾಯ್ಡ್ ಗಳು ದೇಹದ ಕ್ಯಾಲ್ಸಿಯಂ ಹೊರಹೋಗುವಂತೆ ಮತ್ತು ಆಹಾರದಿಂದ ಅದು ದೇಹದೊಳಕ್ಕೆ ಹೀರಿಕೊಳ್ಳುವುದನ್ನು ಕಡಿಮೆ ಮಾಡುತ್ತವೆ.

B. ನಿಯತಕಾಲಿಕವಾಗಿ ನಡಿಗೆ ಮತ್ತು ವ್ಯಾಯಾಮ ಮತ್ತು ಸೂರ್ಯನ ಕಿರಣಗಳು ದೇಹದ ಮೇಲೆ ಬೀಳುವಂತೆ ಬಿಸಿಲು ಕಾಯಿಸಿಕೊಳ್ಳುವುದು, ಹೀಗೆ ಜೀವನ ಶೈಲಿಗಳಲ್ಲಿ ಬದಲಾವಣೆ ಮಾಡಿಕೊಳ್ಳುವುದರಿಂದ ಟೊಳ್ಳು ಮೂಳೆ ಬರದಂತೆ ತಡೆಯಬಹುದಾಗಿದೆ.

C. ವೈದ್ಯರ ಆದೇಶದಂತೆ ಕ್ಯಾಲ್ಸಿಯಂ , 'ಡಿ' ಜೀವಸತ್ವ/ವಿಟಮಿನ್ ಹಾಗೂ ಇನ್ನಿತರೆ ಔಷಧಗಳನ್ನು ಬಳಸುವುದು.

D. ಮಹಿಳೆಯರ ಋತುಚಕ್ರಗಳಿಗೆ ಸಹಾಯ ಮಾಡುವ ಹಾರ್ಮೋನ್ ಗಳ ವ್ಯತ್ಯಾಸ ಆದಾಗಲೂ ಟೊಳ್ಳು ಮೂಳೆ ಉಂಟಾಗುತ್ತದೆ. ಅದಕ್ಕಾಗಿ ಋತುಬಂದಕ್ಕೆ ಒಳಗಾಗುವ ಮಹಿಳೆಯರು ಪ್ರಸೂತಿ ಮತ್ತು ಮಹಿಳಾ ಆರೋಗ್ಯ ತಜ್ಞರನ್ನು ಕಂಡು ಸಲಹೆ ಪಡೆಯುವುದು ಒಳ್ಳೆಯದು.

5. ಋತು ಬಂದ ಅಥವಾ ಮೆನೋಪಾಸ್ ಆದಾಗ ಮೂಳೆ ಏಕೆ ಟೊಳ್ಳಾಗುತ್ತದೆ?

ಮಹಿಳೆಯರಲ್ಲಿ ಆಗುವ ನಿಯತಕಾಲಿಕೆ ಋತುಚಕ್ರಗಳು ದೇಹದಲ್ಲಿ ನಡೆಯುವ ಸ್ವಾಭಾವಿಕ ಹಾರ್ಮೋನುಗಳ ಏರುಪೇರುಗಳನ್ನು ನಿಯಂತ್ರಿಸುತ್ತವೆ. ಆಗ ಈಸ್ಟ್ರೊಜೆನ್ ಹಾರ್ಮೋನ್ ಉತ್ಪಾದನೆ ಸರಿಕ್ರಮದಲ್ಲಿ ನಡೆಯುತ್ತಿರುತ್ತದೆ. ಮೂಳೆಗಳಿಗೆ ಕ್ಯಾಲ್ಸಿಯಂ ಲೇಪನ ಮತ್ತು ಮೂಳೆಹೀರುವಿಕೆ ಸರಿಕ್ರಮದಲ್ಲಿ ನಡೆಯುತ್ತಿರುತ್ತದೆ.

ಋತುಬಂಧದ ಪರಿಣಾಮ ಈಸ್ಟ್ರೊಜೆನ್ ಕೊರತೆಯು ಮೂಳೆ ಮರುಹೀರಿಕೆಯ ಪ್ರಮಾಣವನ್ನು ಹೆಚ್ಚಿಸುತ್ತದೆ ಮತ್ತು ಭಾರ ತಾಳಲು ಸಹಾಯಕವಾಗುವ ಎಲುಬಿನಲ್ಲಾಗುವ ಹೊಸ ಮೂಳೆಯ ಪ್ರಮಾಣವನ್ನು ಕಡಿಮೆ ಮಾಡುತ್ತದೆ.

ಇದನ್ನು ಅರಿತ ವೈದ್ಯರು ನಿಮಗೆ ಚಿಕಿತ್ಸೆ ಮಾಡಲು ಕಡಿಮೆ ಪ್ರಮಾಣದ ಈಸ್ಟ್ರೊಜೆನ್ ಅನ್ನು ಬಳಸುವ ಉಪಾಯ ಮಾಡಬಹುದು. ಇಂತಹ ಹಾರ್ಮೋನ್ ಗಳನ್ನು ರೋಗಿಗಳು ಸ್ವತಃ ತೆಗೆದುಕೊಳ್ಳುವುದು ಅಪಾಯಕಾರಿ. ಅದಕ್ಕಾಗಿ ವೈದ್ಯರ ಸಲಹೆ ಪಡೆದೇ ಅವರ ಸೂಚನೆಗಳನ್ನು ಪಾಲಿಸಬೇಕು.

6. ಟೊಳ್ಳು ಮೂಳೆ ರೋಗದ ಲಕ್ಷಣಗಳು ಯಾವುವು?

- ಟೊಳ್ಳು ಮೂಳೆ ರೋಗಿಗಳು ಯಾವುದೇ ರೋಗ ಲಕ್ಷಣಗಳನ್ನು ಹೊಂದಿರುವುದಿಲ್ಲ; ಹಾಗಾಗಿ ಇದು ಒಂದು ಸುಪ್ತವಾಗಿಯೇ ಉಳಿದು ಮೂಳೆ ಮುರಿತದೊಂದಿಗೆ ಪ್ರಕಟವಾಗಬಹುದಾದ ಅಪಾಯಕಾರಿ ರೋಗವಾಗಿದೆ. ಅದು ಸೂಕ್ಷ್ಮ ಪ್ರಮಾಣದ ಬಿರುಕುಗಳಾಗಿ ಬೆನ್ನೆಲುಬು, ಪಕ್ಕೆಲುಬು, ಸೊಂಟ ಹಾಗೂ ಮಣಿಕಟ್ಟುಗಳಲ್ಲಿ ಆಗಬಹುದು.
- ಮೇಲೆ ಹೇಳಿದಂತೆ ಮೂಳೆ ಮುರಿದಾಗ ಅಥವಾ ಬಿರುಕಾದಾಗ ಹಠಾತ್ ಬೆನ್ನುನೋವು, ನರಗಳಲ್ಲಿ ನೋವು ಕಾಣಿಸಿಕೊಳ್ಳುವುದು, ತೀವ್ರತರದ ನೋವು, ಕಾಮಬಹುದು
- ಬೆನ್ನುಮೂಳೆಯ ಹಲವು ಬಿರುಕುಗಳು ಆಗುತ್ತಾ ಹೋದಂತೆ, ದೇಹ ಬಾಗಿದಂತಹ, ದೇಹದ ಭಂಗಿ ಬದಲಾವಣೆ ಹೊಂದಿದಂತಹ ಚಿನ್ಹೆಗಳು ಕಾಣಬಹುದು.
- ದೀರ್ಘ ಸಮಯದ ನೋವಿನಿಂದಾಗಿ ಚಲನೆಗೂ ಅಡ್ಡಿಯಾಗುವುದು.
- ಕೈಕಾಲುಗಳ ಉದ್ದ ಮೂಳೆಗಳ ಬಿರುಕುಗಳು ಚಲನೆಗೆ ಅಡ್ಡಿ ಮಾಡಬಹುದು.

ಟೊಳ್ಳುಮೂಳೆ ರೋಗದ ಆರಂಭಿಕ ಹಂತದ ಚಿಹ್ನೆಗಳು ಈ ಕೆಳಗಿನಂತಿವೆ:

- ಮಂಡಿ ನೋವು, ನಿಂತುಕೊಳ್ಳಲು ತೊಂದರೆ,
- ನೆಲದಲ್ಲಿ ಕುಳಿತುಕೊಳ್ಳುವಾಗ ತೊಂದರೆ,
- ವ್ಯಕ್ತಿಯ ಮೂಳೆಯ ಸಾಂದ್ರತೆ ಕಡಿಮೆ ಆದಂತೆಲ್ಲ, ಸೊಂಟ , ಮಣಿಕಟ್ಟು ಅಥವಾ ಎಲುಬುಗಳ ಬಿರುಕುಗಳು/ಮುರಿತಗಳು ಹೆಚ್ಚು ಸಾಮಾನ್ಯವಾಗುತ್ತದೆ. ಕೆಮ್ಮು ಅಥವಾ ಸೀನು ಸಹ ಒಂದು ಪಕ್ಕೆಲುಬು ಮುರಿತವಾಗಬಹುದು ಅಥವಾ ಬೆನ್ನುಮೂಳೆ ಮೂಳೆಗಳ ಭಾಗಶಃ ಕುಸಿತಕ್ಕೆ ಕಾರಣವಾಗಬಹುದು..

ಟೊಳ್ಳುಮೂಳೆ ರೋಗ ಯಾವುದೇ ನಿರ್ದಿಷ್ಟ ನೋವು ಅಥವಾ ರೋಗಲಕ್ಷಣಗಳನ್ನು ಉಂಟುಮಾಡುವುದಿದ್ದರೂ ಸಹ, ಇದು ಒಂದು ಗಂಭೀರ ಸಮಸ್ಯೆ ಮತ್ತು ಮೂಳೆಗಳನ್ನು ದುರ್ಬಲಗೊಳಿಸುವ ಅಪಾಯವನ್ನು ಹೆಚ್ಚಿಸುತ್ತದೆ.

7. ಟೊಳ್ಳು ಮೂಳೆ ರೋಗವನ್ನು ಗುರುತಿಸುವುದು ಹೇಗೆ?

ಟೊಳ್ಳು ಮೂಳೆ ರೋಗವನ್ನು ಗುರುತಿಸಲು ಮೂಳೆಯ ಖನಿಜಾಂಶಗಳ ಸಾಂದ್ರತೆ (ಬೋನ್ ಮಿನರಲ್ ಡೆನ್ಸಿಟಿ) ಯನ್ನು ಪರೀಕ್ಷೆ ಮಾಡಬೇಕಾಗುತ್ತದೆ. ಇದರಿಂದ ಟೊಳ್ಳು ಮೂಳೆ ಇದೆಯೇ ಇಲ್ಲವೇ ಎಂಬುದನ್ನು ಮಾತ್ರ ತಿಳಿದುಕೊಳ್ಳಬಹುದು. ಚಿಕಿತ್ಸೆ ಮಾಡಲು ಇಷ್ಟು ಇದ್ದರೆ ಸಾಲದು. ಟೊಳ್ಳುತನಕ್ಕೆ ಕಾರಣ ತಿಳಿಯಲು ಇತರ ತಪಾಸಣೆಗಳನ್ನು ಮಾಡಬೇಕಾಗುತ್ತದೆ; ಆದಕ್ಕಾಗಿ ರಕ್ತ ಪರೀಕ್ಷೆಗಳು ಹಾಗೂ ಕ್ಷ-ಕಿರಣಗಳ ಪರೀಕ್ಷೆಗಳ ಮೂಲಕ ತಿಳಿಯಬಹುದಾಗಿದೆ.

ರೋಗ ಲಕ್ಷಣಗಳ ಆದಾರದ ಮೇಲೂ ಅಂದರೆ ಮೂಳೆಗೆ ಕ್ಯಾನ್ಸರ್ ಹರಡಿದೆಯೇ, ಬೇರೆ ಕ್ಯಾನ್ಸರ್ ಇದೆಯೇ, ಸ್ಟಿರಾಯ್ಡ್ ಔಷದದ ಅಡ್ಡಪರಿಣಾಮವಾದ ಕುಷಿಂಗ್ಸ್ ರೋಗಕ್ಕೆ ಸಂಬಂಧಿಸಿದಂತೆ ತಪಾಸಣೆಳನ್ನು ನಡಸಬೇಕಾಗುತ್ತದೆ.

8. ಮೂಳೆ ಟೊಳ್ಳಾಗಲು ಯಾವ ವಯಸ್ಸಿನಲ್ಲಿ ಪ್ರಾರಂಭವಾಗುತ್ತದೆ?

ಟೊಳ್ಳುಮೂಳೆ ರೋಗ ಮಕ್ಕಳು, ವಯಸ್ಕರು, ಮತ್ತು ವೃದ್ದರು ಹೀಗೆ ಎಲ್ಲಾ ವಯಸ್ಸಿನವರಿಗೂ ಕಾಡಬಹುದು. ಹಿಂದೆ ಹೇಳಿದಂತೆ ಗಂಡು ಹೆಣ್ಣು ಎಂಬ ಭೇದ ಮಾಡದೆ ಮನುಷ್ಯನನ್ನು ಬಾದಿಸುತ್ತದೆ. ಅದಕ್ಕಾಗಿ ಟೊಳ್ಳುಮೂಳೆ ರೋಗ ತಡೆಯಲು ಕ್ರಮಗಳನ್ನು ಕೈಗೊಳ್ಳಬೇಕು.

ಸಾಮಾನ್ಯವಾಗಿ 30 ವರ್ಷ ವಯಸ್ಸಾದ ನಂತರ, ಹೆಚ್ಚಿನ ಜನರಲ್ಲಿ ಹೆಚ್ಚು ಮೂಳೆ ಸವೆತ ಕಂಡುಬರುತ್ತದೆ. ಪರಿಣಾಮವಾಗಿ, ಮೂಳೆಗಳು ಟೊಳ್ಳಾಗುತ್ತದೆ ಮತ್ತು ಮೂಳೆಗಳ ರಚನೆಯನ್ನು ದುರ್ಬಲಗೊಳಿಸುತ್ತವೆ.

ಅದಲ್ಲದೇ, ವಯಸ್ಸಾದವರು, ಚಿಕ್ಕ ದೇಹವನ್ನು ಹೊಂದಿದವರಲ್ಲಿ ಮೂಳೆಗಳು ಹಗುರವಾಗಿ ಮತ್ತು ಕಡಿಮೆ ಸಾಂದ್ರತೆ ಉಳ್ಳವಾಗುವ ಸಾಧ್ಯತೆಗಳು ಹೆಚ್ಚಾಗಿದ್ದು ಟೊಳ್ಳುಮೂಳೆ ರೋಗ ಉಂಟಾಗುವ ಸಾಧ್ಯತೆಗಳು ಹೆಚ್ಚಾಗಿರುತ್ತದೆ.

9. ಟೊಳ್ಳುಮೂಳೆ ರೋಗಕ್ಕೆ ಚಿಕಿತ್ಸೆ ಇದೆಯೇ? ಟೊಳ್ಳುಮೂಳೆ ರೋಗವನ್ನು ತಡೆಯಲು ಏನು ಮಾಡಬೇಕು?

ಹೌದು. ಮೂಳೆಗಳು ತಮ್ಮ ಗಟ್ಟಿತನ ಉಳಿಸಿಕೊಳ್ಳಲು ಅನೇಕ ಔಷಧಗಳು ಇವೆ. ಅವುಗಳನ್ನು ತಿಳಿಯಲು ನಿಮ್ಮ ಹತ್ತಿರ ದ ವೈದ್ಯರನ್ನು ಕಂಡು ಸಲಹೆ ಪಡೆಯಬೇಕಾಗುತ್ತದೆ.

ಇಲ್ಲಿ ಟೊಳ್ಳುಮೂಳೆ ಆಗದಂತೆ ತಡೆಯಲು ಬೇಕಾದ ಕ್ರಮಗಳನ್ನು ಚರ್ಚೆ ಮಾಡಲಾಗಿದೆ.

- ಕ್ಯಾಲ್ಸಿಯಂ ಭರಿತ ಆಹಾರ ಸೇವಿಸುವುದು.
- ಹೈನುಗಾರಿಕೆ ಉತ್ಪನ್ನಗಳು: ಹಾಲು, ಮೊಸರು, ಗಿಣ್ಣು
- ಹಸಿರು ತರಕಾರಿಗಳು: ದಂಟಿನ ಸೊಪ್ಪು, ಪಾಲಕ್ ಸೊಪ್ಪು, ಇತರೆ
- ಇತರ ಆಹಾರಗಳು: ಮೀನು, ಮಾಂಸ, ಮೊಟ್ಟೆಗಳು.
- ದೇಹವು ಕ್ಯಾಲ್ಸಿಯಂ ಹೀರಿಕೊಳ್ಳಲು ವಿಟಮಿನ್ ಡಿ ಮುಖ್ಯವಾಗಿ ಸಹಾಯ ಮಾಡುತ್ತದೆ. ಹೆಚ್ಚಿನ ವಿಟಮಿನ್ ಡಿ ಅನ್ನು ಸೂರ್ಯನ ಬೆಳಕಿನಿಂದ ಪಡೆಯಬಹುದಾಗಿದೆ.
- ನಿಯತಕಾಲಿಕ ಯೋಗ ಮತ್ತು ವ್ಯಾಯಾಮ ದೇಹದ ಮೂಳೆಗಳು ಶಕ್ತಿ ಉಳಿಸಿ ಕೊಳ್ಳಲು ಸಹಾಯಕಾರಿ ಆಗಿವೆ.
- ಕೃಶ ಶರೀರ, ಕೌಟುಂಬಿಕ ಹಿನ್ನೆಲೆ ಇರುವ ಮತ್ತು ಕುಟುಂಬ ಸಧಸ್ಯರು ಮೂಳೆ ಮುರಿತಗಳ ಹಿನ್ನೆಲೆ ಇದ್ದರೆ ಮತ್ತು 65 ವರ್ಷಗಳಿಗಿಂತ ಮೇಲ್ಪಟ್ಟ ವೃದ್ದೆಯರು ಆಗಿದ್ದರೆ ಮುಂಚಿತವಾಗಿ ಎಚ್ಚರಿಕೆ ವಹಿಸಬೇಕು. ಮೂಳೆಗಳ ಆರೋಗ್ಯ ತಿಳಿಯಲು ಎಕ್ಸ್-ರೇ ಅಥವಾ ಮೂಳೆಗಳ ಸ್ಕ್ಯಾನ್ ಮಾಡಿಸಿಕೊಳ್ಳಬೇಕು.
- ಮನೆಯಲ್ಲಿ ಮತ್ತು ಕಛೇರಿಯಲ್ಲಿ ಎಡವಿ ಬೀಳುವ ಅಪಾಯವನ್ನು ಕಡಿಮೆ ಮಾಡಲು ಸಹಾಯ ಮಾಡುವ ತಂತ್ರಗಳನ್ನು ಜಾರಿಗೊಳಿಸಿಕೊಳ್ಳಿ.
- ಅತಿಯಾದ ಮದ್ಯಪಾನ ಮತ್ತು ಧೂಮಪಾನ ಮಾಡಬೇಡಿ.

ಅಧ್ಯಾಯ 08: ಮಂಕಿಪಾಕ್ಸ್ (ಕೋತಿ ಸಿಡುಬು) ರೋಗ

ಕಂಡು ಕೇಳರಿಯದ ಹೊಸ ರೋಗಗಳು ಇತ್ತೀಚೆಗೆ ಹೆಚ್ಚು ಸದ್ದು ಮಾಡುತ್ತಿವೆ. ಯಾಕ್ಹೀಗೆ ಆಗುತ್ತಿದೆ? ಪ್ರಳಯ ಆಗುತ್ತದೆ ಎಂದು ಮಾಧ್ಯಮಗಳು ಬಹಳ ವರ್ಷಗಳಿಂದ ಹೇಳುತ್ತಾ ಬರುತ್ತಿವೆ. ಹಾಗಾದರೆ ಇದೇನಾ ಆ ಪ್ರಳಯ? ಮನುಕುಲದ ಅಂತ್ಯ ಸಮೀಪ ಬಂದಿದೆಯೇ? ಹೀಗೆಲ್ಲ ನಿಮ್ಮ ಮನಸ್ಸಿಗೆ ಅನಿಸುತ್ತಿರಬಹುದು. ವೈದ್ಯನಾದ ನಾನು ಭವಿಷ್ಯ ಹೇಳುವುದು ಸಾಧ್ಯವಿಲ್ಲ. ಆದರೆ ವೈಜ್ಞಾನಿಕವಾಗಿ ನೋಡಿದರೆ ನನಗ್ಯಾವ ಹೊಸತು ಕಾಣಿಸುತ್ತಿಲ್ಲ. ವೈದ್ಯಕೀಯ ಇತಿಹಾಸ ತೆಗೆದು ನೋಡಿದರೆ ಹತ್ತು ವರ್ಷಕ್ಕೊಮ್ಮೆ ಹೋಸಮಾದರಿಯ ವಿಷಭರಿತ ವೈರಸ್ಗಳು ಕಾಣಿಸುವುದು ಸಾಮಾನ್ಯ. ಪ್ರತಿ ಪ್ರಾಣಿ ಪಕ್ಷಿಗಳಲ್ಲೂ ಆಗಾಗ ಹೊಸ ವೈರಸ್ ಸಂತತಿ ಜನುಮತಾಳುತ್ತಿರುತ್ತವೆ. ಹಾಗೇ ಈ ಸರತಿ ಮಾನವನಲ್ಲಿ ಆಗಿದೆ. ನೂರು ವರ್ಷಗಳಲ್ಲಿ ಒಂದು ಮುಖ್ಯ ಪ್ಯಾಂಡಮಿಕ್ (ಜಾಗತಿಕ ರೋಗ) ಬರುತ್ತದೆ. ಅದೇ ಈಗ ಕೊರೋನ ರೂಪದಲ್ಲಿ ಬಂದಿದೆ. ಕೆಲವೊಮ್ಮೆ ರೋಗಗಳು ಪ್ರಾಣಿಗಳಿಂದ ಮತ್ತು ಪಕ್ಷಿಗಳಿಂದ ಮನುಷ್ಯನಿಗೆ ಹರಡುವ ಸಾಧ್ಯತೆ ಇರುತ್ತದೆ. ಹಾಗೆ ಹರಡಿ ಬಂದಿರುವುದೇ ಈ ಮಂಕಿಪಾಕ್ಸ್ (ಕೋತಿ ಸಿಡುಬು).

1. ಕೊರೋನ ಮತ್ತು ಮಂಕಿ ಪಾಕ್ಸ್ ಗೂ ಏನಾದರೂ ಸಂಭಂದ ಇದೆಯೇ.

ಇಲ್ಲ. ಕೊರೋನವೇ ಬೇರೆ. ಮಂಕಿ ಪಾಕ್ಸೇ ಬೇರೆ.

2. ಎಲ್ಲಿಂದ ಬಂತು ಈ ಮಂಕಿ ಪಾಕ್ಸ್ (ಕೋತಿ ಸಿಡುಬು)? ಇದೇನು ಹೊಸ ರೋಗವೇ?

ಇದೊಂದು ಹಳೆಯ ರೋಗ. ಮಂಕಿಪಾಕ್ಸ್ ವೈರಾಣುವಿನಿಂದ ಬರುತ್ತದೆ. ಇದನ್ನು 1958ರಲ್ಲಿ ಗುರುತಿಸಲಾಗಿದೆ. 1970 ರಲ್ಲಿ ಮೊದಲ ಸೋಂಕಾದ ಮಾನವನನ್ನು ಕಾಂಗೋ ದೇಶದಲ್ಲಿ ಪತ್ತೆ ಹಚ್ಚಲಾಗಿತ್ತು. ಹೆಚ್ಚಿನ ಪತ್ತೆಯಾದ ರೋಗಿಗಳು ಆಫ್ರಿಕಾ ಖಂಡದಲ್ಲಿ ಜೀವಿಸಿರುವವರಾಗಿರುತ್ತಾರೆ.

ಮಂಕಿಪಾಕ್ಸ್ ವೈರಸ್ ಇಲಿಗಳಲ್ಲಿ ಮತ್ತು ಕೋತಿಗಳಲ್ಲಿ ಹರಡುವುದು ಸಾಮಾನ್ಯ. ಸೋಂಕಾದ ಪ್ರಾಣಿಗಳು ಮನುಷ್ಯನ ಸಂಪರ್ಕ ಪಡೆದಾಗ ಅವರಿಗೂ ಹರಡುವ ಸಾಧ್ಯತೆ ಇರುತ್ತದೆ.

2003 ರಲ್ಲಿ ಅಮೇರಿಕಾದಲ್ಲಿ 47 ರೋಗಿಗಳು ಪತ್ತೆಯಾಗಿದ್ದರು. ಆಫ್ರಿಕಾದಿಂದ ತರಿಸಿಕೊಂಡ ಪ್ರಾಣಿಗಳ ಮೂಲಕ ಸೋಂಕು ಅಮೆರಿಕ ರವಾನಾಗಿರುವ ಶಂಕೆ ವ್ಯಕ್ತಪಡಿಸಲಾಗಿತ್ತು.

ಈ ರೋಗ ಕೂಡ ಸಿಡುಬು ರೋಗಕ್ಕೆ ಸಂಭಂದಿಸಿದ್ದರಿಂದ ಚಿಕನ್ ಪಾಕ್ಸ್ ಲಸಿಕೆ ಪಡೆಯುವುದರಿಂದ ರೋಗನಿರೋಧಕ ಶಕ್ತಿ ಬೆಳೆಸಿಕೊಳ್ಳಲು ಸಾದ್ಯವಿದೆ. ಇದು ಶೇಖಡಾ 85 ರಷ್ಟು ರಕ್ಷಣೆ ನೀಡುತ್ತದೆ.

3.ಇತ್ತೀಚೆಗೆ ಮಂಕಿಪಾಕ್ಸ್ ರೋಗ ಮಾಧ್ಯಮಗಳಲ್ಲಿ ಏಕೆ ಸದ್ದು ಮಾಡುತ್ತಿದೆ?

ಇತ್ತೀಚೆಗೆ ಯಾವುದೇ ಅಂತರರಾಷ್ಟ್ರೀಯ ಸೋಂಕುಗಳು ಸುದ್ದಿ ಮಾಡುವುದು ಸಹಜವಾಗಿದೆ. ಜನರಿಗೆ ಈ ವಿದ್ಯಮಾನಗಳ ಬಗ್ಗೆ ತಿಳಿದುಕೊಳ್ಳುವುದು ಒಳ್ಳೆಯದು. ಆತಂಕ ಪಡುವ ಅಗತ್ಯವಿಲ್ಲ. ಎಚ್ಚರಿಕೆ ಅಗತ್ಯವಿದೆ.

4. ಮಂಕಿಪಾಕ್ಸ್ ಕಾಯಿಲೆ ಎಂದರೇನು ?

ಹಿಂದೆ ಹೇಳಿದಂತೆ ಮಂಕಿಪಾಕ್ಸ್ ಒಂದು ವೈರಾಣುವಿನ ಸೋಂಕಿನಿಂದ ಉಂಟಾಗುವ ಅಪರೂಪದ ಕಾಯಿಲೆಯಾಗಿದೆ. ಮಂಕಿಪಾಕ್ಸ್ ವೈರಸ್ ಪಾಕ್ಸ್ ವಿರಿಡೆ ಕುಟುಂಬದಲ್ಲಿ ಆರ್ಥೋಪಾಕ್ಸ್ ವೈರಸ್ ಕುಲಕ್ಕೆ ಸೇರಿದೆ ಒಂದು ವೈರಸ್. ಇದೊಂದು ಪ್ರಾಣಿಗಳಿಂದ ಪ್ರಾಣಿಗಳಿಗೆ ಹರಡುವ ಒಂದು ಸೋಂಕು ರೋಗವಾಗಿದೆ. ಹೆಚ್ಚಾಗಿ ಮಧ್ಯ ಮತ್ತು ಪಶ್ಚಿಮ ಆಫ್ರಿಕಾದ ಉಷ್ಣವಲಯದ ಮಳೆಕಾಡು ಪ್ರದೇಶಗಳಲ್ಲಿ ಕಂಡುಬರುತ್ತದೆ ಮತ್ತು ಸಾಂದರ್ಭಿಕವಾಗಿ ಇತರ ಪ್ರದೇಶಗಳಿಗೆ ಹರಡುವ ಸಾದ್ಯತೆ ಇರುತ್ತದೆ.

5. ಮಂಕಿಪಾಕ್ಸ್ ಕಾಯಿಲೆ ಹೇಗೆ ಹರಡುತ್ತದೆ?

ಮಂಕಿಪಾಕ್ಸ್ ಮನುಷ್ಯನಲ್ಲಿ ಕಾಣುವುದು ಬಹಳ ಅಪರೂಪ.
ಸೋಂಕಿತ ಪ್ರಾಣಿಗಳ ರಕ್ತ, ದೈಹದಿಂದ ಸ್ರುವಿಸುವ ದ್ರುವಗಳು ಅಥವಾ ಚರ್ಮದ ಅಥವಾ ದೇಹದ ಅಂಗಾಂಶಗಳಿಗೆ ತಾಗಿದಾಗ ಅಥವಾ ಸೋಂಕಿತ ದ್ರುವಗಳು ಗಾಯಗಳೊಂದಿಗೆ ನೇರ ಸಂಪರ್ಕಕ್ಕೆ ಬಂದಾಗ ಮಂಕಿಪಾಕ್ಸ್ ರೋಗ ಹರಡುವ ಸಾದ್ಯತೆ ಇದೆ.

ಅಸಮರ್ಪಕವಾಗಿ ಬೇಯಿಸಿದ ಮಾಂಸ ಮತ್ತು ಸೋಂಕಿತ ಪ್ರಾಣಿಗಳ ಉತ್ಪನ್ನಗಳ ಮೂಲಕವೂ ಮಂಕಿಪಾಕ್ಸ್ ವೈರಸ್ ಹರಡಬಹುದಾಗಿದೆ. ಸೋಂಕಿತ ವ್ಯಕ್ತಿಯೊಂದಿಗೆ ಯಾವುದೇ ಸಂಪರ್ಕ ಬಂದರೂ ವೈರಾಣು ಹರಡುವ ಸಾದ್ಯತೆ ಇದೆ. ಈ ವೈರಾಣು ಉಸಿರಾಟದ ಮೂಲಕವೂ ಹರಡಬಹುದಾಗಿದೆ.

ಪ್ರಾಣಿಪ್ರಿಯರು ಈ ಬಗ್ಗೆ ಎಚ್ಚರ ವಹಿಸಬೇಕು. ಸಾಕು ಪ್ರಾಣಿಗಳನ್ನು ಸೋಂಕಿತ ಪ್ರಾಣಿಗಳ ಮತ್ತು ವ್ಯಕ್ತಿಯ ಜೊತೆ ಸೇರುವುದನ್ನು ತಡೆಯಬೇಕು ಮತ್ತು ಸೋಂಕಿನ ಲಕ್ಷಣಗಳಿದ್ದರೆ ಪಶುವೈದ್ಯರ ಸಲಹೆ ಪಡೆಯಬೇಕು.

6. ಮಂಕಿಪಾಕ್ಸ್ ವೈರಸ್ ದೇಹ ಸೇರಿದ ನಂತರ ಎಷ್ಟು ದಿನಗಳಾದ ಮೇಲೆ ರೋಗಲಕ್ಷಣಗಳು ಕಾಣಿಸಬಹುದು?

ವೈರಸ್ ಗಳು ದೇಹ ಪ್ರವೇಶಿಸಿದ ನಂತರ ಜೀವಕೋಶಗಳಲ್ಲಿ ಬೆಳೆದು ರೋಗಲಕ್ಷಣಗಳನ್ನು ಹೊರಹಾಕಲು 5 ರಿಂದ 21 ದಿನಗಳ ಕಾಲ ಬೇಕಾಗುತ್ತದೆ.

7. ಮಂಕಿಪಾಕ್ಸ್ ಕಾಯಿಲೆ ಲಕ್ಷಣಗಳಾವುವು?

ದೇಹದಲ್ಲಿ ಮಂಕಿಪಾಕ್ಸ್ ರೋಗವು ಅನೇಕ ಲಕ್ಷಣಗಳನ್ನು ತೋರಬಹುದು. ಅವೆಂದರೆ, ಜ್ವರ, ಚರ್ಮದ ಮೇಲೆ ದದ್ದಾಗುವುದು, ತೀವ್ರವಾದ ತಲೆನೋವು, ಮೈಕೈ ನೋವು, ಸ್ನಾಯುಗಳ ನೋವು, ಶಕ್ತಿ ಹೀನತೆ ಮತ್ತು ದುಗ್ಧರಸ ಗ್ರಂಥಿಗಳ ಊತ ಇತರೆ.

ಜ್ವರ ಕಾಣಿಸಿಕೊಂಡ 1-3 ದಿನಗಳಲ್ಲಿ ಮಂಕಿಪಾಕ್ಸ್ ರೋಗಿಗಳಲ್ಲಿ ಚರ್ಮದ ಮೇಲೆ ದದ್ದುಗಳು ಕಾಣಿಸಿಕೊಳ್ಳಬಹುದು. ಅವು ಮುಖದ ಮೇಲೆ ಹೆಚ್ಚು ಸಂಖ್ಯೆಯಲ್ಲಿ ಕಾಣಬಹುದು. ಅದಲ್ಲದೇ, ಅಂಗೈಗಳು ಮತ್ತು ಪಾದಗಳ ಅಡಿಭಾಗ, ಬಾಯಿಯ ಒಳಮೇಲ್ಮೈಯಲ್ಲಿ, ಜನನಾಂಗಗಳ ಮೇಲೆ, ಮತ್ತು ಕಣ್ಣಿನ ರೆಪ್ಪೆ ಮತ್ತು ಕಣ್ಣಿನ ಹೊರಪದರವಾದ ಕಾಂಜಂಕ್ಟಿವಾ ಮತ್ತು ಪಾರದರ್ಶಕ ಭಾಗವಾದ ಕಾರ್ನಿಯಾದಲ್ಲಿ ದದ್ದುಗಳು ಕಾಣಬಹುದು. ಇಂತಹ ಸಂದರ್ಭದಲ್ಲಿ ಕಣ್ಣಿನ ದೃಷ್ಟಿ ದೋಷ ಉಂಟಾಗುವ ಸಾಧ್ಯತೆ ಇರುತ್ತದೆ. ದದ್ದುಗಳು ತನ್ನ ಸ್ವರೂಪವನ್ನು ಬದಲಾಯಿಸಿಕೊಳ್ಳತ್ತಾ ನಿರುತುಂಬಿದ, ಕೀವುತುಂಬಿದ ಗುಳ್ಳೆಗಳಾಗಿ ಮಾರ್ಪಾಡಾಗುತ್ತವೆ. ನಂತರ ಮಚ್ಚೆಗಳು ಉಳಿದುಕೊಳ್ಳಬಹುದು.

8. ಮಂಕಿಪಾಕ್ಸ್ ನ್ನು ಅಥವಾ ಇತರೆ ಸಿಡುಬು. ಇವುಗಳನ್ನು ಬೇರ್ಪಡಿಸುವುದು ಹೇಗೆ? ಎಲ್ಲಾ ಸಿಡುಬು ಒಂದೇ ಅಲ್ಲವೇ?

ಇಲ್ಲ. ಎಲ್ಲಾ ಸಿಡುಬು ಒಂದೇ ಅಲ್ಲ.

ಮಂಕಿಪಾಕ್ಸ್, ಸ್ಮಾಲ್ ಪಾಕ್ಸ್, ಚಿಕನ್ ಪಾಕ್ಸ್ ಒಂದೇ ಕುಟುಂಬದ ಸದಸ್ಯರಾದರೂ ಅವು ಬೇರೆ ಬೇರೆ ಜೀವತಂತ್ರಾಂಶಗಳನ್ನು ಹೊಂದಿವೆ. ಹಾಗಾಗಿ ಇದನ್ನು ಕಂಡು ಹಿಡಿಯಲು ಪಿಸಿಆರ್ ಟೆಸ್ಟ್ ಮಾಡಿದರೆ ತಿಳಿಯುತ್ತದೆ.

9. ಮಂಕಿಪಾಕ್ಸ್ ಗೆ ಚಿಕಿತ್ಸೆ ಏನು?

ಅನೇಕ ವೈರಸ್ ಗಳಿಗೆ ಚಿಕಿತ್ಸೆ ಇಲ್ಲ. ಅವಕ್ಕೆ ಉತ್ತಮ ದೇಹದ ರೋಗನಿರೋಧಕ ಶಕ್ತಿಯೇ ಚಿಕಿತ್ಸೆಯಾಗಿದೆ. ಅದರಂತೆ ಮಂಕಿಪಾಕ್ಸ್ ಗೂ ಸದ್ಯಕ್ಕೆ ಯಾವುದೇ ನಿರ್ದಿಷ್ಟ ಚಿಕಿತ್ಸ ಇಲ್ಲ.

ಸಿಡುಬು ವಿರುದ್ಧ ಬಳಸುವ ವ್ಯಾಕ್ಸಿನ್ ಮಂಕಿಪಾಕ್ಸ್ ರೋಗವನ್ನು ತಡೆಗಟ್ಟುವಲ್ಲಿ ಶೇಕಡಾ 85 ರಷ್ಟು ಪರಿಣಾಮಕಾರಿ ಎಂದು ತಿಳಿದಿದೆ. ಆದ್ದರಿಂದ, ಮಂಕಿಪಾಕ್ಸ್ ನ ಗಂಭೀರ ಲಕ್ಷಣಗಳನ್ನು ತಡೆಗಟ್ಟಲು ಸಿಡುಬು ಲಸಿಕೆಯನ್ನು ತೆಗೆದು ಕೊಂಡಿದ್ದರೆ ಹೆದರುವ ಅವಶ್ಯಕತೆ ಇಲ್ಲ.

ಸೋಂಕಾದವರು ರೋಗಲಕ್ಷಣಗಳು ಬರುವ ಮುನ್ನ ಕೆಲವು ಔಷಧಗಳನ್ನು ನಿಮ್ಮ ವೈದ್ಯರು ಸಲಹೆ ಮಾಡುವರು. ಅಕಸ್ಮಾತ್ ನೀವು ಸೋಂಕು ಹೊಂದಿರುವ ಅನುಮಾನ ಇದ್ದರೆ ವೈದ್ಯರ ಸಲಹೆ ಪಡೆಯಿರಿ.

10. ಲೈಂಗಿಕ ಸಂಪರ್ಕ ದಿಂದ ವೈರಸ್ ಹರಡಬಹುದೇ?

ಹಿಂದೆ ಹೇಳಿದಂತೆ ಮಂಕಿಪಾಕ್ಸ್ ಸೋಂಕಿರುವ ವ್ಯಕ್ತಿಯೊಂದಿಗೆ ಚರ್ಮದಿಂದ ಚರ್ಮಕ್ಕೆ ತಗುಲಿದರೆ ವೈರಸ್ ಹಂಚಿಕೊಳ್ಳುವ ಸಾಧ್ಯತೆ ಇರುತ್ತದೆ. ಹಾಗೆಯೇ ಮಂಕಿಪಾಕ್ಸ್ ಉಸಿರಾಟದಲ್ಲಿ ಇರುವ ಉಗಳುಗುಳ್ಳೆಗಳಲ್ಲಿ ವೈರಸ್ ಅಡಗಿದ್ದರೆ, ಅಥವಾ ಗಾಯಗಳು, ಮೂಗು, ಬಾಯಿ ಅಥವಾ ಕಣ್ಣುಗಳು ಸ್ರವಿಸುವ ರಸಗಳಲ್ಲಿ ಇದ್ದರೆ ಆಗ ಈ ಮೂಲಕ ವೈರಾಣುಗಳು ದೇಹವನ್ನು ಪ್ರವೇಶಿಸಬಹುದು. ಜನನಾಂಗದಲ್ಲಿ ಸಿಡುಬು ಗುಳ್ಳೆಗಳಿದ್ದರೆ ಆಗಲೂ ಲೈಂಗಿಕ ಕ್ರಿಯೆಯಿಂದ ರೋಗ ಹರಡುವ ಸಾಧ್ಯತೆ ಇದೆ.

ಅಧ್ಯಾಯ 09: ಕ್ಷಯ ಅಥವಾ ಟಿ.ಬಿ ರೋಗ

ವಿಶ್ವ ಆರೋಗ್ಯ ಸಂಸ್ಥೆ (ಡಬ್ಲ್ಯೂ.ಎಚ್. ಓ) ಪ್ರತಿ ವರ್ಷ ಮಾರ್ಚ್ 24 ರಂದು ವಿಶ್ವ ಕ್ಷಯ ದಿನವನ್ನು ಆಚರಣೆ ಮಾಡಲು ಕರೆಕೊಟ್ಟಿದೆ. ಕ್ಷಯರೋಗವನ್ನು ಈ ಭೂಮಂಡಲದಿಂದ ನಿರ್ಮೂಲನೆ ಮಾಡಲು ವಿಶ್ವ ಆರೋಗ್ಯ ಸಂಸ್ಥೆ ಪಣತೊಟ್ಟಿದೆ. ಭಾರತ ಸರ್ಕಾರ ಕೂಡ ಈ ಕಾರ್ಯಕ್ರಮದಲ್ಲಿ ಕೈಜೋಡಿಸಿದ್ದು ರಾಷ್ಟ್ರೀಯ ಕ್ಷಯರೋಗ ನಿರ್ಮೂಲನೆ ಕಾರ್ಯಕ್ರಮವನ್ನು ಜಾರಿಗೊಳಿಸಿದೆ. ಈ ಕಾರ್ಯಕ್ರಮದ ಅಡಿಯಲ್ಲಿ ಕ್ಷಯರೋಗ ಚಿಕಿತ್ಸೆಗಾಗಿ ಮತ್ತು ಕ್ಷಯರೋಗ ತಡೆಗಟ್ಟಲು ಉಚಿತ ಚಿಕಿತ್ಸೆ ಸೇರಿ ಬಹಳಷ್ಟು ಯೋಜನೆಗಳನ್ನು ಹಮ್ಮಿಕೊಂಡಿದೆ.

ಎಲ್ಲಾ ಸಾರ್ವಜನಿಕ ರು ಈ ರೋಗದ ಬಗ್ಗೆ ತಿಳಿಯಬೇಕು ಮತ್ತು ಕ್ಷಯರೋಗದ ಲಕ್ಷಣಗಳಿರುವವರನ್ನು ಹುರಿದುಂಬಿಸಿ ರಾಷ್ಟ್ರೀಯ ಕ್ಷಯರೋಗ ನಿರ್ಮೂಲನೆ ಕಾರ್ಯಕ್ರಮದ ಅಡಿಯಲ್ಲಿ ಸಿಗುವ ಉಚಿತ ಚಿಕಿತ್ಸೆ ಮತ್ತು ಇತರ ಸೌಲಭ್ಯಗಳನ್ನು ಪಡೆದು ಯಶಸ್ವಿಯಾಗಿ ಕ್ಷಯರೋಗ ನಿರ್ಮೂಲನೆಗೆ ಸಹಕರಿಸಬೇಕು.

ನನ್ನ ಈ ಲೇಖನದಲ್ಲಿ ಕ್ಷಯರೋಗದ ಬಗ್ಗೆ ಓದುಗರ ಅನೇಕ ಸಂದೇಹಗಳನ್ನು ಪರಿಹರಿಸುವ ಪ್ರಯತ್ನ ಮಾಡುತ್ತಿದ್ದೇನೆ. ನೀವು ಓದಿ ಮತ್ತು ನಿಮ್ಮ ಸಂಭಂಧಿಗಳು ಮತ್ತು ಸ್ನೇಹಿತರಿಗೂ ಹಂಚಿಕೆ ಮಾಡಿ.

1. ಕ್ಷಯ ಅಥವಾ ಟಿ.ಬಿ - ಪೂರ್ವ ಜನ್ಮದ ಪಾಪದಿಂದ ಬರುತ್ತದೆಯೇ?

ಇಲ್ಲ. ಕ್ಷಯ ರೋಗ ಯಾವುದೇ ಪಾಪ ಅಥವಾ ಪುಣ್ಯದ ಫಲವಾಗಿ ಬರುವುದಿಲ್ಲ. ಇದೊಂದು ಸೋಂಕು ರೋಗ. ಸರಿಯಾದ ರೀತಿಯಲ್ಲಿ ಚಿಕಿತ್ಸೆ ಪಡೆದರೆ ಎಲ್ಲರಂತೆ ಜೀವನ ನಡೆಸಲು ಸಾಧ್ಯವಿದೆ.

ಭಾರತ ಒಂದರಲ್ಲಿಯೇ 2020 ನೇ ಇಸವಿಯಲ್ಲಿ 16.5 ಲಕ್ಷಕ್ಕಿಂತ ಹೆಚ್ಚು ಹೊಸ ಕ್ಷಯ ರೋಗಿಗಳನ್ನು ಪತ್ತೆ ಹೆಚ್ಚಲಾಗಿದೆ. ಸಾವಿರ ಜನರಲ್ಲಿ 5 ಕ್ಕೂ ಹೆಚ್ಚು ಜನರು ಕ್ಷಯ ರೋಗದಿಂದ ಬಳಲುತ್ತಿದ್ದಾರೆ. ಅವರೆಲ್ಲರೂ ಪಾಪಮಾಡಿರಲು ಸಾಧ್ಯವಿಲ್ಲ. ಮೂಡನಂಬಿಕೆಗಳಿಗೆ ನಿಮ್ಮ ಭವಿಷ್ಯವನ್ನು ಬಲಿಕೊಡಬೇಡಿ.

2. ಕ್ಷಯರೋಗಕ್ಕೆ ಕಾರಣಗಳೇನು?

ಕ್ಷಯ ರೋಗ ಬ್ಯಾಕ್ಟೀರಿಯಾದ ಸೋಂಕಿನಿಂದ ಬರುವ ಒಂದು ರೋಗವಾಗಿದೆ. ಮೈಕೋ ಬ್ಯಾಕ್ಟೀರಿಯಂ ಟ್ಯುಬರ್ಕುಲೋಸಿಸ್ ಎಂಬ ಬ್ಯಾಕ್ಟೀರಿಯಾ ಸಾಮಾನ್ಯವಾಗಿ ಶ್ವಾಸಕೋಶದ ಸೋಂಕನ್ನು ಉಂಟುಮಾಡುತ್ತದೆ. ಅದಲ್ಲದೇ ದೇಹದ ಇತರ ಭಾಗಗಳಾದ ಜೀರ್ಣಾಂಗ, ಮೆದುಳು, ಬೆನ್ನು ಹುರಿ, ಮತ್ತು ಚರ್ಮದಂತಹ ಅಂಗಗಳಿಗೂ ಹರಡಬಹುದು.

ಈ ಬ್ಯಾಕ್ಟೀರಿಯಾದ ಸೋಂಕು ಪ್ರತೀ ಭಾರತೀಯನಿಗೂ ಆಗಿರುವ ಸಾಧ್ಯತೆ ಇದೆ. ಆದರೆ ಎಲ್ಲರಿಗೂ ರೋಗದ ಲಕ್ಷಣಗಳು ಕಾಣುವುದಿಲ್ಲ. ನಮ್ಮ ದೇಹದ ರೋಗ ನಿರೋಧಕ ಶಕ್ತಿ ಸೋಂಕು ರೋಗವಾಗಿ ಬದಲಾವಣೆ ಹೊಂದುವುದನ್ನು ತಡೆಯುತ್ತದೆ.

ಹುಟ್ಟಿದ ತಕ್ಷಣ ಮೊದಲ ವಾರದಲ್ಲಿ ಬಿಸಿಜಿ ಲಸಿಕೆ ತೆಗೆದುಕೊಂಡ ನಾವೆಲ್ಲರೂ ರೋಗ ತಡೆಯುವ ಶಕ್ತಿಯನ್ನು ಹೆಚ್ಚಿಸಿಕೊಂಡಿರುತ್ತೇವೆ. ಹಾಗಾಗಿ ನಾವೆಲ್ಲರೂ ಸುರಕ್ಷಿತವಾಗಿದ್ದೇವೆ. ಆದರೆ ರೋಗನಿರೋಧಕ ಶಕ್ತಿ ಕಡಿಮೆ ಆದವರು ಕ್ಷಯರೋಗದಿಂದ ಬಳಲುವ ಸಾಧ್ಯತೆ ಇದೆ.

3. ಕ್ಷಯರೋಗದ ವಿಧಗಳು ಯಾವುವು?

ಕ್ಷಯ ರೋಗವು ಸಾಮಾನ್ಯವಾಗಿ ಎರಡು ವಿಧದಲ್ಲಿ ಕಾಣಿಸಿಕೊಳ್ಳುವುದು. 1. ಸುಪ್ತ (ಯಾವುದೇ ಚಿನ್ಹೆ ವ್ಯಕ್ತಪಡಿಸದ) ಕ್ಷಯ ರೋಗ ಹಾಗೂ 2. ಸಕ್ರಿಯ (ಚಿನ್ಹೆ ತೋರಿಸುವ) ಕ್ಷಯ ರೋಗ.

ಸುಪ್ತ ಕ್ಷಯ: ಸುಪ್ತ ಕ್ಷಯ ರೋಗ ಇರುವವರ ದೇಹದಲ್ಲಿ ಸೂಕ್ಷ್ಮ ಜೀವಿಗಳು ಇರುತ್ತವೆ. ಆದರೆ ದೇಹದಲ್ಲಿ ಇರುವ ರೋಗನಿರೋಧಕ ಶಕ್ತಿಯ ಸಹಾಯದಿಂದ ಈ ಜೀವಿಗಳು ಬೆಳೆಯದಂತೆ ಮತ್ತು ಬೇರೆಯವರಿಗೆ ಹರಡದಂತೆ ತಡೆಯಲಾಗುತ್ತದೆ. ಜೊತೆಗೆ ಯಾವುದೇ ರೋಗ ಲಕ್ಷಣಗಳು ಇವರಿಗೆ ಕಾಣಿಸಿಕೊಳ್ಳುಲು ಸಹ ಬಿಡುವುದಿಲ್ಲ. ಇವರ ಮನೆಮಂದಿಗೆ ಮತ್ತು ಇತರರಿಗೆ ಉಸಿರಾಟ ಮತ್ತು ಕೆಮ್ಮಿನ ಮೂಲಕ ಬರುವ ಉಗುಳುಗುಳ್ಳೆಗಳಿಂದ ಹರಡಿದರೂ ರೋಗ ತರುವುದಿಲ್ಲ. ಏಕೆಂದರೆ ಇವರಲ್ಲಿ ಇರುವ ರೋಗಾಣುಗಳು ಆ ಶಕ್ತಿ ಹೊಂದಿರುವುದಿಲ್ಲ. ಆದರೆ ಅವರಿಗೂ ಸೋಂಕು ಉಂಟುಮಾಡುತ್ತದೆ. ಅದರೆ ರೋಗ ಉಂಟುಮಾಡುವುದಿಲ್ಲ. ಆ ಮನುಷ್ಯನ ದೇಹದ ರೋಗ ನಿರೋಧಕ ಶಕ್ತಿಯು ಕಡಿಮೆ ಆಗುವವರೆಗೂ ಇದೇ ರೀತಿ ಸುಪ್ತವಾಗಿಯೇ ಇರುತ್ತದೆ. ಅವಕಾಶ ಸಿಕ್ಕೊಡನೆ ಸಕ್ರಿಯ ರೋಗವಾಗಿ ಪರಿವರ್ತನೆ ಆಗಿ ಯಾವುದೇ ಸಮಯದಲ್ಲಿ ಸಕ್ರಿಯ ರೋಗವಾಗಿ ಪರಿವರ್ತನೆ ಆಗಬಹುದು.

ಸಕ್ರಿಯ ಕ್ಷಯ: ಯಾವುದೇ ವ್ಯಕ್ತಿ ರೋಗ ನಿರೋಧಕ ಶಕ್ತಿ ಕಳೆದುಕೊಂಡಾಗ ಮತ್ತು ಅದೇ ಸಮಯದಲ್ಲಿ ಸಕ್ರಿಯ ರೋಗಾಣು ಸಂಪರ್ಕಕ್ಕೆ ಬಂದಾಗ ಸುಪ್ತ ಕ್ಷಯ ಸಕ್ರಿಯ ಕ್ಷಯವಾಗಿ ಬದಲಾಗುತ್ತದೆ. ಆಗ ರೋಗ ಲಕ್ಷಣಗಳು ಕಾಣಿಸಿಕೊಳ್ಳುತ್ತವೆ. ಜೊತೆಗೆ ಅದು ಸಾಂಕ್ರಾಮಿಕ ರೋಗವಾಗಿ ಹರಡುವ ಶಕ್ತಿಯನ್ನು ಹೊಂದಿರುತ್ತದೆ. ತಜ್ಞರ ಪ್ರಕಾರ ಶೇ.90ರಷ್ಟು ಸಕ್ರಿಯ ಕ್ಷಯ ರೋಗವು ಸುಪ್ತ ಕ್ಷಯದಿಂದಲೇ ಉಂಟಾಗುವುದು.

4. ಕ್ಷಯ ರೋಗ ಲಕ್ಷಣಗಳು ಯಾವುವು?

ಕ್ಷಯ ರೋಗ ಮೈಕೋ ಬ್ಯಾಕ್ಟೀರಿಯಂ ಟ್ಯುಬರ್ಕುಲೋಸಿಸ್ ಎಂಬ ಬ್ಯಾಕ್ಟೀರಿಯದಿಂದ ಬರುತ್ತದೆ. ಇದು ಸಾಮಾನ್ಯವಾಗಿ ಶ್ವಾಸಕೊಶದ ಸೋಂಕನ್ನು ಉಂಟುಮಾಡುತ್ತದೆ. ಹಾಗಾಗಿ ಶ್ವಾಸಕೋಶಕ್ಕೆ ಸಂಭಂದ ಪಟ್ಟ ತೊಂದರೆಗಳನ್ನು ಉಂಟು ಮಾಡುತ್ತದೆ. ಅದಲ್ಲದೆ ಮಿದುಳು, ಬೆನ್ನು ಹುರಿ (ಸ್ಪೈನಲ್ ಕಾರ್ಡ್), ಕರುಳು, ಚರ್ಮ ಸೇರಿದಂತೆ ಇನ್ನಿತರ ಅಂಗಾಂಗಗಳಿಗೂ ಹರಡ ಬಹುದು. ಸಕ್ರಿಯ ರೋಗದ ಲಕ್ಷಣಗಳೆಂದರೆ:

ಸಾಮಾನ್ಯ ಲಕ್ಷಣಗಳು: ರಾತ್ರಿ ಬೆವರು, ಜ್ವರ, ಹಸಿವಿನ ಕೊರತೆ, ಆಯಾಸ, ದೌರ್ಬಲ್ಯ, ಕುತ್ತಿಗೆ ಮತ್ತು ಎದೆಯಲ್ಲಿ ದುಗ್ಧರಸ ಗ್ರಂಥಿಯ ಹಿಗ್ಗುವಿಕೆ, ಗುಣಪಡಿಸಲಾಗದ ಹುಣ್ಣುಗಳು, ಬೆನ್ನು ನೋವು, ತೊಡೆಯ ಸಂಧಿಗಳಲ್ಲಿ ಸೆಳೆತ, ಕಿಬ್ಬೊಟ್ಟೆಯ ತೊಂದರೆ, ಮಲಬದ್ಧತೆ, ಗುದದ ಫಿಸ್ಟುಲಾ, ತೀವ್ರವಾದ ತಲೆ ನೋವು, ಸಂವೇದನೆ ಕಳೆದುಕೊಳ್ಳುವುದು.

ಶ್ವಾಸಕೋಶದ ಕ್ಷಯ ರೋಗದ ಲಕ್ಷಣಗಳು: ಎದೆ ನೋವು, ರಕ್ತದಿಂದ ಕೂಡಿರುವ ಕೆಮ್ಮು, ನಿರಂತರವಾದ ಕೆಮ್ಮು, ನೋವಿನಿಂದ ಕೂಡಿದ ಕೆಮ್ಮು. ಈ ಸಮಸ್ಯೆಗಳು ಮೂರು ವಾರ ಅಥವಾ ಅದಕ್ಕಿಂತಲೂ ಅಧಿಕ ಸಮಯಗಳ ಕಾಲ ಮುಂದುವರಿಯಬಹುದು. ರಕ್ತದಿಂದ ಕೂಡಿರುವ ಅಥವಾ ಬೇರೆ ಬೇರೆ ಬಣ್ಣದ ಕಫ (ಹಳದಿ, ಕೆಂಪು, ಹಸಿರು ಅಥವಾ ಇತರೆ ಬಣ್ಣದ ಕಫ), ಜ್ವರ, ಆಯಾಸ, ಎದೆ ನೋವು, ಉಸಿರಾಟದ ತೊಂದರೆ, ಹಸಿವಾಗದೆ ಇರುವುದು ಹೀಗೆ ಅನೇಕ ಮುಖ್ಯ ಲಕ್ಷಣಗಳು ಕಾಣಿಸಿಕೊಳ್ಳಬಹುದು.

ಪಚನಾಂಗದ ಕ್ಷಯ: ಮಲಬದ್ಧತೆ, ಪಚನದಲ್ಲಿ ವ್ಯತ್ಯಾಸ, ಹೊಟ್ಟೆ ನೋವು, ರಕ್ತಯುಕ್ತ ಮಲ. ಮೇಲೆ ಹೇಳಿದ ಇತರ ಚಿನ್ಹೆಗಳು ಕಾಣಬಹುದು.

ಮೆದುಳಿನ ಮತ್ತು ಬೆನ್ನು ಹುರಿ ಕ್ಷಯ: ತಲೆನೋವು, ತಲೆತಿರುಗುವುದು, ವಾಂತಿಯಾಗುವುದು, ಪಿಟ್ಸ್ ಬರುವುದು, ಇತರೆ.

ಚರ್ಮದ ಕ್ಷಯ: ವಾಸಿಯಾಗದ ಗಾಯ, ಮತ್ತೆ ಮತ್ತೆ ಹೊಸ ಜಾಗದಲ್ಲಿ ಬರುವ ಗಾಯಗಳು, ಮೇಲೆ ಹೇಳಿದ ಇತರ ರೋಗ ಲಕ್ಷಣಗಳು. ಸಕ್ರಿಯ ಕ್ಷಯರೋಗಿಗಳಿಗೆ ಚಿಕಿತ್ಸೆ ಕಡ್ಡಾಯ. ಕ್ಷಯರೋಗಕ್ಕೆ 6-9 ತಿಂಗಳುಗಳವರೆಗೆ ಚಿಕಿತ್ಸೆ ನೀಡಬೇಕಾಗುತ್ತದೆ.

ದೇಹದ ಯಾವುದೇ ಭಾಗವನ್ನು ಕ್ಷಯರೋಗದ ಸೋಂಕಾಗಬಹುದು. ಅದರಂತೆ ರೋಗ ಲಕ್ಷಣಗಳು ಕಾಣಿಸಿಕೊಳ್ಳುಬಹುದು. ಎಲ್ಲವನ್ನೂ ಬರೆಯಲು ಹೋದರೆ ಒಂದು ಪುಸ್ತಕವನ್ನೇ ಬರೆಯಬಹುದು.

5. ಕ್ಷಯ ರೋಗ ಹೇಗೆ ಹರಡುತ್ತದೆ?

ಕ್ಷಯ ಒಂದು ಸಾಂಕ್ರಾಮಿಕ ರೋಗ. ಅದು ಒಬ್ಬರಿಂದ ಇನ್ನೊಬ್ಬರಿಗೆ ಕೆಮ್ಮಿನಿಂದ ಬರುವ ಉಗುಳುಗುಳ್ಳೆಗಳಲ್ಲಿ ಅಡಗಿರುವ ಬ್ಯಾಕ್ಟೀರಿಯಾಗಳಿಂದ ಬರುತ್ತದೆ. ಕ್ಷಯ ರೋಗ ಹೊಂದಿರುವ ವ್ಯಕ್ತಿಗಳು ಸೀನಿದಾಗ, ಮಾತನಾಡುವಾಗ ಅಥವಾ ನಗುವಾಗ ಬ್ಯಾಕ್ಟೀರಿಯಾಗಳಿಂದ ಕೂಡಿದ ಉಗುಳುಗುಳ್ಳೆಗಳು ಗಾಳಿಯಲ್ಲಿ ಸಿಂಪಡನೆ ಆಗುತ್ತವೆ. ಅವು ಉಸಿರಿನ ಮೂಲಕ ಇನ್ನೊಬ್ಬರಿಗೆ ಹರಡುತ್ತದೆ. ಕ್ಷಯದಿಂದ ಬಳಲುತ್ತಿರುವ ಆಪ್ತ ಸ್ನೇಹಿತರು ಮತ್ತು ಪೀಡಿತ ಕುಟುಂಬದ ಸದಸ್ಯರು ಹರಡಬಹುದು. ಕ್ಷಯ ರೋಗದ ಬ್ಯಾಕ್ಟೀರಿಯಾಗಳು ಮೇಜಿನ ಅಥವಾ ಇತರ ಯಾವುದೇ ಮೇಲ್ಮೈಗಳಲ್ಲಿ ಬದುಕುವುದಿಲ್ಲ. ಬ್ಯಾಕ್ಟೀರಿಯಾಗಳನ್ನು ಸ್ಯಾನಿಟೈಸರ್ ಗಳನ್ನು ಬಳಸಿ ಕೊಲ್ಲಬಹುದು. ಹಾಗಾಗಿ ಸ್ವಚ್ಛತೆಯನ್ನು ಕಾಪಾಡುವುದರಿಂದ ರೋಗವನ್ನು ತಡೆಯಬಹುದು. ರೋಗಿಗಳಿಗೆ ಸರಿಯಾದ ಚಿಕಿತ್ಸೆ ಕೊಡಿಸುವುದರಿಂದ ಇತರರಿಗೆ ಹರಡುವುದನ್ನು ತಡೆಯಬಹುದು.

6. ಕ್ಷಯ ರೋಗಕ್ಕೆ ಚಿಕಿತ್ಸೆ ಇದೆಯೇ? ಇದ್ದರೆ ಹೆಚ್ಚು ತಿಳಿಯಬಹುದೇ?

ಹೌದು. ಕ್ಷಯ ರೋಗಕ್ಕೆ ಚಿಕಿತ್ಸೆ ಇದೆ. ಸರ್ಕಾರ ಎಲ್ಲಾ ಕ್ಷಯ ರೋಗಿಗಳಿಗೆ ಸಂಪೂರ್ಣ ಉಚಿತ ಚಿಕಿತ್ಸೆ ಕೊಡಲು ವ್ಯವಸ್ಥೆ ಮಾಡಿದೆ. ರೋಗಿಗಳ ಸಂಪರ್ಕ ಬರುವ ಯಾರೇ ಕ್ಷಯರೋಗ ದಿಂದ ಬಳಲುತ್ತಿರುವ ಅನುಮಾನ ಇದ್ದರೆ ಅವರಿಗೆ ಉಚಿತ ತಪಾಸಣೆ

ವ್ಯವಸ್ಥೆ ಕೂಡ ಮಾಡಿದೆ. ನಿಮ್ಮ ಹತ್ತಿರದ ಸರ್ಕಾರಿ ಆಸ್ಪತ್ರೆಗೆ ತಪ್ಪದೆ ಭೇಟಿ ಮಾಡಿ. ಕ್ಷಯರೋಗದ ತೀವ್ರತೆಯ ಆಧಾರದ ಮೇಲೆ ವೈದ್ಯರು ಸೂಕ್ತ ಚಿಕಿತ್ಸೆಯನ್ನು ನೀಡುವರು. ಕ್ಷಯರೋಗಿಗಳು ಸಾಮಾನ್ಯವಾಗಿ 6 ರಿಂದ 12 ತಿಂಗಳುಗಳ ಕಾಲ ಪಡೆಯಬೇಕಾಗಬಹುದು. ಚಿಕಿತ್ಸೆಯನ್ನು ಸಂಪೂರ್ಣವಾಗಿ ಪಡೆದಾಗ ಮಾತ್ರ ರೋಗವು ಗುಣಮುಖವಾಗಲು ಸಾಧ್ಯ. ರೋಗಚಿನ್ಹೆಗಳು ಕಡಿಮೆ ಆದ ತಕ್ಷಣ ರೋಗ ಗುಣವಾಯಿತೆಂದು ತಿಳಿಯುವುದು ಮೂರ್ಖತನವಾಗುತ್ತದೆ. ಸುಪ್ತ ಕ್ಷಯ ಹೊಂದಿದ್ದರೆ ಸೋಂಕು ಸಕ್ರಿಯವಾಗದಂತೆ ತಡೆಯಲು ಒಂದು ಅಥವಾ ಹೆಚ್ಚು ಔಷಧಿಯನ್ನು 9 ತಿಂಗಳುಗಳ ಕಾಲ ತೆಗೆದುಕೊಳ್ಳಬೇಕಾಗಹುದು. ಅದರೆ ಸಕ್ರಿಯ ಕ್ಷಯ ರೋಗದಿಂದ ಬಳಲುತ್ತಿರುವವರು 6 ರಿಂದ 12 ತಿಂಗಳುಗಳ ಕಾಲ ಚಿಕಿತ್ಸೆ ಪಡೆಯಬೇಕಾಗಬಹುದು. ಈ ಸಮಯದಲ್ಲಿ ನೀಡುವ ಔಷಧವು ಪಿತ್ತಜನಕಾಂಗದ (ಲಿವರ್) ಮೇಲೆ ಅಡ್ಡಪರಿಣಾಮ ಬೀರಬಹುದು. ಹಾಗಾಗಿ ವೈದ್ಯರ ಸಲಹೆ ಮತ್ತು ಸಹಾಯ ಪಡೆದು ಪೂರ್ತಿ ಚಿಕಿತ್ಸೆ ಮುಗಿಯುವವರೆಗೆ ತೆಗೆದುಕೊಳ್ಳಬೇಕಾಗುತ್ತದೆ.

7. ಕ್ಷಯ ರೋಗಿಗಳು ಯಾವ ಆಹಾರ ಸೇವಿಸಬೇಕು?

ಕ್ಷಯ ರೋಗ ಇರುವವರಿಗೆ ಹಸಿವು ಕಡಿಮೆ ಇರುತ್ತದೆ. ಜೊತೆಗೆ ದೇಹದ ತೂಕ ಕಡಿಮೆ ಆಗುತ್ತಿರುತ್ತದೆ. ಈ ರೋಗಿಗಳು ನಾಲ್ಕು ಮಾತ್ರೆಗಳನ್ನು ಎರಡು ತಿಂಗಳು ಮತ್ತು ಎರಡು ಮಾತ್ರೆಗಳನ್ನು ನಾಲ್ಕು ತಿಂಗಳು ತೆಗೆದು ಕೊಳ್ಳಬೇಕಾಗುತ್ತದೆ. ಇವು ಹೆಚ್ಚು ಅಡ್ಡಪರಿಣಾಮಗಳನ್ನು ಸಹ ಉಂಟು ಮಾಡುತ್ತವೆ. ಅದಕ್ಕಾಗಿ ರೋಗಿಗಳು ದೇಹವನ್ನು ಸುಸ್ಥಿತಿಯಲ್ಲಿ ಇಟ್ಟುಕೊಂಡು ರೋಗವನ್ನು ಎದುರಿಸಬೇಕಾಗುತ್ತದೆ. ಹಾಗಾಗಿ ಉತ್ತಮ ಆಹಾರ ಬಹಳ ಮುಖ್ಯವಾಗುತ್ತದೆ.

ಹೆಚ್ಚಿನ ಕ್ಷಯ ರೋಗಿಗಳು ಅಪೌಷ್ಟಿಕತೆಯಿಂದ ಬಳಲುತ್ತಿರುತ್ತಾರೆ. ಪೌಷ್ಟಿಕಾಂಶದ ಕೊರತೆಯೂ ಕ್ಷಯರೋಗ ಉಂಟಾಗಲು ಕಾರಣವಾಗಿರಬಹುದು. ಹಾಗಾಗಿ ಅಂತಹ ಸಮಯದಲ್ಲಿ ಆರೋಗ್ಯವನ್ನು ಸುಧಾರಿಸುವಂತಹ ಉತ್ತಮ ಆಹಾರದ ಅವಶ್ಯಕತೆ ಇದೆ. ಅದಕ್ಕಾಗಿ ಉತ್ತಮ ಪ್ರಮಾಣದಲ್ಲಿ ಜೀವಸತ್ವ, ಖನಿಜಾಂಶಗಳನ್ನು ಮತ್ತು ಪೋಷಕಾಂಶಗಳನ್ನು ಹೊಂದಿರುವ ಆಹಾರಪದಾರ್ಥಗಳನ್ನು ಸೇವಿಸಬೇಕು. ಹೆಚ್ಚಾಗಿ ಕಬ್ಬಿಣಾಂಶ, ವಿಟಮಿನ್ ಗಳು, ಪ್ರೋಟೀನ್ ಹೆಚ್ಚಿರುವಂತಹ ಹಸಿರು ತರಕಾರಿ, ಮಾಂಸ, ಮೀನು, ಮೊಟ್ಟೆ, ಸೊಪ್ಪು, ಸಿರಿಧಾನ್ಯಗಳ ಆಹಾರ, ಕ್ಯಾರೆಟ್, ಚೆರ್ರಿ, ಟೊಮ್ಯಾಟೋ ಹಾಗೂ ವಿಟಮಿನ್ ಸಿ ಭರಿತವಾದ ಹಣ್ಣು ಮತ್ತು ತರಕಾರಿಗಳನ್ನು ಹೆಚ್ಚು ಸೇವಿಸಬೇಕು.

8. ಕ್ಷಯ ರೋಗವನ್ನು ಹೇಗೆ ತಡೆಯ ಬಹುದು?

ಲಸಿಕೆ: ಭಾರತದಲ್ಲಿ ನೆಲೆಸಿರುವ ಪ್ರತಿಯೊಬ್ಬ ವ್ಯಕ್ತಿಯೂ ಕ್ಷಯರೋಗ ದಿಂದ ಬಳಲುವ ಸಾಧ್ಯತೆ ಇದೆ. ಅದಕ್ಕಾಗಿ ರಾಷ್ಟ್ರೀಯ ಟಿ.ಬಿ ನಿರ್ಮೂಲನಾ ಕಾರ್ಯಕ್ರಮವನ್ನು ಭಾರತ ಸರ್ಕಾರ ಜಾರಿಗೊಳಿಸಿದೆ. ಚಿಕ್ಕವರು ದೊಡ್ಡವರೆಂಬ ಭೇದತೋರದೆ ಜೀವಿತಾವಧಿಯ ಯಾವುದೇ ಸಮಯದಲ್ಲಿ ಕ್ಷಯ ರೋಗಕ್ಕೆ ತುತ್ತಾಗಬಹುದು. ಹಾಗಾಗಿ ಕ್ಷಯ ರೋಗ ಬರದಂತಹ ಲಸಿಕೆಯನ್ನು ಪ್ರತಿ ಮಗುವಿಗೆ ಜನಿಸಿದ ಮೊದಲ ವಾರದಲ್ಲಿ ರಾಷ್ಟ್ರೀಯ ಲಸಿಕಾಕರಣ ಕಾರ್ಯಕ್ರಮದ ಅಡಿಯಲ್ಲಿ ಬಿಸಿಜಿ ಕೊಡಿಸಬೇಕು. ಈ ಲಸಿಕೆಯು ಕ್ಷಯ ರೋಗ ಬರದಂತೆ ಟಿ.ಬಿ ಬ್ಯಾಕ್ಟೀರಿಯಾಗಳನ್ನು ಹೋಡೆದುರುಳಿಸುವಂತಹ ಪ್ರತಿಕಾಯಗಳನ್ನು ದೇಹ ತಯಾರಿಸುವಂತೆ ಮಾಡಿ ರೋಗನ ಶಕ್ತಿಯನ್ನು ಹೆಚ್ಚಿಸುತ್ತದೆ.

ಆಹಾರ: ಅಪೌಷ್ಟಿಕತೆ ರೋಗನಿರೋಧಕ ಶಕ್ತಿ ಯನ್ನು ಕುಂದಿಸುತ್ತದೆ. ಆಗ ಸುಪ್ತವಾಗಿಯೇ ಇದ್ದ ಕ್ಷಯ ಸಕ್ರಿಯವಾಗುತ್ತದೆ. ಹೊಸರೋಗಾಣುಗಳೂ ತಮ್ಮ ಪ್ರಾಬಲ್ಯವನ್ನು ದೇಹದ ಮೇಲೆ ತೋರಿ ರೋಗಕ್ಕೆ ಕಾರಣವಾಗುತ್ತವೆ. ಅದಕ್ಕಾಗಿ ಸೇವಿಸುವ ಆಹಾರದಲ್ಲಿ ಅಧಿಕ ಪ್ರಮಾಣದ ಹಣ್ಣು, ತರಕಾರಿ, ಕಾರ್ಬೋಹೈಡ್ರೇಟ್, ಪ್ರೋಟೀನ್ ಮತ್ತು ಕೊಬ್ಬುಗಳನ್ನು ಒಳಗೊಂಡಿರುವ ಸಂಪೂರ್ಣ ಆಹಾರವನ್ನು ತೆಗೆದುಕೊಂಡು ಆರೋಗ್ಯ ವನ್ನು ಸುಸ್ಥಿತಿಯಲ್ಲಿ ಇಟ್ಟುಕೊಳ್ಳಬೇಕು.

ದುಷ್ಚಟಗಳನ್ನು ದೂರವಿಡಿ: ಧೂಮಪಾನ, ಮದ್ಯಪಾನಗಳಂತಹ ಕೆಟ್ಟ ಚಟಗಳಿಂದ ದೂರ ಇರುವುದರಿಂದ ದೇಹದ ಮುಖ್ಯ ಅಂಗಗಳ ಕಾರ್ಯಕ್ಷಮತೆ ಯನ್ನು ಕಾಪಾಡಲು ಸಹಾಯವಾಗುತ್ತದೆ. ಅದರಿಂದ ರೋಗನಿರೋಧಕ ಶಕ್ತಿಯನ್ನು ಹೆಚ್ಚಿಸಿಕೊಳ್ಳಲು ಸಹಾಯ ಆಗುತ್ತದೆ. ನಿಯತಕಾಲಿಕ ವ್ಯಾಯಾಮ, ವಿಶ್ರಾಂತಿ, ಮತ್ತು ಮಾನಸಿಕ ಸಮತೋಲನ ಕಾಯ್ದುಕೊಂಡರೆ ಸದೃಢ ಆರೋಗ್ಯಯುತ ದೇಹವನ್ನು ಉಳಿಸಿ ಕೊಳ್ಳಬಹುದು.

ಸ್ವಚ್ಛತೆ ಮತ್ತು ನೈರ್ಮಲ್ಯೀಕರಣ: ಕೊಳಕು ಮತ್ತು ದೂಳು ಶ್ವಾಸಕೋಶದ ಸೋಂಕು ಹರಡಲು ಸಹಾಯ ಮಾಡುತ್ತವೆ. ಅಲರ್ಜಿಕಾರಕಗಳು ಶ್ವಾಸಕೋಶದ ಉರಿತ ಉಂಟು ಮಾಡುತ್ತವೆ. ಆಗ ದೇಹದಲ್ಲಿ ಟಿ.ಬಿ ಬ್ಯಾಕ್ಟೀರಿಯಾ ಬೆಳೆಯಲು ಅನುವು ಮಾಡಿಕೊಟ್ಟಂತಾಗುತ್ತದೆ. ಟಿ.ಬಿ ಇದೆ ಎಂದು ತಿಳಿದ ರೋಗಿಗಳು ಅದನ್ನು ಹೆಚ್ಚು ಹರಡುವ ಸಂದರ್ಭ ಇರುತ್ತದೆ. ಅದಕ್ಕಾಗಿ ಅವರು ಮಾಸ್ಕ್ ಬಳಸುವುದು ಉತ್ತಮ. ಅವರು ಕೆಮ್ಮುವಾಗ ಕೈಗಳಿಂದ ಅಥವಾ ಮಾಸ್ಕ್/ ಕರವಸ್ತ್ರಗಳಿಂದ ಮುಚ್ಚಿಕೊಳ್ಳಬೇಕು. ಸಾರ್ವಜನಿಕ ಸ್ಥಳಗಳಲ್ಲಿ ಉಗುಳುವುದು, ಕೆಮ್ಮುವುದು, ಕಫ ಹೊರಹಾಕುವುದು ಮಾಡಬಾರದು. ಕೈಗಳನ್ನು ತೊಳೆದು ಊಟ ತಿಂಡಿ ಮಾಡಬೇಕು.

ಅಧ್ಯಾಯ 10: ಮಕ್ಕಳಲ್ಲಿ ಔಷಧಿಗಳಿಂದಾಗುವ ಅಡ್ಡಪರಿಣಾಮಗಳು

ಆಂಟಿಬಯಾಟಿಕ್ಸ್ ಗಳಿಂದ (ಮಿಣಿಜೀವಿಗಳಿಂದಾಗುವ ಸೋಂಕುನಿವಾರಣೆಗೆ ಬಳಸುವ ಔಷಧಗಳು) ಮಕ್ಕಳಲ್ಲಿ ಹೆಚ್ಚಿನ ಅಡ್ಡಪರಿಣಾಮಗಳಾಗಬಹುದು ಎಂದು ಪ್ರತಿಪಾದಿಸುವ ಸಂಶೋಧನಾ ಪತ್ರಕ್ಕೆ ಎರಡನೇ ಪ್ರಶಸ್ತಿಯನ್ನು ಪಡೆದ ಸಿಡಿಸ್ಯೆಮರ್ ವೈದ್ಯ ಡಾ. ಶಿವಮೂರ್ತಿ ಎನ್ ಸಂತಸ ವ್ಯಕ್ತ ಪಡಿಸುತ್ತಾ "ಮಕ್ಕಳಲ್ಲಿ ಔಷಧಗಳಿಂದಾಗುವ ಅಡ್ಡಪರಿಣಾಮಗಳು" ಎಂಬ ವಿಷಯ (subject) ಬಹಳ ಮುಖ್ಯವಾದುದು. ವೈದ್ಯರು ಔಷಧದಿಂದಾಗುವ ಅಡ್ಡಪರಿಣಾಮಗಳನ್ನು ಕಂಡುಹಿಡಿದು ಚಿಕಿತ್ಸಿಸಬೇಕಾಗಿದೆ. ಮಕ್ಕಳಲ್ಲಿ, ಅದರಲ್ಲೂ ಐದು ವರ್ಷಕ್ಕಿಂತ ಕಡಿಮೆ ವಯಸ್ಸಿನವರಲ್ಲಿ ಶೇ. 80% ಕ್ಕೂ ಹೆಚ್ಚು ಅಡ್ಡಪರಿಣಾಮಗಳಾಗುವ ಸಾಧ್ಯತೆ ಇರುತ್ತದೆ. ಈ ವಿಷಯದ ಬಗ್ಗೆ ಹೆಚ್ಚಿನ ಸಂಶೋಧನೆ ಮಾಡಬೇಕಾದ ಅವಶ್ಯಕತೆ ಇದೆ. ಪ್ರತಿಯೊಂದು ಆಸ್ಪತ್ರೆಯಲ್ಲಿಯೂ "ಫಾರ್ಮಕೋವಿಜಿಲ್ಯಾನ್ಸ್ ವಿಭಾಗ" (ಔಷಧ ಆಡ್ಡಪರಿಣಾಮಗಳ ನಿಗಾಘಟಕ) ತೆರೆಯಬೇಕಾಗಿದೆ. ಔಷಧಗಳಿಂದಾಗುವ ಅಡ್ಡಪರಿಣಾಮಗಳನ್ನು ತಡೆಯಲು ಸೂಕ್ತ ನಿಯಮಾವಳಿಗಳನ್ನೊಳಗೊಂಡ (standard operating procedures) ಚಿಕಿತ್ಸಾ ಕ್ರಮಗಳನ್ನು ಜಾರಿಗೊಳಿಸುವ ಅವಶ್ಯಕತೆ ಇದೆ.

ಬೆಂಗಳೂರು (5-12-2021): ನಗರದ ಡಾ. ಚಂದ್ರಮ್ಮ ದಯಾನಂದ ಸಾಗರ್ ವೈದ್ಯಕೀಯ ಮಹಾವಿದ್ಯಾಲಯ ಮತ್ತು ಸಂಶೋಧನಾ ಕೇಂದ್ರ (ಸಿಡಿಸ್ಯೆಮರ್) ದ ವೈದ್ಯರಾದ ಡಾ. ಶಿವಮೂರ್ತಿ ಎನ್ ಅವರು ಇತ್ತೀಚೆಗೆ ಚೆನ್ನೈನ ಬಾಲಾಜಿ ಮೆಡಿಕಲ್ ಕಾಲೇಜು ಏರ್ಪಡಿಸಿದ್ದ "ಹೈಪರ್ಪಿಯೇಸಿಯಾ-2021" ಎಂಬ ಅಂತರಾಷ್ಟ್ರೀಯ ಆರೋಗ್ಯ ವಿಜ್ಞಾನಗಳ ಸಮ್ಮೇಳನದಲ್ಲಿ ಮಂಡಿಸಿದ ಪ್ರಭಂಧಕ್ಕೆ ಎರಡನೇ ಪ್ರಶಸ್ತಿಯ ಗೌರವ ದೊರೆತಿದೆ. ಈ ಕುರಿತಾಗಿ ಅವರೊಂದಿಗೆ ನಮ್ಮ ವರಧಿಗಾರರು ನಡೆಸಿದ ಸಂಧರ್ಶನದಲ್ಲಿ ಮಾತನಾಡುತ್ತಾ ಡಾ. ಶಿವಮೂರ್ತಿಯವರು ಮಕ್ಕಳಲ್ಲಿ ಔಷಧಿಗಳಿಂದ ಆಗಬಹುದಾದ ಅಡ್ಡಪರಿಣಾಮಗಳ ಬಗ್ಗೆ ಹಲವಾರು ಪ್ರಶ್ನೆಗಳಿಗೆ ಉತ್ತರಿಸಿದರು.

1. ಔಷಧದ ಅಡ್ಡಪರಿಣಾಮಗಳೆಂದರೇನು?

ಉ: ನಾವು ಔಷಧಗಳನ್ನು ಚಿಕಿತ್ಸೆಗಾಗಿ ಬಳಸುತ್ತೇವೆ. ಆದರೆ ಅದು ದೇಹವನ್ನು ಪ್ರವೇಶಿಸಿದಾಗ ದೇಹದ ಎಲ್ಲಾ ಭಾಗಗಳಿಗೂ ತಲುಪುತ್ತದೆ. ಯಾವುದಾದರೂ ಒಂದು ಭಾಗ ಊನಗೊಂಡಿದ್ದರೆ, ಆ ಭಾಗಕ್ಕೆ ಚಿಕಿತ್ಸೆ ಮಾಡಿದರೆ ಸಾಕು. ಆದರೆ, ರಕ್ತ ಔಷಧವನ್ನು ದೇಹದ ಎಲ್ಲಾ ಭಾಗಗಳಿಗೆ ತಲುಪಿಸುತ್ತದೆ. ಹಾಗಿದ್ದಾಗ, ಉನಗೊಂಡ ಭಾಗ ಚಿಕಿತ್ಸೆ ಪಡೆದು, ರೋಗವೇನೋ ವಾಸಿಯಾಗಬಹುದು. ಆದರೆ, ಆರೋಗ್ಯವಂತ ಅಂಗಕೂಡ ಔಷಧವನ್ನು ಪಡೆಯುವುದರಿಂದ, ಬೇಡದ ಪರಿಣಾಮಗಳನ್ನು ಅದು ಉಂಟುಮಾಡಬಹುದು. ಈ ಪರಿಣಾಮಗಳನ್ನು ನಾವು ಅಡ್ಡಪರಿಣಾಮಗಳೆಂದು ಕರೆಯುತ್ತೇವೆ. ಕೆಲವು ಅಡ್ಡಪರಿಣಾಮಗಳು ಕಡಿಮೆ ತೊಂದರೆ ಕೊಟ್ಟರೆ, ಇನ್ನೂ ಕೆಲವು ಜೀವಕ್ಕೆ ಅಪಾಯ ತರುವಂತಹವು ಆಗಿರಬಹುದು. ಎಲ್ಲರಿಗೂ ಒಂದೇ ಪ್ರಮಾಣದ ಕಿರಿಕಿರಿ ಉಂಟುಮಾಡದಿರಬಹುದು. ಕೆಲವರಿಗೆ ಸಹಿಸಬಹುದಾದ ತೊಂದರೆ ಆದರೆ, ಇನ್ನಿತರರಿಗೆ ಜೀವಾಪಾಯ ತರುಮಂತಹವಾಗಿರಬಹುದು.

ಸಾರ್ವಜನಿಕರು ಇದರ ಬಗ್ಗೆ ತಿಳಿದು, ಗುರುತಿಸಿ, ವೈದ್ಯರಿಗೆ ಆದಷ್ಟು ಬೇಗ ತಿಳಿಸಬೇಕು. ಚಿಕ್ಕದೇ ಆಗಲಿ, ದೊಡ್ಡದೇ ಆಗಲಿ, ಅದನ್ನು ಕಡೆಗಣಿಸದೆ, ಅದರ ಮೇಲೆ ನಿಗಾ ಇಡಬೇಕು.

ನನ್ನ ಸಂಶೋಧನೆಯಲ್ಲಿ ವಿಶೇಷವಾಗಿ 12 ವರ್ಷದ ಕೆಳಗಿನ ಮಕ್ಕಳಲ್ಲಿ ಆಗಬಹುದಾದ ಅಡ್ಡಪರಿಣಾಮಗಳ ಬಗ್ಗೆ ಅಧ್ಯಯನ ಮಾಡಿದ್ದೇನೆ. ಅದರ ಹೆಚ್ಚಿನ ವಿವರಗಳನ್ನು ಕೆಳಗಿನ ಪ್ರಶ್ನೋತ್ತರ ಮಾಲೆಯಲ್ಲಿ ಹಲವು ವಿಷಯಗಳ ಮೇಲೆ ಬೆಳಕು ಚೆಲ್ಲುವ ಪ್ರಯತ್ನ ಮಾಡಿದ್ದೇನೆ. ಔಷಧಗಳ ಅಡ್ಡಪರಿಣಾಮಗಳ ಬಗ್ಗೆ ಸಾರ್ವಜನಿಕರು ಎಚ್ಚೆತ್ತುಕೊಳ್ಳಬೇಕು. ಅದರಲ್ಲೂ ಮಕ್ಕಳಲ್ಲಿ ಹೆಚ್ಚಿನ ಅಡ್ಡಪರಿಣಾಮಗಳು ಕಾಣಿಸಿಕೊಳ್ಳುತ್ತವೆ. ಹಾಗಾಗಿ ಮಕ್ಕಳಿಗೆ ಔಷಧಗಳನ್ನು ವೈದ್ಯರ ಆದೇಶದ ಮೇರೆಗೆ ಮಾತ್ರ ಬಳಸಬೇಕು.

2: ಮಕ್ಕಳಲ್ಲಿ ಆಗುವ ಆಡ್ಡಪರಿಣಾಮಗಳ ಪ್ರಮಾಣದ ಬಗ್ಗೆ ತಿಳಿಸುವಿರಾ?

ಉ: ಹೊರರೋಗಿಗಳಾಗಿ ಚಿಕಿತ್ಸೆ ಪಡೆದ ಪ್ರತಿ ನೂರು ಮಕ್ಕಳಲ್ಲಿ ಒಬ್ಬರಿಗೆ ಆಡ್ಡಪರಿಣಾಮಗಳಾಗುವ ಸಾಧ್ಯತೆ ಇದೆ. ಆಸ್ಪತ್ರೆಯಲ್ಲಿ ಸಂಭವಿಸುವ ಮರಣಗಳ ಸಂಖ್ಯೆಯಲ್ಲಿ, ಪ್ರತೀ ನೂರು ಸಾವುಗಳಲ್ಲಿ ೨ ಸಾವುಗಳು ಅಡ್ಡಪರಿಣಾಮಗಳಿಂದ ಆಗಿರುವ ಸಾಧ್ಯತೆ ಇದೆ. ಅಂದರೆ, ಭಾರತದಲ್ಲಿ ದಿನನಿತ್ಯ ಆಸ್ಪತ್ರೆಗಳಲ್ಲಿ ಆಗುವ 4300 ಸಾವುಗಳಲ್ಲಿ 86 ಸಾವುಗಳು ಔಷಧಿಯ ಆಡ್ಡಪರಿಣಾಮಗಳಿಂದ ಆಗಿರುವ ಸಾಧ್ಯತೆ ಇದೆ. ಈ ವಿಚಾರವನ್ನು ಪ್ರತಿಷ್ಠಿತ ವೈದ್ಯಕಿಯ ಮಾಸ ಪತ್ರಿಕೆಗಳು ಉಲ್ಲೇಖ ಮಾಡಿವೆ. ಹೆಚ್ಚಿನ ಅಡ್ಡಪರಿಣಾಮಗಳನ್ನು ಐದು ವರ್ಷಕ್ಕಿಂತ ಕಡಿಮೆ ವಯಸ್ಸಿನ ಮಕ್ಕಳಲ್ಲಿ ಕಾಣಬಹುದಾಗಿದೆ.

3. ಮಕ್ಕಳಲ್ಲಿ ಹೆಚ್ಚು ಅಡ್ಡಪರಿಣಾಮಗಳು ಕಾಣಿಸಿಕೊಳ್ಳಲು ಕಾರಣವೇನು?

ಉ: ಮಕ್ಕಳು ಬೆಳವಣಿಗೆ ಹಂತದಲ್ಲಿ ಇರುವುದರಿಂದ ಅವರ ಅಂಗಾಂಗಳು ಪ್ರಭುದ್ಧಾವಸ್ಥೆಗೆ ಬಂದಿರುವುದಿಲ್ಲ. ಹಾಗಾಗಿ ಹೆಚ್ಚಿನ ಔಷಧಿಗಳನ್ನು ಜೀರ್ಣಗೊಳಿಸಿ, ದೇಹದಿಂದ ನಿಷ್ಕ್ರಿಯ ಗೊಳಿಸುವ ಶಕ್ತಿ ಸಂಪೂರ್ಣ ವೃದ್ಧಿ ಹೊಂದಿರುವುದಿಲ್ಲ. ಮೂತ್ರಜನಕಾಂಗ (ಕಿಡ್ನಿ). ಯಕೃತ್ (ಲಿವರ್), ಮೆದುಳು ಗೊಡೆಪದರ (ಬಡ್ ಬ್ರೈನ್ ಬ್ಯಾರಿಯರ್), ಮೂಳೆಗಳು, ಮತ್ತು ಹಲ್ಲುಗಳು ಇನ್ನೂ ಬೆಳೆಯುವ ಹಂತದಲ್ಲಿರುತ್ತವೆ. ಔಷಧಿಗಳು ವೃದ್ಧಿ ಪಡಿಸುವಾಗ ಹೆಚ್ಚಿನ ಪರೀಕ್ಷೆಗಳನ್ನು ವಯಸ್ಕರಲ್ಲಿ ಮಾಡುತ್ತಾರೆ. ಮಕ್ಕಳಲ್ಲಿ ಮಾರುಕಟ್ಟೆಗೆ ಬಂದಿರದಂತಹ ಔಷಧಗಳನ್ನು ಬಳಸುವಂತಿಲ್ಲ ಮತ್ತು ಪರೀಕ್ಷೆಗೂ ಬಳಸಲು ಬಹಳಷ್ಟು ನಿರ್ಬಂಧಗಳಿವೆ. ಹೀಗಿರುವಾಗ ಅವರಲ್ಲಾಗುವ ಅಡ್ಡಪರಿಣಾಮಗಳ ಅರಿವು ಯಾರಿಗೂ ಇರುವುದಿಲ್ಲ. ಮಕ್ಕಳನ್ನು ವಯಸ್ಕರೊಂದಿಗೆ ಸಮೀಕರಣ ಮಾಡಿ ಔಷಧಿಗಳನ್ನು ಬಳಸಬಾರದು. ತುರ್ತುಪರಿಸ್ಥಿತಿಯಲ್ಲಿ ಬಳಸುವಂತಹ ಸಂಧರ್ಭ ಬಂದರೆ, ಹೆಚ್ಚಿನ ನಿಗಾ ಇಟ್ಟು ಬಳಸಬೇಕಾಗುತ್ತದೆ. ಅಡ್ಡಪರಿಣಾಮಗಳನ್ನು ತ್ವರಿತವಾಗಿ ಕಂಡುಹಿಡಿದು ಹೆಚ್ಚಿನ ಹಾನಿಯಾಗುವುದನ್ನು ತಡೆಯಲು ಕ್ರಮಗಳನ್ನು ತೆಗೆದು ಕೊಳ್ಳಬೇಕಾಗುತ್ತದೆ.

4: ಔಷಧಗಳ ಅಡ್ಡಪರಿಣಾಮಗಳನ್ನು ಕಂಡುಹಿಡಿಯುವುದು ಹೇಗೆ? ಕಂಡುಹಿಡಿದ ನಂತರ ಏನು ಮಾಡಬೇಕು?

ಉ: ನಿಮಗಾಗಲೇ ತಿಳಿದಿರುವಂತೆ ಔಷಧಗಳನ್ನು ರೋಗದ ಚಿಕಿತ್ಸೆಗಾಗಿ ಬಳಸಲಾಗುತ್ತದೆ. ಔಷಧ ಸೇವನೆಯ ನಂತರ, ರೋಗಿಗೆ ಯಾವುದೇ ಹೊಸ ತೊಂದರೆ ಕಂಡುಬಂದರೆ ಅಥವಾ ಇರುವ ರೊಗಲಕ್ಷಣಗಳು ಉಲ್ಬಣಗೊಂಡರೆ ತಕ್ಷಣ ನಿಮ್ಮ ವೈದ್ಯರಿಗೆ ತಿಳಿಸಬೇಕು. ಈ ಲಕ್ಷಣಗಳು ಅಡ್ಡಪರಿಣಾಮಗಳಾಗಿರುವ ಸಾಧ್ಯತೆ ಹೆಚ್ಚು. ಹಾಗಾಗಿ, ವೈದ್ಯರ ಜೊತೆಗೆ ಸಮಾಲೋಚನೆ ಮಾಡಿ ಅವರು ಹೇಳಿದ ಕ್ರಮಗಳನ್ನು ಅನುಸರಿಸುವುದು ಉತ್ತಮ. ಅಡ್ಡಪರಿಣಾಮ ಚಿಕ್ಕದಾಗಿದ್ದಾಗಲೇ ಎಚ್ಚರ ವಹಿಸಿದರೆ ಉತ್ತಮ. ನಿರ್ಲಕ್ಷಿಸಿದರೆ, ಪ್ರಾಣಹಾನಿಯೂ ಆಗುವ ಸಾಧ್ಯತೆಗಳಿರುತ್ತವೆ.

ಎಲ್ಲಾ ಅಡ್ಡಪರಿಣಾಮಗಳನ್ನು ವೈದ್ಯರ ದಾಖಲೆಗಳಲ್ಲಿ ದಾಖಲಿಸಿ ಮುಖಪುಟದಲ್ಲಿ ಗುರುತು ಹಾಕುವಂತೆ ಕೇಳುವುದು ಉತ್ತಮ. ಒಂದು ಗುರುತು ಇರುವ ಚೀಟಿಯನ್ನು ಮಾಡಿಸಿ, ಔಷಧದ ಹೆಸರು ಮತ್ತು ಕಂಡ ಲಕ್ಷಣಗಳ ಬಗ್ಗೆ ಉಲ್ಲೆಖ ಮಾಡಿಸಿ ಜೋಪಾನವಾಗಿಡುವುದು ಉತ್ತಮ. ನೀವು ಮುಂದೆ ಯಾವುದೇ ಸಂಧರ್ಭದಲ್ಲಿ ವೈದ್ಯರನ್ನು ಕಾಣುವಾಗ ಈ ದಾಖಲೆ ತೋರಿಸುವುದು ಉತ್ತಮ. ಅವರು ಅಂತಹ ಔಷಧಿಗಳನ್ನು ಬಳಸದಂತೆ ಎಚ್ಚರ ವಹಿಸುತ್ತಾರೆ.

ಇನ್ನೂ ಮುಂದುವರೆದು, ಈ ಅಡ್ಡಪರಿಣಾಮವನ್ನು ದಾಖಲಿಸಿ ಹತ್ತಿರದ ಔಷಧ ಅಡ್ಡಪರಿಣಾಮ ನಿಗಾಘಟಕಕ್ಕೆ ಅಥವಾ "ಕೇಂದ್ರ ಔಷಧ ನಿಯಂತ್ರಣಾ ಮಂಡಳಿ" ಗೆ ಕಳಿಸುವುದು ಉತ್ತಮ. ಸಿಡಿಸ್ಯಮರ್ ನ ಔಷಧ ಅಡ್ಡಪರಿಣಾಮಗಳ ನಿಗಾಘಟಕ ದ ಮಿಂಚಂಚೆಯ (ಈ-ಮೇಲ್) ವಿಳಾಸ amc.cdsimer@dsu.edu.in ಇದಾಗಿದೆ. ನಿಮ್ಮ ಅಡ್ಡಪರಿಣಾಮಗಳ ದಾಖಲೆಗಳನ್ನು ಬರೆದು ಈಮೇಲ್ ಮಾಡಿ. ಔಷಧ ನಿಯಂತ್ರಣ ಮಂಡಲಿಗೆ ತಿಳಿಸಲು pvpi.ipc@gov.in ಈ ಈ-ಮೇಲ್ ಗೆ ಕಳಿಸಬಹುದು. ಇಲ್ಲವೆ ಟಾಲ್ ಫ್ರೀ ನಂಬರ್ 18001803024 ಗೆ ಕರೆಮಾಡಿ ತಿಳಿಸಬಹುದು.

5. ಒಂದು ವರ್ಷದ ಕೆಳಗಿನ ನವಜಾತ ಶಿಶುಗಳಲ್ಲಿ ಹೆಚ್ಚಿನ ಅಡ್ಡಪರಿಣಾಮಗಳು ಕಾಣಿಸುತ್ತವೆ ಎಂದು ಹೇಳಲಾಗುತ್ತದೆ. ಇದು ಸರಿಯೆ? ಕಾರಣಗಳೇನು?

ಉ: ನಮ್ಮ ಸಂಶೋಧನೆಯಲ್ಲಿ ಕಂಡಂತೆ ಮೊದಲ ಒಂದು ವರ್ಷದ ಒಳಗಿನ ಮಕ್ಕಳಲ್ಲಿ ಔಷಧ ಬಳಸಿದರೆ ಅತೀಹೆಚ್ಚು (ಅಂದರೆ ಶೇ. 47% ಮಕ್ಕಳಲ್ಲಿ) ಸಂಖ್ಯೆಯಲ್ಲಿ ಅಡ್ಡ ಪರಿಣಾಮಗಳು ಆಗುವ ಸಾಧ್ಯತೆ ಇರುತ್ತದೆ. ಜನನದ ನಂತರ ಮೊದಲ ಐದು ವರ್ಷದೊಳಗಿನ ಮಕ್ಕಳಲ್ಲಿ ಶೇ. 80% ರಷ್ಟು ಅಡ್ಡಪರಿಣಾಮಗಳು ಪತ್ತೆಯಾಗಿವೆ. ಪ್ರಶ್ನೆ 3 ರಲ್ಲಿ ಉತ್ತರಿಸಿರುವಂತೆ ಮಕ್ಕಳ ಅಂಗಗಳು ಬೆಳವಣಿಗೆ ಹಂತದಲ್ಲಿರುವುದರಿಂದ ಔಷಧ ಜೀರ್ಣಿಸಿಕೊಳ್ಳುವ ಮತ್ತು ಅದನ್ನು ನಿಷ್ಕ್ರಿಯಗೊಳಿಸಿ ದೇಹದಿಂದ ಹೊರಹಾಕುವ ಶಕ್ತಿ ಕಡಿಮೆ ಇರುತ್ತದೆ. ಆದ್ದರಿಂದ, ಐದು ವರ್ಷದ ಕೆಳಗಿನ ಮಕ್ಕಳಿಗೆ ಆದಷ್ಟು ಕಡಿಮೆ ಔಷಧಗಳನ್ನು ಬಳಸಬೇಕು ಮತ್ತು ಮಕ್ಕಳ-ವೈದ್ಯರ ಸಲಹೆಯಂತೆ ಮಾತ್ರ ಮಕ್ಕಳಿಗೆ ಔಷಧಿ ಕೊಡಬೇಕು. ಗಂಡು ಮತ್ತು ಹೆಣ್ಣು ಮಕ್ಕಳೆಂಬ ವ್ಯತ್ಯಾಸವಿಲ್ಲದೆ, ಎಲ್ಲಾ ಮಕ್ಕಳಿಗೂ ಅಡ್ಡಪರಿಣಾಮಗಳಾಗುವ ಸಾಧ್ಯತೆ ಇದೆ.

6. ಔಷಧಗಳಿಂದಾಗುವ ಹೆಚ್ಚಿನ ಅಡ್ಡಪರಿಣಾಮಗಳನ್ನು ತಡೆಗಟ್ಟಬಹುದು ಎಂದು ಹೇಳಲಾಗುತ್ತದೆ. ಹೌದೆ? ಅಡ್ಡಪರಿಣಾಮಗಳನ್ನು ತಡೆಗಟ್ಟಲು ರೋಗಿಗಳು ಅನುಸರಿಸಬೇಕಾದ ಕ್ರಮಗಳೇನು?

ಉ: ಹೌದು. ಔಷಧಗಳಿಂದಾಗುವ ಹೆಚ್ಚಿನ ಅಡ್ಡಪರಿಣಾಮಗಳನ್ನು ತಡೆಗಟ್ಟಬಹುದು. ಎಲ್ಲಾ ಔಷಧಗಳು ಒಂದಲ್ಲಾ ಒಂದು ರೀತಿಯ ಅಡ್ಡಪರಿಣಾಮಗಳನ್ನು ಉಂಟುಮಾಡಬಲ್ಲವು. ಹಾಗಾಗಿ ಎಚ್ಚರಿಕೆ ಅಗತ್ಯ. ರೋಗಿಗಳು ಈ ಕೆಳಗೆ ಹೇಳಿದ ಕ್ರಮಗಳನ್ನು ಅನುಸರಿಸಿದರೆ, ಶೇ. 50 ಕ್ಕಿಂತ ಹೆಚ್ಚು ಅಡ್ಡಪರಿಣಾಮಗಳನ್ನು ತಡೆಗಟ್ಟಬಹುದು.

a. ಸ್ವಯಂ ವೈದ್ಯಕೀಯ ಮಾಡದಿರುವುದು (do not do self-medication)

b. ವೈದ್ಯರೊಡನೆ ಚರ್ಚೆಮಾಡಿ, ಔಷಧಗಳನ್ನು ಬಳಸುವ ಬಗೆಯನ್ನು ವೈದ್ಯರಿಂದ ಸರಿಯಾಗಿ ತಿಳಿದುಕೊಳ್ಳುವುದು. ಅವರ ಸಲಹೆಯಂತೆ ಕ್ರಮಾನುಸಾರವಾಗಿ ಔಷಧಿಗಳನ್ನು ಬಳಸುವುದು.

c. ವೈದ್ಯರ ಸಲಹೆಗಳು ಅರ್ಥವಾಗದಿದ್ದಲ್ಲಿ, ಸಂಕೋಚವಿಲ್ಲದೆ ಮತ್ತೊಮ್ಮೆ ಕೇಳಿ ತಿಳಿಕೊಳ್ಳುವುದು. ಹೀಗೆ ಕೇಳುವಾಗ, ಅವರು ಹೇಳುವ ಮಾಹಿತಿಯನ್ನು ತಮ್ಮದೇ ಭಾಷೆಯಲ್ಲಿ ಅರ್ಥವಾಗುವಂತೆ ಬರೆದುಕೊಳ್ಳುವುದು ಅಥವಾ ಮೊಬೈಲ್ ನಲ್ಲಿ ವೈದ್ಯರು ಒಪ್ಪಿದರೆ, ಧ್ವನಿ ರೆಕಾರ್ಡ್ ಮಾಡಿಕೊಳ್ಳುವುದು. ಹೀಗೆ ಮಾಡುವುದರಿಂದ ಪಾಲಕರಿಗೂ ಮತ್ತು ಶುಶ್ರೂಷಕರಿಗೂ ಕೇಳಿಸಲು ಸಹಾಯವಾಗುತ್ತದೆ. ಸಲಹೆಯಂತೆ ಔಷಧಗಳನ್ನು ಬಳಸಲು ಸಹಾಯವಾಗುತ್ತದೆ.

d. ಮೊದಲ ಅಡ್ಡಪರಿಣಾಮಗಳ ಚಿನ್ಹೆಗಳು ಕಂಡೊಡನೆ ವೈದ್ಯರನ್ನು ಸಂಪರ್ಕಿಸುವುದು ಮತ್ತು ಅನುಮಾನಾಸ್ಪದ ಲಕ್ಷಣಗಳು ಕಂಡುಬಂದರೆ, ತಡಮಾಡದೆ, ವೈದ್ಯರನ್ನು ಕಾಣುವುದು.

e. ಹಿಂದೆ ಅನುಭವಿಸಿದ ಯಾವುದೇ ಔಷಧದ ಅಡ್ಡಪರಿಣಾಮಗಳನ್ನು ಮುಚ್ಚುಮರೆಯಿಲ್ಲದೆ ವೈದ್ಯರೊಡನೆ ಸಂಧರ್ಶನದ ವೇಳೆ ಅವರಿಗೆ ತಿಳಿಸುವುದು. ತೊಂದರೆ ಕೊಟ್ಟ ಔಷಧಿಯನ್ನು ಮತ್ತೊಮ್ಮೆ ಬಳಸದಿರುವುದು.

f. ಒಂದಕ್ಕಿಂತ ಹೆಚ್ಚು ರೋಗಗಳಿಂದ ನೀವು ಬಳಲುತ್ತಿದ್ದರೆ ಮತ್ತು ಒಬ್ಬರಿಗಿಂತ ಹೆಚ್ಚು ವೈದ್ಯರ ಸಮಾಲೋಚನೆ ಪಡೆದಿದ್ದರೆ, ಹೊಸದಾಗಿ ಕಾಣುವ ವೈದ್ಯರಿಗೆ ಹಿಂದಿನ ರೋಗ ಚರಿತ್ರೆ ಮತ್ತು ಚಿಕಿತ್ಸೆ ಪಡೆದ ಎಲ್ಲಾ ಚರಿತ್ರೆಯನ್ನು ತಪ್ಪದೆ ತಿಳಿಸುವುದು. ಹಿಂದೆ ಮಾಡಿಸಿದ ಟೆಸ್ಟ್ ಗಳು ಮತ್ತು ಅದರ ರಿಪೋರ್ಟ್ ಗಳ ದಾಖಲೆಗಳನ್ನು ತಪ್ಪದೆ ವೈದ್ಯರಿಗೆ ತೋರಿಸುವುದು.

g. ನೀವು ಸಕ್ಕರೆ ರೋಗ, ರಕ್ತದೊತ್ತಡದ ರೋಗ, ಥೈರಾಯ್ಡ್ ಮತ್ತು ಇತರೆ ಜೀವನಪರ್ಯಂತ ಚಿಕಿತ್ಸೆಮಾಡಿಸಿಕೊಳ್ಳಲು/ಔಷಧ ಸೇವಿಸಲು ಹೇಳಿರುವ ರೋಗಗಳಿಂದ ಬಳಲುತ್ತಿದ್ದರೆ, ವೈದ್ಯರಲ್ಲಿಗೆ ಮತ್ತೊಂದು ಹೊಸರೋಗಕ್ಕೆ ಚಿಕಿತ್ಸೆ ಪಡೆಯಲು ಹೋದಾಗ, ಹಿಂದಿನ ಕಾಯಿಲೆಗಳ ಚರಿತ್ರೆಯನ್ನು ತಪ್ಪದೆ ಹೇಳಿ ಮತ್ತು ತೆಗೆದುಕೊಳ್ಳುತ್ತಿರುವ ಔಷಧಿಗಳ ಬಗ್ಗೆ ತಪ್ಪದೇ ಮಾಹಿತಿ ಕೊಡಿ. ಹೀಗೆ ಮಾಡುವುದರಿಂದ, ಒಂದಕ್ಕಿಂತ ಹೆಚ್ಚಿನ ಔಷಧಿಗಳ ಸೇವನೆಯಿಂದ ಆಗುವ ತೊಂದರೆಗಳನ್ನು ತಡೆಯಬಹುದು (Drug-Drug interaction ತಡೆಯಬಹುದು).

h. ಔಷಧಗಳನ್ನು ತೆಗೆದುಕೊಳ್ಳುವಾಗ ಡೋಸ್ ನಲ್ಲಿ ವ್ಯತ್ಯಾಸವಾದರೆ ಅಥವಾ ಸೂಚಿಸಿದ್ದಕ್ಕಿಂತ ಹೆಚ್ಚು ಅಥವಾ ಕಡಿಮೆ ಔಷಧಿ ತೆಗೆದುಕೊಂಡರೆ, ಸ್ವಯಂ ನಿರ್ಧಾರಗಳನ್ನು ತೆಗೆದುಕೊಳ್ಳಲು ಹೋಗಬಾರದು.

ಅದರಲ್ಲೂ ಯಾವುದಾದರೊಂದು ಡೋಸನ್ನು ತೆಗೆದುಕೊಳ್ಳದಿದ್ದಾಗ (Missed dose ಆದಾಗ) ಎಲ್ಲ ಔಷಧಗಳನ್ನು ಒಟ್ಟಿಗೆ ತೆಗೆದುಕೊಳ್ಳಲು ಹೋಗಬಾರದು. ಅದರಿಂದ ಹೆಚ್ಚಿನ ಅಡ್ಡಪರಿಣಾಮಗಳು ಆಗುವ ಸಾಧ್ಯತೆ ಇದೆ.

7. ಅಡ್ಡಪರಿಣಾಮಗಳನ್ನು ತಡೆಯಲು ವೈದ್ಯರು ಯಾವ ಕ್ರಮಗಳನ್ನು ತಮ್ಮ ಆಸ್ಪತ್ರೆಗಳಲ್ಲಿ ಅನುಸರಿಸರಿಸಬೇಕು? ರೋಗಿಗಳು ಇದಕ್ಕೆ ಯಾವರೀತಿ ಸಹಕರಿಸಬೇಕಾಗುತ್ತದೆ?

ಉ. ಹೆಚ್ಚಿನ ವೈದ್ಯರು ರೋಗಿಗಳಿಗೆ ಚಿಕಿತ್ಸೆ ಮಾಡುವುದರಲ್ಲಿ ದಿನಪೂರ್ತಿ ತೊಡಗಿಸಿಕೊಂಡಿರುತ್ತಾರೆ. ಆದರೆ ಈ ಕೆಳಗೆ ಹೇಳಿರುವ ಕ್ರಮಗಳನ್ನು ಆಸ್ಪತ್ರೆಯ ಕಾರ್ಯಕಾರಿ ನಿಯಮಾವಳಿ (standard operating procedures) ಗಳಲ್ಲಿ ಅಳವಡಿಸಿಕೊಳ್ಳುವುದರಿಂದ ಔಷಧಗಳಿಂದಾಗುವ ಅಡ್ಡಪರಿಣಾಮಗಳನ್ನು ತಡೆಗಟ್ಟಬಹುದು.

- ಎಲ್ಲಾ ರೋಗಿಗಳಿಗೂ ಪ್ರಿಸ್ಕ್ರಿಪ್ಶನ್ ಅನ್ನು ಪ್ರಿಂಟ್ (printed prescription) ಮಾಡಿಕೊಡುವುದು. ಇದರಿಂದ ಎಲ್ಲಾ ರೋಗಿಗಳಿಗೂ ವೈದ್ಯರು ಸೂಚಿಸಿದ ಔಷಧಗಳು ಸಿಗುವಂತಾಗುವುದು. ಔಷಧಿ ಅಂಗಡಿಯ ಫಾರ್ಮಸಿಸ್ಟ್ ಮತ್ತು ನರ್ಸ್‌ಗಳು ಸರಿಯಾದ ಔಷಧಿಗಳನ್ನು ಕೊಡುವಂತಾಗುತ್ತದೆ. ವೈದ್ಯರ ಬರವಣಿಗೆಯನ್ನು ಓದುವಾಗ ಆಗುವ ತಪ್ಪುಗ್ರಹಿಕೆಗಳನ್ನು ತಡೆಯಬಹುದು.

- ವೈದ್ಯರು ಸರಿಯಾದ ಔಷಧಿಗಳನ್ನು ರೋಗಿಯ ವಯಸ್ಸು, ಲಿಂಗ, ಕಿಡ್ನಿ, ಲಿವರ್ ಅಂಗಗಳ ಕಾರ್ಯಕ್ಷಮತೆಗನುಗುಣವಾಗಿ ಕೊಡುವುದು. ಔಷಧ ನಿಯಂತ್ರಣ ಮಂಡಳಿ ಪರವಾನಗಿ ಕೊಟ್ಟಿರುವ ರೋಗಗಳಿಗೆ ಮಾತ್ರ ಪ್ರತೀ ಔಷಧವನ್ನು ಬಳಸುವುದು. ಇದರಿಂದ ಹೆಚ್ಚಿನ ಮಟ್ಟದ ಅಡ್ಡಪರಿಣಾಮಗಳನ್ನು ತಡೆಯಬಹುದು.

- ಆದಷ್ಟು ಕಡಿಮೆ ಔಷಧಿಗಳನ್ನು ಒಟ್ಟಿಗೆ ಬಳಸುವುದು. ನಾಲ್ಕಕ್ಕಿಂತ ಹೆಚ್ಚು ಔಷಧಿಗಳನ್ನು ಒಟ್ಟಿಗೆ ಬಳಸುವುದರಿಂದ, ಸರಾಸರಿ ಔಷಧಿಗಳ ಅಡ್ಡಪರಿಣಾಮಗಳ ಸಂಖ್ಯೆ ಬಹಳ ಹೆಚ್ಚಾಗುತ್ತದೆ. ಡ್ರಗ್ ಡ್ರಗ್ ಇಂಟರಾಕ್ಷನ್ (ಔಷಧಗಳ ನಡುವಿನ ಹೊಂದಾಣಿಕೆಯ ಸಮಸ್ಯೆ) ಹೆಚ್ಚಾಗಿ ಅಡ್ಡಪರಿಣಾಮಗಳು ಹೆಚ್ಚಾಗುತ್ತವೆ.

- ರೋಗಿ ಒಂದಕ್ಕಿಂತ ಹೆಚ್ಚು ರೋಗಗಳಿಂದ ಬಳಲುತ್ತಿದ್ದರೆ ಅಂತಹ ರೋಗಿಗಳಿಗೆ ಯಾವ ರೀತಿ ಚಿಕಿತ್ಸೆಮಾಡಬೇಕೆಂದು ವೈದ್ಯಕೀಯ ಸಂಘಟನೆಗಳು ನಿಖರವಾಗಿ ಹೇಳುವುದಿಲ್ಲ (no guidelines available). ಆದರೆ ಅಸಲಿ ಜೀವನದಲ್ಲಿ ಇಂತಹ ಬಹಳ ರೋಗಿಗಳು ಚಿಕಿತ್ಸೆ ಪಡೆಯಲು ವೈದ್ಯರಲ್ಲಿಗೆ ಬರುತ್ತಾರೆ, ಹಾಗಾಗಿ ಇಂತಹ ರೋಗಿಗಳಿಗೆ ವೈದ್ಯರು ಚಿಕಿತ್ಸೆ ಮಾಡುವಾಗ ಎಚ್ಚರಿಕೆ ಕ್ರಮಗಳನ್ನು ಅಳವಡಿಸಿಕೊಳ್ಳಬೇಕು. ಪ್ರತೀರೊಗಕ್ಕೂ ಬಳಸುವ ಔಷಧಿಗಳ ಮೇಲೆ ನಿಗಾ ಇಡಬೇಕು. ಅಂಟಿಬಯಾಟಿಕ್, ಮೆದುಳು ರೊಗಕ್ಕೆ ಬಳಸುವ ಔಷಧಗಳು, ಮತ್ತು ಹೃದಯ ರೋಗಗಳಿಗೆ ಬಳಸುವ ಔಷಧಗಳು ಹೆಚ್ಚಿನ ಪ್ರಮಾಣದ ಅಡ್ಡಪರಿಣಾಮಗಳನ್ನು ಉಂಟುಮಾಡುವ ಸಾದ್ಯತೆ ಇರುತ್ತವೆ.

- ಎಲ್ಲಾ ರೋಗಿಗಳಿಗೂ ಎಲ್ಲಾ ಔಷಧಿಗಳು ಒಂದೇ ರೀತಿಯಾಗಿ ಒಗ್ಗುವುದಿಲ್ಲ. ಕೆಲವರ ಜೀರ್ಣಶಕ್ತಿ ಹೆಚ್ಚಿದ್ದರೆ, ಇನ್ನೂ ಕೆಲವರಲ್ಲಿ ಕಡಿಮೆ ಇರುತ್ತದೆ. ಹೀಗೆ ರೋಗಿ ರೋಗಿಗಳ ಮದ್ಯೆ ರಕ್ತದಲ್ಲಿ ಇರಬಹುದಾದ ಔಷಧಿಯ ಪ್ರಮಾಣದಲ್ಲಿ ವ್ಯತ್ಯಾಸಗಳಾಗಬಹುದು. ಇಂತಹ ವ್ಯತ್ಯಾಸಗಳನ್ನು ಅರಿಯಲು, ಅಗತ್ಯಕ್ಕೆ ಅನುಗುಣವಾಗಿ ರಕ್ತದಲ್ಲಿನ ಔಷಧಿಯ ಪ್ರಮಾಣವನ್ನು ಮೌಲ್ಯಮಾಪನ (Drug level estimation) ಮಾಡುವುದು ಒಳ್ಳೆಯದು. ಆಗ ರಕ್ತದಲ್ಲಿನ ಔಷಧಿಯ ಪ್ರಕಾರವಾಗಿ, ರೋಗಿಗೆ ಕೊಡಬೇಕಾದ ಡೋಸನ್ನು ಗಣಕ ಮಾಡಲು ಸಹಾಯವಾಗುತ್ತದೆ. ಹೀಗೆ ಸುಧಾರಿತ ಕ್ರಮವನ್ನು ಅನುಸರಿಸಿದರೆ ಹೆಚ್ಚಿನ ಅಡ್ಡಪರಿಣಾಮಗಳನ್ನು ತಡೆಯಬಹುದು.

- ರೋಗಿ ಮತ್ತು ರೋಗಿಯ ಸಂಭಂಧಿಗಳೊಂದಿಗೆ ಆಪ್ತ ಸಮಾಲೊಚನೆ ಮತ್ತು ವೈದ್ಯ -ರೋಗಿಗಳ ಸಂಭಂಧ ವೃದ್ಧಿ: ಹೆಚ್ಚಿನ ವೈದ್ಯರಿಗೆ ರೋಗಿಗಳೊಂದಿಗೆ ಹೆಚ್ಚಿನ ಸಮಯ ಕಳೆಯಲು ಪುರುಸೊತ್ತಿರುವುದಿಲ್ಲ. ಸಾಲು ಸಾಲು ರೋಗಿಗಳು ಕಾಯುತ್ತಿರುತ್ತಾರೆ. ಎಲ್ಲಾ ರೋಗಿಗಳೂ ತ್ವರಿತವಾಗಿ ಚಿಕಿತ್ಸೆ ಪಡೆಯಬೇಕೆಂಬ ತವಕದಲ್ಲಿರುತ್ತಾರೆ. ಇದು ವೈದ್ಯರ ಮೇಲೆ ಕೆಲಸದ ಒತ್ತಡ ತಂದಿರುತ್ತದೆ. ತುರ್ತುರೋಗಿಗಳಿಗೆ ಮೊದಲ ಆದ್ಯತೆ ಕೊಡಬೇಕಾಗುತ್ತದೆ. ಹೀಗಿರುವಾಗ ಸಮಯದ ಅಭಾವ ಆಗುವುದು ಖಂಡಿತ.

- ಹೆಚ್ಚಿನ ರೋಗಗಳು ಗುಣವಾಗಲು ವೈದ್ಯರ ಸಹನೆ ಮತ್ತು ಉತ್ತಮ ವೈದ್ಯ-ರೋಗಿಗಳ ನಡುವಿನ ಸಂಭಂಧದ ಅವಶ್ಯಕತೆಯನ್ನು ಬೇಡುತ್ತವೆ. ಅದಕ್ಕೆ ಹೆಚ್ಚಿನ ಸಮಯದ ಅವಶ್ಯಕತೆ ಇದೆ. ಹೀಗೆ ಹೆಚ್ಚಿನ ಸಮಯವನ್ನು ಕೊಡುವುದರಿಂದ, ವೈದ್ಯರು ಹೇಳುವ ಸೂಚನೆಗಳನ್ನು ಸರಿಯಾಗಿ ತಿಳಿಯಲು ಸಹಾಯವಾಗುತ್ತದೆ, ಮತ್ತು ರೋಗಿ ತನ್ನ ಅನುಮಾನಗಳನ್ನು ಕೇಳಿ ಪರಿಹರಿಸಿಕೊಳ್ಳಲು ಕೂಡ ಸಹಾಯವಾಗುತ್ತದೆ.

- ಹೆಚ್ಚಿನ ಅಡ್ಡಪರಿಣಾಮಗಳು ವೈದ್ಯರ ಬರಹ ಮತ್ತು ಅವರ ಸೂಚನೆಗಳು ಅರ್ಥವಾಗದೆ ಆಗುತ್ತವೆ. ಹೆಚ್ಚಿನ ಸಮಸ್ಯೆಗಳನ್ನು ಉತ್ತಮ ಕಮ್ಯುನಿಕೇಷನ್ (ಸಮಾಲೊಚನೆ) ಇಂದ ಕಡಿಮೆ ಮಾಡಬಹುದು.

- ರೋಗಿಗಳು ಮೇಲೆ ಹೇಳಿರುವ ವಿಚಾರಗಳನ್ನು ಅರಿತು, ವೈದ್ಯರೊಂದಿಗೆ ಅನುಸರಿಸಿಕೊಂಡು ಅವರ ಸೂಚನೆಗಳನ್ನು ಚಾಚು ತಪ್ಪದೆ ಪಾಲಿಸುವುದು. ಯಾವುದೇ ಅನುಮಾನವಿದ್ದರೆ, ಆಸ್ಪತ್ರೆ ಆವರಣ ಬಿಡುವುದಕ್ಕಿಂತ ಮೊದಲೇ ಪರಿಹರಿಸಿಕೊಂಡು ಮುಂದೆ ಸಾಗುವುದು. ಒಮ್ಮೆಲೆ ಎಲ್ಲಾ ತಿಳಿಯಬೇಕೆಂಬ ಒತ್ತಡಕ್ಕೆ ಒಳಗಾಗಬಾರದು. ವೈದ್ಯರಿಗೆ ಮತ್ತೆ ಕೇಳಿದರೆ ಅವರು ಬೇಸರವಾಗುತ್ತಾರೆಂಬ ಕೀಳರಿಮೆ ಇರಬಾರದು. ಸಾದ್ಯವಾದಷ್ಟು ಮುಕ್ತವಾಗಿ ಸಮಾಲೊಚನೆ ಮಾಡಿ ಸಮಸ್ಯೆಗಳನ್ನು ಪರಿಹರಿಸಿಕೊಳ್ಳಬೇಕು. ಸಾದ್ಯವಾದಲ್ಲಿ ಹೇಳಿದ್ದನ್ನು ಬರೆದುಕೊಳ್ಳಿ ಮತ್ತು ವೈದ್ಯರ ಅನುಮತಿಯೊಂದಿಗೆ ಮೊಬೈಲ್ನಲ್ಲಿ ಧ್ವನಿ ರೆಕಾರ್ಡ್ ಮಾಡಿಕೊಳ್ಳಿ. ಆಗ ಮತ್ತೆ ಮತ್ತೆ ಕೇಳಿ ಅರ್ಥಮಾಡಿಕೊಳ್ಳಲು ಸಹಾಯವಾಗುತ್ತದೆ. ಬಹಳಷ್ಟು ಅನುಮಾನಗಳನ್ನು ಹೀಗೆ ಮಾಡುವುದರಿಂದ ಪರಿಹರಿಸಿಕೊಳ್ಳಬಹುದು.

8. ಮಕ್ಕಳಲ್ಲಿ ಬಳಸುವ ಯಾವ ಔಷಧಗಳು ಹೆಚ್ಚಿನ ಅಡ್ಡಪರಿಣಾಮಗಳನ್ನು ಉಂಟುಮಾಡುತ್ತವೆ?

ಉ. ಸಂಶೋಧನೆಯ ಪ್ರಕಾರ ಆಂಟಿಬಯಾಟಿಕ್ಸ್ (ಮಿಣಿಜೀವಿಗಳನ್ನು ಕೊಲ್ಲಲು/ ಅವುಗಳ ಬೆಳವಣಿಗೆಯನ್ನು ನಿಯಂತ್ರಿಸುವ) ಔಷಧಗಳು, ಮೆದುಳಿನ ರೋಗಗಳಿಗೆ ಬಳಸುವ ಔಷಧಿಗಳು (Drugs acting on central nervous system) ಮತ್ತು ದೇಹದ ಭಾಗಗಳಲ್ಲಾಗುವ ಉರಿಯೂತ ಕಡಿಮೆ ಮಾಡಲು ಬಳಸುವ ಔಷಧಗಳು (anti-inflammatory drugs) ಹೆಚ್ಚಿನ ಅಡ್ಡಪರಿಣಾಮಗಳನ್ನು ಉಂಟುಮಾಡುವ ಸಾಧ್ಯತೆ ಹೆಚ್ಚು. ಈ ಮೂರು ತರಹದ ಔಷಧಿಗಳು ಒಟ್ಟಾಗಿ ಶೇ. 80% ರಷ್ಟು ಅಡ್ಡಪರಿಣಾಮಗಳನ್ನು ಉಂಟುಮಾಡುವ ಸಾಧ್ಯತೆ ಹೆಚ್ಚು. ಯಾವುದೇ ಔಷಧವನ್ನು ಮಕ್ಕಳಲ್ಲಿ ಬಳಸುವಾಗ ಎಚ್ಚರಿಕೆ ವಹಿಸಬೇಕು. ಪ್ರಶ್ನೆ 3 ರಲ್ಲಿ ಮಕ್ಕಳಲ್ಲಿ ಹೆಚ್ಚಿನ ಅಡ್ಡಪರಿಣಾಮಗಳಾಗಲು ಕಾರಣಗಳನ್ನು ಹೇಳಲಾಗಿದೆ.

9. ಮಕ್ಕಳಲ್ಲಿ ಕಾಣುವ ಸಾಮಾನ್ಯ ಅಡ್ಡಪರಿಣಾಮಗಳೇನು?

ಉ. ಔಷಧ ಸೇವಿಸಿದ ಮಕ್ಕಳಲ್ಲಿ ಜೀರ್ಣಾಂಗ ಮತ್ತು ಚರ್ಮಕ್ಕೆ ಸಂಭಂಧಿಸಿದ ಅಡ್ಡಪರಿಣಾಮಗಳು ಹೆಚ್ಚಾಗಿ ಕಾಣಿಸುತ್ತವೆ. ಸಾಮಾನ್ಯವಾಗಿ ಭೇಧಿ, ವಾಂತಿ, ಮೈಮೇಲೆಲ್ಲ ದದ್ದು (ಯಾರ್ಷ್), ಅಲ್ಲಲ್ಲಿ ಕೆಂಪು ಮಚ್ಚೆಗಳು, ಹೆಚ್ಚಿನ ನಿದ್ದೆ ಮಾಡುವುದು, ಮತ್ತುಬಂದಂತಾಗುವುದು, ರಕ್ತಸ್ರಾವವಾಗುವುದು, ಮುಖದಲ್ಲಿ ಕೆಂಪಗಾಗಿ ಮಚ್ಚೆಗಳಿಂದ ಕೂಡಿರುವುದು ಹೀಗೆ ಹತ್ತಾರು ತರಹದ ಅಡ್ಡಪರಿಣಾಮಗಳನ್ನು ಸಾಮಾನ್ಯವಾಗಿ ಮಕ್ಕಳಲ್ಲಿ ಕಾಣಬಹುದು. ಯಾವುದೇ ರೀತಿಯ ಅಡ್ಡಪರಿಣಾಮಗಳು ಕಂಡುಬಂದಲ್ಲಿ ವೈದ್ಯರನ್ನು ಕಾಣಬೇಕು ಮತ್ತು ಪರಿಹಾರದ ಸಮಾಲೋಚನೆ ಪಡೆಯಬೇಕು.

ಟೆಟ್ರಾಸೈಕ್ಲಿನ್ (tetracyclines) ನಂತಹ ಔಷಧಗಳನ್ನು ಮಕ್ಕಳಲ್ಲಿ ಬಳಸಬಾರದು. ಇವು ಬೆಳೆಯುವ ಮೂಳೆ ಮತ್ತು ಹಲ್ಲುಗಳ ಮೇಲೆ ಅಡ್ಡಪರಿಣಾಮ ಉಂಟುಮಾಡುವ ಸಾದ್ಯತೆ ಹೆಚ್ಚು. ಸಿಪ್ರೊಫ್ಲೋಕ್ಸಸಿನ್ (ciprofloxacin) ನಂತಹ ಔಷಧಗಳು ಮಕ್ಕಳ ಕೀಲುಗಳಲ್ಲಿರುವ ಕಾರ್ಟಿಲೇಜ್ (cartilage) ಮತ್ತು ಮೂಳೆಗಳ ಮೇಲೂ ವ್ಯತಿರಿಕ್ತ ಪರಿಣಾಮಗಳನ್ನು ಉಂಟುಮಾಡಬಹುದು. ಗರ್ಭದಲ್ಲಿದ್ದಾಗ ತಾಯಿ ಔಷಧಿ ಸೇವಿಸಿದರೂ ಮಕ್ಕಳ ಬೆಳವಣಿಗೆಯಲ್ಲಿ ಕುಂಠಿತವಾಗಿ, ಜೀವನಪರ್ಯಂತ ಅವರು ತೊಂದರೆ ಅನುಭವಿಸುವಂತೆ ಆಗುತ್ತದೆ. ಹಾಗಾಗಿ ಔಷಧಗಳನ್ನು ಬಹಳ ಎಚ್ಚರಿಕೆಯಿಂದ ಬಳಸಬೇಕಾಗುತ್ತದೆ. ಸ್ವಯಂವೈದ್ಯಕೀಯ ಮಾಡಿಕೊಳ್ಳುವುದು, ರೋಗಿಗಳು ತಮಗೆ ತಾವೇ ಮಾಡಿಕೊಳ್ಳುವ ಅತೀ ದೊಡ್ಡ ದ್ರೋಹ ಎಂದು ತಿಳಿಯಬೇಕಾಗುತ್ತದೆ.

ಪ್ರ 10. ಔಷಧ ಅಡ್ಡಪರಿಣಾಮಗಳಿಂದ ಆಗಬಹುದಾದ ಅರ್ಥಿಕ ನಷ್ಟವೇನು?

ಉ: ಪ್ರತೀ ಔಷಧದಿಂದ ಒಂದಲ್ಲಾ ಒಂದು ರೀತಿಯ ಅಡ್ಡಪರಿಣಾಮ ಆಗಬಹುದಾಗಿದೆ. ಕೆಲವು ಅಡ್ಡಪರಿಣಾಮಗಳಿಗೆ ಯಾವುದೇ ಚಿಕಿತ್ಸೆ ಇಲ್ಲದೆ ಔಷಧವನ್ನು ವೈದ್ಯರ ಆದೇಶದಂತೆ ನಿಲ್ಲಿಸಬೇಕಾಗುತ್ತದೆ ಅಥವಾ ಆಸ್ಪತ್ರೆಯಲ್ಲಿ ದಾಖಲಾಗದೆ ಹೊರರೋಗಿಯಂತೆ ಚಿಕಿತ್ಸೆ ಪಡೆಯಬೇಕಾಗುತ್ತದೆ. ಹೀಗೆ ಮಾಡುವುದರಿಂದ ಹೆಚ್ಚಿನ

ಅಡ್ಡಪರಿಣಾಮಗಳನ್ನು ಯಶಸ್ವಿಯಾಗಿ ಚಿಕಿತ್ಸೆ ಮಾಡಿದಬಹುದಾಗಿದೆ. ಆದರೆ ಕೆಲವು ತೀವ್ರತರವಾದ ಅಡ್ಡ ಪರಿಣಾಮಗಳು ಜೀವಹಾನಿ ಮಾಡಬಹುದಾಗಿವೆ. ಇನ್ನೂ ಕೆಲವು ರೋಗಿಗಳನ್ನು ಆಸ್ಪತ್ರೆಯ ವಾರ್ಡ್ಗಳಲ್ಲಿ ದಾಖಲಾತಿ ಮಾಡಿ ತಿಂಗಳುಗಟ್ಟಲೆ ಚಿಕಿತ್ಸೆ ಕೊಡಬೇಕಾಗುತ್ತದೆ. ಇನ್ನೂ ಕೆಲವು ರೋಗಿಗಳನ್ನು ತೀವ್ರನಿಘಾ ಘಟಕಕ್ಕೂ ಸೇರಿಸಿ ಚಿಕಿತ್ಸೆ ಮಾಡಬೇಕಾಗಬಹುದು.

ಇವೆಲ್ಲದರಿಂದ ರೋಗಿಯ ಜೀವಕ್ಕೆ ಹಾನಿಯಾಗುವುದಲ್ಲದೆ ಪೋಷಕರಿಗೆ ಆರ್ಥಿಕ ಹೊರೆಯೂ ಆಗಬಹುದು. ಭಾರತ ಸರ್ಕಾರ ಪ್ರತಿಯೊಬ್ಬ ಭಾರತೀಯರ ಆರೋಗ್ಯಕ್ಕಾಗಿ ರೂ. 2000 ಗಳನ್ನು 2019-2020 ರ ಆಯವ್ಯಯ ಪಟ್ಟಿಯಲ್ಲಿ ಕಾಯ್ದಿರಿಸಿದ್ದಾರೆ. ಆದರೆ ಪ್ರತೀ ಅಡ್ಡಪರಿಣಾಮದ ಚಿಕಿತ್ಸೆ ಮಾಡಲು ಸರಾಸರಿ ರೂ. 4000 ಬೇಕಾಗುತ್ತದೆ. ಅಂದರೆ ಅಡ್ಡಪರಿಣಾಮಗಳು ಹೆಚ್ಚಾದಂತೆ ಸರ್ಕಾರದ ಬೊಕ್ಕಸಕ್ಕೆ ಹೆಚ್ಚು ಹೊರೆ ಬೀಳುತ್ತದೆ ಮತ್ತು ಪ್ರಾಣಹಾನಿಯಾಗುವ ಸಂಧರ್ಭಗಳು ಇರುತ್ತವೆ. ಈ ಎಲ್ಲಾ ಕಾರಣಗಳಿಂದ ಆದಷ್ಟು ಅಡ್ಡಪರಿಣಾಮಗಳನ್ನು ತಡೆದರೆ ಉತ್ತಮ. ಸಂಶೋಧನೆಯ ಪ್ರಕಾರ ಶೇ. 53% ಅಡ್ಡಪರಿಣಾಮಗಳನ್ನು ತಡೆಯಬಹುದಾಗಿದೆ. ಆಸ್ಪತ್ರೆಯಗಳಲ್ಲಿ ಉತ್ತಮ ಕಾರ್ಯಕಾರಿ ನಿಯಮಗಳನ್ನು (standard operating procedure) ಜಾರಿಗೊಳಿಸಿ ಪಾಲಿಸುವುದರಿಂದ ಇದು ಸಾದ್ಯವಾಗುತ್ತದೆ.

ಅಧ್ಯಾಯ 11: ಮೂರ್ಛೆರೋಗ

(ಇದು ದೆವ್ವ-ಭೂತದಿಂದ ಬರುವ ರೋಗ ಅಲ್ಲ. ನರಗಳ ಕಾರ್ಯವೈಖರಿಯಲ್ಲಿ ಆಗುವ ವ್ಯತ್ಯಾಸಗಳಿಂದ ಬರುತ್ತದೆ. ಅದಕ್ಕೆ ಔಷಧಿಯ ಅವಶ್ಯಕತೆ ಇದೆ. ಮಾಟ ಮಂತ್ರಗಳು ಬೇಕಾಗಿಲ್ಲ.)

ನರಸಂಬಂಧಿ ರೋಗಗಳು ನಮ್ಮ ಮಾನಸಿಕ ನೆಮ್ಮದಿಯನ್ನು ಹಾಳುಮಾಡುತ್ತವೆ. ಅಂತಹ ಭಯಾನಕ ಹಾಗೂ ಅಸಹನೀಯ ರೋಗಗಳಲ್ಲಿ ನರಸಂಬಂಧಿ ರೋಗಗಳು ಹೆಚ್ಚು ಗಮನ ಸೆಳೆಯುತ್ತವೆ. ಅವುಗಳಲ್ಲಿ ಮೂರ್ಛೆರೋಗವೂ ಒಂದು. ಈ ಮೂರ್ಛೆರೋಗ ಭಾರತದಲ್ಲಿ ಒಂದು ಕೋಟಿಗೂ ಹೆಚ್ಚು ಜನರನ್ನು ಕಾಡುತ್ತಿದೆ. ಸರಾಸರಿ ಶೇ. 1 ರಷ್ಟು ಜನರು ಈ ರೋಗದಿಂದ ಬಳಲುತ್ತಿದ್ದಾರೆ. ನನ್ನ ಈ ಲೇಖನದಲ್ಲಿ ಮೂರ್ಛೆರೋಗದ ಬಗ್ಗೆ ಓದುಗರ ಅನೇಕ ಸಂದೇಹಗಳನ್ನು ಪರಿಹರಿಸುವ ಪ್ರಯತ್ನ ಮಾಡುತ್ತೇನೆ. ನೀವು ಓದಿ ಮತ್ತು ನಿಮ್ಮ ಸಂಭಂಧಿಗಳು ಮತ್ತು ಸ್ನೇಹಿತರಿಗೂ ಹಂಚಿಕೆ ಮಾಡಿ.

1. ಮೂರ್ಛೆರೋಗಕ್ಕಿರುವ ಇತರ ಹೆಸರುಗಳಾವುವು?

ಇಂಗ್ಲೀಷ್ ನಲ್ಲಿ ಎಪಿಲೆಪ್ಸಿ, ಕನ್ವಲ್ಶನ್, ಮತ್ತು ಕನ್ನಡದಲ್ಲಿ ಪಿಟ್ಸ್, ಅಪಸ್ಮಾರ, ಮತ್ತು ಮೂರ್ಛೆರೋಗ ಎಂದು ಕರೆಯುತ್ತಾರೆ.

2. ಮೂರ್ಛೆರೋಗ ಕಂಡ ಕ್ಷಣ ಕೀ ಚೈನು ಕೋಟ್ಟರೆ ನಿಲ್ಲುತ್ತದೆಯೇ?

ಇದು ತಪ್ಪು ಕಲ್ಪನೆ. ಮೂರ್ಛೆರೋಗ (ಪಿಟ್ಸ್) ಬಂದಾಗ ಅದು ಕೆಲವು ನಿಮಿಷಗಳ ನಂತರ ತಂತಾನೆ ನಿಲ್ಲುತ್ತದೆ. ಕೀ ಕೊಟ್ಟರು, ಕೊಡದಿದ್ದರೂ ನಿಲ್ಲುತ್ತದೆ.

ನೀವು ಕೀ ಹುಡುಕುವ ಬದಲು ಹಲ್ಲುಗಳ ಮಧ್ಯೆ ಟವಲ್ ನಂತಹ ಬಟ್ಟೆ ಇಡುವುದು ಒಳ್ಳೆಯದು. ನಾಲಿಗೆ ಕಡಿದು ರಕ್ತಸ್ರವಿಸುವುದನ್ನು ತಡೆಯಬಹುದು.

ತಲೆಕೆಳಕಾಗಿ ಮಲಗಿಸಿ ಎಡಕ್ಕೆ ಮುಖಮಾಡಿ ಮಲಗಿಸುವುದು ಒಳ್ಳೆಯದು. ಇದರಿಂದ ಅಕಸ್ಮಾತ್ ವಾಂತಿಯಾದರೆ, ಅದು ಶ್ವಾಸಕೋಶದೊಳಕ್ಕೆ ಇಳಿಯದಂತೆ ತಡೆಯಲು ಸಹಾಯ ಆಗುತ್ತದೆ. ಇದರಿಂದ ಪ್ರಾಣಾಪಾಯದಿಂದ ಕಾಪಾಡಲು ಸಹಾಯ ಆಗುತ್ತದೆ.

3. ಪಿಟ್ಸ್ ಬಂದೊಡನೆ ಯಾಕೆ ದೇಹದ ಭಾಗಗಳು ವಿಚಿತ್ರವಾಗಿ ಇಚ್ಚಾಶಕ್ತಿಗೆ ಸಿಗದೇ ಚಲಿಸಲಾರಂಭಿಸುತ್ತವೆ? ಪಿಟ್ಸ್ ಬಂದಾಗ ಎಚ್ಚರ ಕೂಡ ತಪ್ಪುತ್ತದೆಯೇ?

ಮಿದುಳಿಗೆ ಸಂಬಂಧಿಸಿದ ನರತೊಂದರೆಗಳಲ್ಲಿ ಮೂರ್ಛೆರೋಗವು ಒಂದು. ಮಿದುಳಿನ ಕೆಲಭಾಗಗಳಲ್ಲಿ ನರಜೀವಕೋಶಗಳ (ನ್ಯೂರಾನ್) ಚಟುವಟಿಕೆಗಳು ಅಸಂಬದ್ಧವಾಗಲು ಪ್ರಾರಂಭವಾಗುವುದರಿಂದ ಆ ನರಗಳ ಅಧೀನದಲ್ಲಿ ಇರುವ ದೇಹದ ಭಾಗಗಳಲ್ಲಿ ಅಸಂಬದ್ಧ ಚಲನೆಗಳು ಪ್ರಾರಂಭವಾಗುತ್ತದೆ. ಇದನ್ನೇ ಪಿಟ್ಸ್ ಅಥವಾ ಮೂರ್ಛೆರೋಗ ಎಂದು ಕರೆಯುತ್ತಾರೆ.

ಅದು ದೇಹದ ಯಾವದೋ ಒಂದು ಭಾಗಕ್ಕೆ ಸೀಮಿತ ಆಗಬಹುದು, ಇಲ್ಲವೇ ದೇಹದ ಪೂರ್ತಿ ಉದ್ದಗಲಕ್ಕೂ ಪಸರಿಸಿ ಇರಬಹುದು. ಇದು ಮೆದುಳಿನ ಎಷ್ಟು ಭಾಗ ಅಸಂಬದ್ಧವಾಗಿ ವರ್ತನೆ ಮಾಡುತ್ತಿದೆ ಎನ್ನುವುದರ ಮೇಲೆ ಅವಲಂಬಿಸಿದೆ. ಎರಡನೆಯ ಪ್ರಶ್ನೆಗೆ ಉತ್ತರಿಸುವುದಾದರೆ, ಹೌದು. ಪಿಟ್ಸ್ ಬಂದಾಗ ಎಚ್ಚರ ಕೂಡ ತಪ್ಪುತ್ತದೆ.

ಪಿಟ್ಸ್ ನ ಲಕ್ಷಣಗಳನ್ನು ನಾಲ್ಕು ಹಂತಗಳಲ್ಲಿ ವಿವರಿಸಬಹುದು.

- ಮೊದಲ ಹಂತದಲ್ಲಿ ಪಿಟ್ಸ್ (ಪೀಠಿಕೆ ಹಂತ - prodomal phase) ಬರುವ ಸೂಚನೆಗಳನ್ನು ಕೊಡುತ್ತದೆ. ತಲೆನೋವು, ಬೆವರುವುದು, ಮೂತ್ರವಿಸರ್ಜನೆ, ಮಾನಸಿಕ ಕಸಿವಿಸಿ, ಖಿನ್ನತೆ, ಹೆದರಿಕೆ, ಬೆಳಕು ಕಂಡರೆ ಹೆಚ್ಚುವ ಹೆದರಿಕೆ, ಮೈಗ್ರೇನ್ ಮುಂತಾದವು.

- ಎರಡನೇ ಹಂತದಲ್ಲಿ (ಮುನ್ನುಡಿ ಹಂತ - Aua phase) ಅರ್ಥ ಆಗದ ಬೆಳಕು ಕಣ್ಣಲ್ಲಿ ಹೊಳೆದಂತೆ ಆಗುವುದು, ಯಾರೋ ಕೂಗಿದಂತೆ, ಮಾತನಾಡಿದಂತೆ ಆಗುವುದು, ಅಲ್ಲಲ್ಲಿ ಕಣ್ಣಿನಲ್ಲಿ ಮೂಡುವ ಚಿತ್ರದಲ್ಲಿ ಕಪ್ಪು ಚುಕ್ಕಿಗಳು (Scotomas), ನಡೆದಾಗ ವಾಲಿದಂತಾಗುವುದು, ಮಾಂಸಖಂಡಗಳು ಸೆಟೆದುಕೊಂಡು ಸ್ವಾದೀನ ತಪ್ಪುವುದು ಇತ್ಯಾದಿ.

- ಮೂರನೇ ಹಂತದಲ್ಲಿ (ಹೊಡೆತದ ಹಂತ - ictal phase) ಪಿಟ್ಸ್ ನಲ್ಲಿ ಕಾಣುವ ನಿಯಮಿತ ಮಾಂಸಖಂಡಗಳ ಚಲನೆ, ಬಾಯಲ್ಲಿ ಜೊಲ್ಲು ಸೋರುವುದು, ನೆಲಕ್ಕೆ ಉರುಳಿ ಬೀಳುವುದು, ಕೆಲವು ರೋಗಿಗಳು ದೂರದಲ್ಲಿ ದೃಷ್ಟಿ ನೆಟ್ಟು ಸುಮ್ಮನೆ ನೋಡುತ್ತಾ ಇರುವುದು. ತಂತಾನೆ ಮಾಂಸಖಂಡಗಳು ಬಡಿದು ಕೊಂಡಂತೆ, ಅಲ್ಲಾಡಿದಂತೆ, ಸೆಟೆದು ಕೊಂಡಂತೆ ಮತ್ತು ಬಿಟ್ಟಂತೆ ಕಾಣಬಹುದು, ಉಸಿರು ಬಿಗಿ ಹಿಡಿದಂತೆ ಆಗುವುದು, ಕೆಟ್ಟ ವಾಸನೆ ಮೂಗಿಗೆ ಬಡಿದಂತೆ ಆಗುವುದು, ಅಸಂಬದ್ಧ ವಾಗಿ ಮಾತನಾಡುವುದು, ಕಂಡು ಕೇಳರಿಯದ ಶಬ್ದ ಬಳಸುವುದು, ಹೀಗೆ ಹತ್ತು ಹಲವು ವಿವಿಧ ಲಕ್ಷಣಗಳು ಕಾಣಬಹುದು.

- ನಾಲ್ಕನೇ ಹಂತದಲ್ಲಿ (ಮುಕ್ತಾಯ ಹಂತ - post ictal phase) ರೋಗಿಯು ಚೇತರಿಸಿಕೊಳ್ಳುವ ಮುನ್ನ ಕಾಣುವ ಲಕ್ಷಣಗಳಿವು. ಅರಳುಮರುಳು, ಎಚ್ಚರ ತಪ್ಪುವುದು, ಸುಸ್ತಾಗಿರುವುದು, ತಲೆನೋವು, ಮೂತ್ರ ವಿಸರ್ಜನೆ ಆಗಿರುವುದು, ಹೆದರಿರುವುದು, ಬಾಯಾರಿಕೆ, ವಾಂತಿಯಾಗುವುದು, ಮೈಕೈ ನೋವು, ದೇಹದ ಕೆಲವು ಭಾಗಗಳಲ್ಲಿ ಶಕ್ತಿ ಕಡಿಮೆ ಆದ ಅನುಭವ, ತಲೆಗೆಪೆಟ್ಟಾಗಿರುವುದು ಹೀಗೆ ಹಲವು ಚಿನ್ಹೆಗಳು ಕಾಣಬಹುದು.

4. ಈ ಮೇಲೆ ಹೇಳಿದ ಎಲ್ಲಾ ಲಕ್ಷಣಗಳು ಪ್ರತೀ ರೋಗಿಯಲ್ಲೂ ಕಾಣ ಸಿಗುತ್ತವೆಯೇ?

ಇಲ್ಲ. ಎಲ್ಲ ಮೂರ್ಛೆರೋಗ ರೋಗಿಗಳಿಗೂ ಎಲ್ಲಾ ಲಕ್ಷಣಗಳು ತೋರುವುದಿಲ್ಲ. ಪಿಟ್ಸ್ ನಲ್ಲಿ ಮುಖ್ಯವಾಗಿ ಮೂರು ವಿಧಗಳಿವೆ.

1. ಮೈ ಪೂರ್ತಿ ಆವರಿಸಿದ ಮೂರ್ಛೆರೋಗ (Grandmal epilepsy)
2. ಆಯ್ದ ದೇಹದ ಭಾಗಗಳಲ್ಲಿ ಮಾತ್ರ ಕಾಣುವ ಮೂರ್ಛೆರೋಗ (Partial epilepsy)
3. ದೃಷ್ಟಿ ದಿಟ್ಟಿಸಿ ನೋಡುವ ಅಥವಾ ಯಾವುದೇ ಲಕ್ಷಣ ತೋರದ ಮೂರ್ಛೆರೋಗ (absence seizure)

ಇದರಲ್ಲಿ ಹಲವು ಉಪವಿಧಗಳೂ ಇವೆ. ಅವನ್ನು ವೈದ್ಯರು ತಿಳಿದಿರುತ್ತಾರೆ. ಇಲ್ಲಿ ಎಲ್ಲವೂ ಹೇಳುವುದು ಸಾದ್ಯವಿಲ್ಲ. ನಿಮ್ಮ ವೈದ್ಯರೊಂದಿಗೆ ಚರ್ಚೆ ಮಾಡುವಾಗ ಕೇಳಿ ತಿಳಿಯಿರಿ.

ಹಿಂದಿನ ಪ್ರಶ್ನೆಗೆ ಉತ್ತರದಲ್ಲಿ ಹೇಳಿದಂತೆ ಮೂರ್ಛೆರೋಗದ ಉಪವಿಧಧ ಪ್ರಕಾರ ಚಿನ್ಹೆಗಳು ಕಾಣಿಸಿಕೊಳ್ಳಬಹುದು.

ಪ್ರತಿ ವಿಧಕ್ಕೂ ಚಿಕಿತ್ಸೆ ಬದಲಾಗುತ್ತದೆ. ಹಾಗಾಗಿ ಎಲ್ಲಾ ಮೂರ್ಛೆರೋಗಕ್ಕೂ ಒಂದೇ ತರಹದ ಚಿಕಿತ್ಸೆ ಒಗ್ಗುವುದಿಲ್ಲ.

5. ಮೂರ್ಛೆರೋಗ ರೋಗಿಗಳು ಎಲ್ಲಾ ಕೆಲಸಗಳನ್ನು ಮಾಡಲು ಯೋಗ್ಯರೇ? ನನಗೆ ಮೂರ್ಛೆರೋಗ ಇದ್ದರೂ ಡ್ರೈವರ್ ಕೆಲಸಕ್ಕೆ ಅರ್ಜಿ ಹಾಕಬಹುದೇ?

ಇಲ್ಲ. ಮೂರ್ಛೆರೋಗ ಇದ್ದವರು ಕೆಲವೊಂದು ಕೆಲಸವನ್ನು ಸುರಕ್ಷತೆಯ ದೃಷ್ಟಿಯಿಂದ ಮಾಡದಿರುವುದು ಒಳ್ಳೆಯದು.

ಫಿಟ್ಸ್ ನ ಲಕ್ಷಣಗಳು ಯಾವಾಗಬೇಕಾದರೂ ಕಾಣಬಹುದು. ಮೆದುಳಿನ ಭಾಗಗಳು ಪ್ರಚೋದನೆಗೊಂಡು ತಂತಾನೆ ಹಠಾತ್ ಚಾಲನೆ ಪಡೆಯುತ್ತದೆ. ಇದರಿಂದ ವ್ಯಕ್ತಿಗೆ ದೈಹಿಕವಾಗಿ ಗಾಯವನ್ನು ಸಹ ಉಂಟಾಗಬಹುದು. ಅಕಸ್ಮಾತ್ ರೋಗಿಯು ಅಂತಹ ಸಮಯದಲ್ಲಿ ವಾಹನ ಚಲನೆ ಮಾಡುತ್ತಿದ್ದರೆ, ಅಥವಾ ಫ್ಯಾಕ್ಟರಿಯಲ್ಲಿ ದೊಡ್ಡ ದೊಡ್ಡ ಯಂತ್ರಗಳ ನಿರ್ವಹಣೆ ಮಾಡುತ್ತಿದ್ದರೆ, ಆಗ ರೋಗಿಗೂ ಮತ್ತು ಸಾರ್ವಜನಿಕರಿಗೂ ತೊಂದರೆ ಆಗಬಹುದು. ಈ ಕಾರಣಕ್ಕಾಗಿ ಪ್ರತಿಯೊಬ್ಬ ಪ್ರಜೆಯೂ ಯಾವುದೇ ಕೆಲಸಕ್ಕೆ ನೇಮಕ ಆಗುವ ಮುನ್ನ ಕಲರ್ ಕಂಡು ಹಿಡಿಯಲಾಗದ ಕುರುಡುತನ (ಕಲರ್ ಬ್ಲೈಂಡ್ನೆಸ್), ಫಿಟ್ಸ್, ಹೃದಯ ಸಂಬಂಧಿ ಕಾಯಿಲೆಗಳು ಹೀಗೆ ಹಲವು ರೋಗಗಳಿಗಾಗಿ ತಪಾಸಣೆ ನಡೆಸಲಾಗುತ್ತದೆ. ಹಾಗಾಗಿ ನಿಮ್ಮನ್ನು ಇಂತಹ ಕೆಲಸಕ್ಕೆ ತೆಗೆದು ಕೊಳ್ಳಲು ನಿರಾಕರಿಸಿದರೆ ಬೇಸರ ಪಟ್ಟು ಕೊಳ್ಳಬೇಡಿ.

6. ಫಿಟ್ಸ್ ರೋಗಕಾರಕಗಳು ಯಾವುವು?

ಫಿಟ್ಸ್ ಪ್ರಾರಂಭ ಆಗಲು ವಯಸ್ಸಿನ ಮಿತಿ ಇಲ್ಲ. ನರಗಳಲ್ಲಿ ಉಂಟಾಗುವ ಅಸಮರ್ಪಕ ಚಟುವಟಿಕೆಗಳಿಂದ ಈ ರೋಗದ ಲಕ್ಷಣಗಳು ಕಾಣುತ್ತವೆ.

ನವಜಾತ ಶಿಶುಗಳಲ್ಲಿ ಕಾಣಿಸಿಕೊಳ್ಳಲು ಕಾರಣಗಳು:

* ಪ್ರಸವದ ಸಂದರ್ಭದಲ್ಲಿ ಮಗುವಿಗೆ ಆಮ್ಲಜನಕದ ಕೊರತೆ ಉಂಟಾದರೆ ಮೆದುಳಿಗೆ ಆಗುವ ಆಘಾತಗಳು.

*ಮಗು ಹುಟ್ಟುವ ಮೊದಲೇ ಮಿದುಳಿಗೆ ಸಂಬಂಧಿಸಿದ ದೋಷಗಳನ್ನು ಹೊಂದಿರುವುದು (ಕಂಜನ್ಯೆಟಲ್ ಅನಾಮಲಿ)

*ರಕ್ತದಲ್ಲಿ ಲವಣಾಂಶಗಳು (ಕ್ಯಾಲ್ಸಿಯಂ, ಮೆಗ್ನಿಶಿಯಂ) ಮತ್ತು ಸಕ್ಕರೆ ಪ್ರಮಾಣದ ಕೊರತೆಯಾದರೆ, ಪಿಟ್ಸ್ ಕಾಣಿಸಿಕೊಳ್ಳುವುದು.

*ಗರ್ಭಿಣಿ ತಾಯಿಯು ಔಷಧಿ ಬಳಸುವುದರಿಂದ ಅಡ್ಡ ಪರಿಣಾಮಗಳಾಗುವುದು.

*ಯಾವುದೇ ಕಾರಣಕ್ಕೆ ತಲೆಬುರುಡೆಯೊಳಗೆ ಮತ್ತು ಮೆದುಳಿನ ಒಳಗೆ ರಕ್ತಸ್ರಾವ ಆಗುವುದು

ಮಕ್ಕಳಲ್ಲಿ ಕಾಣಿಸಿಕೊಳ್ಳಲು ಕಾರಣ:

*ಮೆದುಳಿನ ಮತ್ತು ಅದರ ಸುತ್ತ ಮುತ್ತಲಿನ ಅಂಗಾಂಶಗಳ ಸೋಂಕುಗಳು, (ತಲೆಬುರುಡೆಯೊಳಗಿನ ಸೋಂಕುಗಳು). ಕ್ಷಯರೋಗ, ಟಾಕ್ಸೋಪ್ಲಾಸ್ಮೋಸೌಸ್ ಮತ್ತು ಜಂತುಹುಳುಗಳ ಸೋಂಕು ಮುಖ್ಯವಾದವು.

*ಮೆದುಳಿನ ಮತ್ತು ಅದರ ಕವಚದ ದುರ್ಮಾಂಸ ಗಡ್ಡೆಗಳು ಮತ್ತು ಕ್ಯಾನ್ಸರ್ ಗಳು

*ಅತೀ ಹೆಚ್ಚು ಜ್ವರ

ಯುವಕರು ಮತ್ತು ವಯಸ್ಕರಲ್ಲಿ ಕಾಣಿಸಿಕೊಳ್ಳಲು ಕಾರಣಗಳು:

*ಹಿಂದೆ ಹೇಳಿದಂತೆ ಮಗುವಿನ ಪ್ರಸವದ ಸಂದರ್ಭದಲ್ಲಿ ಉಂಟಾದ ತೊಂದರೆಗಳು

*ವಂಶಪಾರಂಪರ್ಯವಾಗಿ ಕಾಣುವ ಮೆದುಳಿನ ಕೆಲಭಾಗಗಳಲ್ಲಿನ ಇರುವ ನ್ಯೂನತೆಗಳು. ಇದು ಜೀವತಂತ್ರಾಂಶಗಳ (ಜೀನ್ಸ್) ನಿಯಂತ್ರಣದಲ್ಲಿ ಇರುವ ಸಾಧ್ಯತೆ ಇದೆ.

*ಅಪಘಾತ ಮತ್ತು ಇತರೆ ಕಾರಣ ಗಳಿಂದ ಮೆದುಳಿಗೆ ಅಥವಾ ತಲೆಗೆ ಬಿದ್ದ ಪೆಟ್ಟು ಮತ್ತು ಆಘಾತ

*ಮೆದುಳಿಗೆ ಸಂಬಂಧಿಸಿದ ರೋಗಗಳು

ವಯಸ್ಕರಲ್ಲಿ ಅಥವಾ ವೃದ್ಧರಲ್ಲಿ ಕಾಣಿಸಿಕೊಳ್ಳಲು ಕಾರಣಗಳು:

*ಅತಿ ಯಾದ ರಕ್ತದೊತ್ತಡ ಮತ್ತು ಲಕ್ವಹೊಡೆಯುವುದರಿಂದ

*ಬೇರೆ ಯಾವುದೇ ಕಾರಣದಿಂದ ಮೆದುಳಿನಲ್ಲಿ ಸೋಂಕು ಮತ್ತು ಗಾಯಗಳಾಗಿ ಮಚ್ಚೆ ಇದ್ದರೆ

*ಮೆದುಳು ನಶಿಸುವ ರೋಗಗಳಾದ ಆಲ್ಝೈಮರ್ ಕಾಯಿಲೆ ಇತರೆ

ಇತರ ಸಾಮಾನ್ಯ ಕಾರಣಗಳು

- ಪ್ರಪಂಚದ ಶೇ. 50ರಷ್ಟು ರೋಗಿಗಳ ರೋಗಕ್ಕೆ ಕಾರಣ ಇನ್ನೂ ತಿಳಿದಿಲ್ಲ.
- ಮೆದುಳಿನ ಬೆಳವಣಿಗೆಯಲ್ಲಿ ಕುಂಟಿತವಾಗಿರುವುದು
- ದೇಹದಲ್ಲಿ ಲವಣಾಂಶಗಳ (ಎಲೆಕ್ಟ್ರೋಲೈಟ್) ಮಟ್ಟದಲ್ಲಿ ಏರುಪೇರಾದಾಗ
- ಅತಿಹೆಚ್ಚು ಜ್ವರ ಬಂದಾಗ ಇತ್ಯಾದಿ.

7. ಪಿಟ್ಸ್ ರೋಗಕ್ಕೆ ಚಿಕಿತ್ಸೆ ಇದೆಯೇ?

ಹೌದು. ಹಿಂದೆ ಹೇಳಿದಂತೆ ಹಲವು ವಿಧದ ಮೂರ್ಛೆರೋಗ ಇವೆ. ಹಲವು ಕಾರಣಗಳನ್ನು ತಿಳಿದುಕೊಂಡಿದ್ದೇವೆ. ಇವುಗಳಲ್ಲಿ ಹೆಚ್ಚಿನ ತರಹದವಕ್ಕೆ ಚಿಕಿತ್ಸೆ ಇದೆ. ಸೋಂಕು, ಟ್ಯೂಮರ್ ಮತ್ತು ತಲೆಬುರುಡೆಯೊಳಗಿನ ಜಾಗ ಅತಿಕ್ರಮಿಸಿ ಆಗುವ ಪಿಟ್ಸ್ ನಂತಹವಕ್ಕೆ ಚಿಕಿತ್ಸೆ ಸಾದ್ಯ. ಮಕ್ಕಳಿಗೆ ಹೆಚ್ಚಿನ ಜ್ವರದಿಂದ ಬರುವ ಪಿಟ್ಸ್ ಕೂಡ ಮುಂದಿನ ದಿನಗಳಲ್ಲಿ ಮರುಕಳಿಸುವುದಿಲ್ಲ.

ಹಲವು ತರಹದ ಪಿಟ್ಸ್ ಗಳು ಮರುಕಳಿಸದಂತೆ ತಡೆಯಲು ನಿಯಮಿತ ಕ್ರಮದಲ್ಲಿ ಔಷಧ ಪಡೆಯಲು ವೈದ್ಯಕೀಯ ಸಿಬ್ಬಂದಿಯ ಸಹಾಯ ಪಡೆಯಿರಿ.
ಹೆದರುವ ಅವಶ್ಯಕತೆ ಇಲ್ಲ.

ತೀರಾ ವಿರಳ ಪ್ರಕರಣಗಳಲ್ಲಿ ಪಿಟ್ಸ್ ರೋಗವು ಮೆದುಳಿಗೆ ಖುದ್ದಾಗಿ ಸಂಬಂಧಿಸಿದ ಕಾಯಿಲೆ ಆಗಿರಬಹುದು. ಆಗ ತುರ್ತಾಗಿ ಚಿಕಿತ್ಸೆ ಬೇಕಾಗುವ ಅನಿಯಂತ್ರಿತ ಮೂರ್ಛೆರೋಗ (ಸ್ಟೇಟಸ್ ಎಪಿಲೆಪ್ಟಿಕಸ್) ವಾಗಿ ತೊಂದರೆ ಕೊಡಬಹುದು. ಇಂತಹ ಸಮಸ್ಯೆ ಇರುವ ರೋಗಿಗಳಿಗೆ ಹೆಚ್ಚಿನ ಪರಿಶೋಧನೆಗೆ ಒಳಪಡಿಸಿ ರೋಗದ ಬಗ್ಗೆ ಕೂಲಂಕಷವಾಗಿ ಚರ್ಚಿಸಿ ನಂತರ ಯಾವ ರೀತಿಯ ಶಸ್ತ್ರಚಿಕಿತ್ಸೆ ಅಗತ್ಯ ಎಂಬುದನ್ನು ನಿರ್ಧರಿಸಬೇಕಾಗುತ್ತದೆ. ಮೆದುಳಿಗೆ ಕಾಯಂ ಆಗಿ ಹಾನಿಯಾಗುವುದನ್ನು ತಪ್ಪಿಸುವ ಸಲುವಾಗಿ ಈ ನಿರ್ಧಾರವನ್ನು ಆದಷ್ಟು ಬೇಗನೆ ತೆಗೆದುಕೊಳ್ಳಬೇಕಾಗುತ್ತದೆ. ನಿಮ್ಮ ವೈದ್ಯರು ಕೊಡುವ ಸಲಹೆಗಳನ್ನು ಪಾಲಿಸಬೇಕಾಗುತ್ತದೆ.

8. ಪಿಟ್ಸ್ ರೋಗಿಗಳಿಗೆ ಸಮಾಜದ ಜನರಿಂದ ಯಾವ ಸಹಾಯ ಬೇಕು?

ಸಮಾಜದಲ್ಲಿ ಪಿಟ್ಸ್ ರೋಗಿಗಳನ್ನು ಬಹಳ ಕೀಳರಿಮೆಯಿಂದ ನೋಡುವುದನ್ನು ನಿಲ್ಲಿಸಬೇಕು. ಈ ರೋಗದಿಂದ ಬಳಲುತ್ತಿರುವ ರೋಗಿಗಳು ಹಿಂದಿನ ಜನ್ಮದಲ್ಲಿ ಯಾವುದೇ ಪಾಪ ಮಾಡಿರುವುದಿಲ್ಲ. ಪಿಟ್ಸ್ ಒಂದು ಸಕ್ಕರೆ ಕಾಯಿಲೆ, ಬಿ ಪಿ ರೋಗ, ಹೊಟ್ಟೆ ಹುಣ್ಣು ಅಂತೆಯೇ ಒಂದು ರೋಗ.

ಪಿಟ್ಸ್ ರೋಗಿಗಳು ಸರಿಯಾದ ಕ್ರಮದಲ್ಲಿ ಚಿಕಿತ್ಸೆ ಪಡೆದರೆ ಸಾಮಾನ್ಯ ಜನರಂತೆ ಜೀವನದಲ್ಲಿ ಎಲ್ಲವನ್ನೂ ಸಾಧಿಸಲು ಸಾಧ್ಯವಿದೆ.

ಸೂಕ್ತ ವೈದ್ಯಕೀಯ ಚಿಕಿತ್ಸೆ ಮತ್ತು ಪರಿಣಾಮಕಾರಿ ಔಷಧಿಗಳನ್ನು ನೀಡುವುದರಿಂದ ಪಿಟ್ಸ್ ಅನ್ನು ಸಂಪೂರ್ಣವಾಗಿ ನಿಯಂತ್ರಿಸಬಹುದು ಅಥವಾ ನಿವಾರಿಸಬಹುದು. ಈ ಸಮಸ್ಯೆಗೆ ತುತ್ತಾದವರು ನಿಗದಿತ ಅವಧಿಯವರೆಗೆ ಕ್ರಮಬದ್ಧವಾಗಿ ಔಷಧಿ ತೆಗೆದುಕೊಳ್ಳಬೇಕಾಗುತ್ತದೆ. ವೈದ್ಯರ ಸಲಹೆ ಪಡೆದು ಅನುಸರಿಸಬೇಕಾದ ಕ್ರಮಗಳನ್ನು ಅರಿತು ಪಾಲಿಸಿದರೆ ಸಾಮಾನ್ಯ ಜೀವನ ನಡೆಸಲು ಸಾದ್ಯವಿದೆ.

ಈ ಎಲ್ಲಾ ಸತ್ಯವನ್ನು ಅರಿತು ಸಾರ್ವಜನಿಕರು ಪಿಟ್ಸ್ ರೋಗಿಗಳನ್ನು ಸಹಾನುಭೂತಿಯಿಂದ ನಡೆಸಿಕೊಂಡು ಗೌರವಯುತವಾಗಿ ಬದುಕಲು ಅನುವು ಮಾಡಿಕೊಡಬೇಕಾಗುತ್ತದೆ. ಸಾರ್ವಜನಿಕವಾಗಿ ನಿಂದಿಸುವುದು ಮತ್ತು ಗೇಲಿಮಾಡುವಂತಹ ವಿಕೃತ ಮನೋಭಾವವನ್ನು ದೂರ ಇಡಬೇಕು.

ಅಧ್ಯಾಯ 12: ರಕ್ತದೊತ್ತಡ
(ಎಲ್ಲಾ ಅಂಗಗಳನ್ನು ಕಾಡುತ್ತಾ ಅಕಾಶಕ್ಕಾಗಿ ಕಾದು ಕುಳಿತ ಮಾರ್ಜಾಲ)

ರಕ್ತದೊತ್ತಡ ಬಹಳ ಸಾಮಾನ್ಯವಾಗಿ ಕಾಣುವ ರೋಗವಾಗಿದೆ. ಸಂಖ್ಯಾಶಾಸ್ತ್ರದ ಪ್ರಕಾರ ಶೇ. 29.8 ರಷ್ಟು ಭಾರತದ ಜನತೆ ರಕ್ತದೊತ್ತಡದಿಂದ ಬಳಲುತ್ತಿದ್ದಾರೆ. ಇಷ್ಟು ಸಾಮಾನ್ಯವಾದ ರೋಗದ ಬಗ್ಗೆ ಎಲ್ಲರೂ ತಿಳಿದು ಕೊಳ್ಳಲೇಬೇಕಾಗಿದೆ. ಓದುಗರೆಲ್ಲರೂ ಪೂರ್ತಿ ಲೇಖನ ಓದಿ, ರಕ್ತದೊತ್ತಡದಿಂದಾಗುವ ಜೀವಹಾನಿ ಮತ್ತು ಜೀವನ ಹಾನಿಯನ್ನು ತಡೆಯಬೇಕು. ಈ ಬಗ್ಗೆ ತಿಳಿದು, ಇನ್ನೂ ಹತ್ತು ಜನರಿಗೆ ತಿಳಿಸಿ ಮಾಹಿತಿ ಪ್ರಸರಣಕ್ಕೆ ಸಹಕರಿಸಿ.

1. ಏನಿದು ರಕ್ತದೊತ್ತಡ?

ರಕ್ತ ಹೃದಯದಿಂದ ದೇಹದ ಪ್ರತೀ ಭಾಗಕ್ಕೆ ಹರಿಯಲು ಒತ್ತಡ (pressure) ಬೇಕಾಗುತ್ತದೆ. ಈ ಒತ್ತಡ ಇಲ್ಲದಿದ್ದರೆ ರಕ್ತ ನಿಂತಲ್ಲೇ ನಿಲ್ಲುತ್ತದೆ. ಹೃದಯ ಬಡಿತ ಎಷ್ಟು ಮುಖ್ಯವೋ ರಕ್ತ ಹರಿಯುವುದೂ ಅಷ್ಟೇ ಮುಖ್ಯ. ಆದರೆ ಒತ್ತಡ ಒಂದು ಮಿತಿಯಲ್ಲಿ ಇರ ಬೇಕಾಗುತ್ತದೆ. ಇದಕ್ಕೆ ಆರೋಗ್ಯವಂತ ರಕ್ತದೊತ್ತಡ (normal blood pressure) ಎನ್ನುತ್ತೇವೆ. ಸಾಮಾನ್ಯವಾಗಿ ಆರೋಗ್ಯವಂತರಲ್ಲಿ ರಕ್ತದೊತ್ತಡ 120/80 mm Hg ಇರುತ್ತದೆ. ಇದಕ್ಕಿಂತ ರಕ್ತದೊತ್ತಡ ಜಾಸ್ತಿಯಾದಾಗ ಅಧಿಕ ರಕ್ತದೊತ್ತಡ (Hypertension) ಎಂತಲೂ ಮತ್ತು ಕಡಿಮೆಯಾದಾಗ ಕಡಿಮೆ ರಕ್ತದೊತ್ತಡ (Hypotension) ಕರೆಯಲಾಗುತ್ತದೆ.

2. ರಕ್ತದೊತ್ತಡದಲ್ಲಿ ಸ್ವಲ್ಪ ಏರುಪೇರು ಆದರೂ ಹೆದರಬೇಕೆ? ಸಾಮಾನ್ಯವಾಗಿ ರಕ್ತದೊತ್ತಡ ಎಷ್ಟರ ಅಂತರದಲ್ಲಿ ಇದ್ದರೆ ಚಿಕಿತ್ಸೆ ಪಡೆಯುವ ಅವಶ್ಯಕತೆ ಇಲ್ಲ?

ಇಲ್ಲ. ರಕ್ತದೊತ್ತಡ ಒಂದೇ ಮಟ್ಟದಲ್ಲಿ ಇರಲು ಸಾದ್ಯವಿಲ್ಲ. ಸ್ವಲ್ಪ ಹೆಚ್ಚು ಕಡಿಮೆ ಆದರೆ ಹೆದರುವ ಅವಶ್ಯಕತೆ ಇಲ್ಲ.

ಸಾಮಾನ್ಯವಾಗಿ ರಕ್ತದೊತ್ತಡ ಬೆಳಗಿನ ಜಾವ ಕಡಿಮೆ ಇರುತ್ತದೆ. ದಿನದ ಗಂಟೆ ಗಂಟೆಗೂ ನಿದಾನವಾಗಿ ಸರಾಸರಿ ರಕ್ತದೊತ್ತಡದಲ್ಲಿ ಏರುಪೇರು ಆಗುತ್ತಿರುತ್ತದೆ. ಈ ಬದಲಾವಣೆಗಳಿಗೆ ಯಾವುದೇ ಚಿಕಿತ್ಸೆ ಬೇಕಾಗುವುದಿಲ್ಲ. ಆದರೆ ಸರಾಸರಿ ರಕ್ತದೊತ್ತಡ ಹೆಚ್ಚಾಗಿ ಅದೇ ಮಟ್ಟದಲ್ಲಿ ಉಳಿದುಕೊಂಡರೆ ಆಗ ಅದನ್ನು ಅಧಿಕ ರಕ್ತದೊತ್ತಡ ಎಂದು ಗುರುತಿಸಿ ಚಿಕಿತ್ಸೆ ನೀಡಬೇಕಾಗುತ್ತದೆ.

ಆರೋಗ್ಯವಂತರಲ್ಲಿ ರಕ್ತದೊತ್ತಡ 120/80 mm Hg ಇರುವುದು ಸಾಮಾನ್ಯ. ವಯಸ್ಸಾದಂತೆ ರಕ್ತದೊತ್ತಡದಲ್ಲಿ ಏರಿಕೆ ಉಂಟಾಗುವುದು ಸಹಜ. ಮಾನಸಿಕವಾಗಿ ಆಗುವ ಏರುಪೇರುಗಳಿಂದಲೂ ಅಲ್ಪ ಸ್ವಲ್ಪ ರಕ್ತದೊತ್ತಡ ಹೆಚ್ಚು ಕಡಿಮೆ ಆದರೆ ಚಿಂತಿಸುವ ಅಗತ್ಯವಿಲ್ಲ. ಕೆಲವರಲ್ಲಿ ರಕ್ತದೊತ್ತಡ140/90 ಅಥವಾ 110/70 mmHg ನಡುವೆ ಇರುವ ಸಾದ್ಯತೆ ಇದೆ. ಆದರೆ ಇದಕ್ಕಿಂತ ಅಧಿಕ ಅಥವಾ ಕಡಿಮೆ ಆದಾಗ ವೈದ್ಯರ ಸಲಹೆ ಪಡೆಯುವುದು ಅತ್ಯವಶ್ಯಕ.

3. ರಕ್ತದೊತ್ತಡ ಹೆಚ್ಚಾಗಲು ಕಾರಣಗಳೇನು?ರಕ್ತದೊತ್ತಡ ಯಾರಿಗೆ ಜಾಸ್ತಿ ಆಗುವ ಸಾದ್ಯತೆ ಇರುತ್ತದೆ?

ಯಾವುದೇ ಕಾರಣ ಇಲ್ಲದೆ ಕೂಡ ಅಧಿಕ ರಕ್ತದೊತ್ತಡ ಆಗಬಹುದು. ಈ ಸುದ್ದಿ ಓದಿ ನಿಮಗೆ ಆಶ್ಚರ್ಯ ಆಗಬಹುದು. ವಿನಾಕಾರಣ ತೊಂದರೆ ಕೊಡುವ ಕಾಯಿಲೆಗಳಲ್ಲಿ ಅಧಿಕ ರಕ್ತದೊತ್ತಡ ಕೂಡ ಒಂದು. ಅದಕ್ಕಾಗಿ ಅಧಿಕ ರಕ್ತದೊತ್ತಡವನ್ನು ಎರಡು ವಿಧಗಳಾಗಿ ವಿಂಗಡಿಸಬಹುದು. **ಪ್ರಾಥಮಿಕ (ವಿನಾಕಾರಣ) ಅಧಿಕ ರಕ್ತದೊತ್ತಡ** ಮತ್ತು **ದ್ವಿತೀಯ (ಕಾರಣಸಹಿತ) ಅಧಿಕ ರಕ್ತದೊತ್ತಡ (ಹೈಪರ್ ಟೆನ್ಶನ್).** ಕಾರಣ ಏನೇ ಇದ್ದರೂ ಚಿಕಿತ್ಸೆ ಕೊಳ್ಳಲೇಬೇಕು.

ರಕ್ತದೊತ್ತಡ ಹೆಚ್ಚು ಮಾಡುವ ಅಂಶಗಳೆಂದರೆ

- ಹೆಚ್ಚಾದ ದೇಹದ ತೂಕ,
- ಮಾನಸಿಕ ಅಸ್ತಿರತೆ ಮತ್ತು ಒತ್ತಡ,
- ನಿದ್ರೆ ಮಾಡದಿರುವುದು ಮತ್ತು ನಿದ್ರೆ ಸರಿಯಾಗಿ ಬರದಿರುವುದು
- ಅಧಿಕ ಉಪ್ಪು ಮತ್ತು ಉಪ್ಪಿನಿಂದ ಕೂಡಿದ ಆಹಾರ ಸೇವನೆ
- ನಾರಿನಂಶ ಕಡಿಮೆ ಇರುವ ಆಹಾರ ಸೇವನೆ
- ಮದ್ಯಪಾನ ಮತ್ತು ಧೂಮಪಾನದಂತಹ ಚಟಗಳಿಗೆ ಬಲಿಯಾಗಿರುವುದು
- ಅಧಿಕ ನೋವು ನಿವಾರಕ ಔಷಧಿಗಳ ಸೇವನೆ
- ಅನುವಂಶಿಕವಾಗಿ ಕುಟುಂಬದ ಸದಸ್ಯರಿಗೆ ರಕ್ತ ದೊತ್ತಡ ಹೆಚ್ಚು ಇದ್ದರೆ, ಮುಂದಿನ ಪೀಳಿಗೆಗೆ ಮುಂದುವರೆಯುವ ಸಾದ್ಯತೆ ಇದೆ.
- ಮಧುಮೇಹದಂತಹ ರೋಗಗಳಿದ ಬಳಲುತ್ತಿರುವುದು
- ಚಟುವಟಿಕೆಯಿಲ್ಲದ ಅಶಿಸ್ತಿನಿಂದ ಕೂಡಿದ ಜೀವನ ಶೈಲಿ

ದ್ವಿತೀಯ ಅಧಿಕ ರಕ್ತದೊತ್ತಡ (secondary hypertension) ದೇಹದಲ್ಲಿರುವ ನ್ಯೂನತೆಗಳ ಕಾರಣಗಳಿಂದ ಬರುತ್ತದೆ. ಮೇಲೆ ಹೇಳಿರುವ ಯಾವುದೇ ಒಂದು ಅಥವಾ ಅಧಿಕ ಅಂಶಗಳು ಕಾರಣಗಳಾಗಿರಬಹುದು. ಮುಖ್ಯವಾಗಿ ಹೃದಯದ ರೋಗಗಳು, ಮೂತ್ರಪಿಂಡಗಳ ನಿಷ್ಕ್ರಿಯತೆ, ಥೈರಾಯಿಡ್ ಮತ್ತು ಆಡ್ರೀನಲ್ ಯಂತಹ ನಿರ್ನಾಳಗಂಥಿಗಳು ಹರಿಬಿಡುವ ರಸಗಳಲ್ಲಿ ಹೆಚ್ಚಾಗುವುದು ಇತ್ಯಾದಿ ಹೆಚ್ಚಿನ ಪಾತ್ರ ವಹಿಸುತ್ತವೆ. ಪ್ರಾಥಮಿಕ ಅಧಿಕ ರಕ್ತದೊತ್ತಡ (essential hypertension)ಕ್ಕೆ ಸಾಮಾನ್ಯವಾಗಿ ಹಲವಾರು ನ್ಯೂನತೆಗಳು ಯಾವುದೆಂದು ತಿಳಿಯುವುದು ಕಷ್ಟ. ಮೇಲೆ ಹೇಳಿದ ಯಾವುದೇ ಕಾರಣ ಅಧಿಕ ರಕ್ತದೊತ್ತಡ ಉಂಟು ಮಾಡಿರಬಹುದು.

4. ವಯಸ್ಸಾಗ್ತಾ ರಕ್ತದೊತ್ತಡ ಹೆಚ್ಚಾಗುತ್ತಾ ಹೋಗುತ್ತದೆ. ಇದು ಸರಿಯೇ? ರಕ್ತದೊತ್ತಡವನ್ನು ಯಾವ ಯಾವ ಹಂತಗಳಾಗಿ ವಿಂಗಡಿಸಬಹುದು?

ಹೌದು. ವಯಸ್ಸಾದಂತೆ ಹಲವು ಅಂಗಗಳು ತಮ್ಮ ಕಾರ್ಯ ನಿರ್ವಹಿಸುವ ಶಕ್ತಿಯನ್ನು ಕಳೆದು ಕೊಳ್ಳಲು ಪ್ರಾರಂಭಿಸುತ್ತವೆ. ರಕ್ತದೊತ್ತಡ ಹೆಚ್ಚಾಗುವ ಸಾಧ್ಯತೆ ಅಧಿಕವಾಗಿರುತ್ತದೆ. ಅದರಲ್ಲಿ ಹೃದಯದ ರೋಗಗಳು, ಮೂತ್ರಪಿಂಡಗಳ ನಿಷ್ಕ್ರಿಯತೆ ಮುಖ್ಯವಾದವು. ಸಾಮಾನ್ಯವಾಗಿ 45 ವರ್ಷ ಮೇಲ್ಪಟ್ಟ ಪುರುಷರು ಹಾಗೂ 55 ವರ್ಷ ಮೇಲ್ಪಟ್ಟ ಮಹಿಳೆಯರು ಅಧಿಕ ರಕ್ತದೊತ್ತಡಕ್ಕೆ ಒಳಗಾಗುವ ಸಂಭವ ಹೆಚ್ಚಾಗಿರುತ್ತದೆ.

ರಕ್ತದೊತ್ತಡ ಹಂತ ಹಂತವಾಗಿ ಹೆಚ್ಚಾದಂತೆ ದೇಹದ ಮೇಲೆ ಆಗುವ ದುಷ್ಪರಿಣಾಮಗಳು ಜಾಸ್ತಿ ಆಗುತ್ತಾ ಹೋಗುತ್ತದೆ. ಅದರಂತೆ
ಅಧಿಕ ರಕ್ತದೊತ್ತಡವನ್ನು ನಾಲ್ಕು ಹಂತಗಳಾಗಿ ವಿಂಗಡಿಸಬಹುದು:.

- ಮೊದಲನೆ ಹಂತ 140/90–159/99 mm Hg
- ಎರಡನೆ ಹಂತ 160/100–179/109 mm Hg
- ಮೂರನೆ ಹಂತ 180/110–209/119 mm Hg
- ನಾಲ್ಕನೆ ಹಂತ 210/120 ಅಥವಾ ಅದಕ್ಕೂ ಅಧಿಕ.

5. ಅಧಿಕ ರಕ್ತದೊತ್ತಡದ ಲಕ್ಷಣಗಳು ಯಾವುವು? ಅಧಿಕ ರಕ್ತದೊತ್ತಡದ ಇದೆ ಎಂದು ಗುರುತಿಸುವುದು ಹೇಗೆ?

ಅಧಿಕ ರಕ್ತದೊತ್ತಡದ ಯಾವುದೇ ಲಕ್ಷಣ ಕಾಣದೇ ಇರಬಹುದು. ಇದು ಸಾಮಾನ್ಯವಾಗಿ ಕಾಣುವ ಬಹು ಮುಖ್ಯ ಲಕ್ಷಣ! ಅದಕ್ಕಾಗಿ ಪ್ರತಿಯೊಬ್ಬರೂ ಸ್ವಯಂ ಪ್ರೇರಿತರಾಗಿ ಬಿ.ಪಿ ಪರೀಕ್ಷೆ ಮಾಡಿಸಿಕೊಳ್ಳಬೇಕು. ಬೇರೆ ಯಾವುದೋ ಕಾರಣಕ್ಕೆ ಆಸ್ಪತ್ರೆಗೆ ದಾಖಲಾಗಿ, ಬಿ.ಪಿ ಪರೀಕ್ಷೆ ಮಾಡಿದಾಗ ಅಧಿಕ ರಕ್ತದೊತ್ತಡ ಕಂಡು ಕೊಳ್ಳುವುದು ಸಾಮಾನ್ಯವಾಗಿದೆ. ಆದರೆ ಅಧಿಕ ರಕ್ತದೊತ್ತಡಕ್ಕೆ ಲಕ್ಷಣಗಳೇ ಇಲ್ಲ ಎನ್ನುವಂತಿಲ್ಲ. ಸಾಮಾನ್ಯ ಲಕ್ಷಣಗಳೆಂದರೆ:

- ತಲೆಯ ಹಿಂಭಾಗದಲ್ಲಿ ತಲೆನೋವು ಕಾಣಿಸಿಕೊಳ್ಳುವುದು,
- ತಲೆಭಾರ, ತಲೆತಿರುಗಿದಂತಹ ಅನುಭವವಾಗುವುದು,
- ಶಕ್ತಿ ಹೀನತೆ, ನಿದ್ರಾಹೀನತೆ,
- ಹೃದಯ ಬಡಿತ ಏರುವಿಕೆ, ಎದೆಯಲ್ಲಿ ಬಿಗಿತ,
- ಮೈ ಕೈ ನೋವು ಮತ್ತು ಚಡಪಡಿಕೆ,
- ಮೂತ್ರ ಜನಕಾಂಗದ ಕಾರ್ಯವೈಕರಿಯಲ್ಲಿ ವ್ಯತ್ಯಾಸ ಮತ್ತು ಅಧಿಕ ಮೂತ್ರ ವಿಸರ್ಜನೆ
- ಉಸಿರುಗಟ್ಟಿದಂತಹ ಅನುಭವ ಆಗುವುದು,
- ಯಾವುದೇ ಲಕ್ಷಣಗಳು ಕಾಣದಿರುವುದು ಮುಂತಾದವುಗಳು.

ಆಗಾಗ ಅವಕಾಶ ಸಿಕ್ಕಾಗಲೆಲ್ಲ, ವೈದ್ಯರನ್ನು ಭೇಟಿ ಆದಾಗ ಬಿ.ಪಿ ಪರೀಕ್ಷೆ ಮಾಡಿಸಿಕೊಳ್ಳುವುದು ಒಳ್ಳೆಯದು. ಒಂದು ಡೈರಿಯಲ್ಲಿ ಪ್ರತೀಸಲ ಬಂದ ಫಲಿತಾಂಶವನ್ನು ಪಟ್ಟಿ ಮಾಡಿ ಜೋಪಾನವಾಗಿ ಇಟ್ಟುಕೊಂಡು ವೈದ್ಯರ ಭೇಟಿಯ ವೇಳೆ ತೋರಿಸಿ ಸಲಹೆ ಪಡೆಯಿರಿ. ಇದು ನಿಮ್ಮ ಆರೋಗ್ಯ ಕಾಪಾಡಿಕೊಳ್ಳಲು ಮತ್ತು ಮುಂದಿನ ಚಿಕಿತ್ಸೆಗೆ ಅನುಕೂಲವಾಗುತ್ತದೆ.

6. ರಕ್ತದೊತ್ತಡ ಹೆಚ್ಚಿದ್ದರೆ ಯಾವ ಅಂಗಗಳಿಗೆ ತೊಂದರೆ ಆಗಬಹುದು? ಏಕೆ?

ದೇಹದ ಎಲ್ಲಾ ಅಂಗಗಳು ಮತ್ತು ಪ್ರತೀ ಜೀವಕೋಶಗಳ ಕೂಡ ಅಧಿಕ ರಕ್ತದೊತ್ತಡದ ಅಡ್ಡಪರಿಣಾಮಗಳನ್ನು ಅನುಭವಿಸುವ ಸಾಧ್ಯತೆ ಇರುತ್ತದೆ. ಹಾಗಾಗಿ ಎಲ್ಲರೂ ಅಧಿಕ ರಕ್ತದೊತ್ತಡದ ಬಗ್ಗೆ ತಿಳಿದು ಎಚ್ಚರಿಕೆ ವಹಿಸಿದರೆ ಉತ್ತಮ. ಇಲ್ಲಿ ಬಹಳ ಮುಖ್ಯವಾದ ಅಂಗಗಳಲ್ಲಿ ಆಗಬಹುದಾದ ಬದಲಾವಣೆಗಳನ್ನು ಮಾತ್ರ ಚರ್ಚೆ ಮಾಡಲಾಗಿದೆ.

ಹೃದಯ ರೋಗಗಳು: ಬಿ.ಪಿ ಹೆಚ್ಚಾದಾಗ ಹೃದಯ ಹೆಚ್ಚಿನ ಕೆಲಸ ಮಾಡಬೇಕಾಗುತ್ತದೆ. ಆಗ ಅದನ್ನು ಭರಿಸಲಾಗದೆ ಹೃದಯ ವೈಫಲ್ಯ ಆಗುವ ಸಂದರ್ಭ ಇರುತ್ತದೆ. ಹೃದಯಕ್ಕೆ ಹೆಚ್ಚು ಆಕ್ಸಿಜನ್ ಬೇಕಾಗುತ್ತದೆ. ಇದು ಹೃದಯಾಘಾತಕ್ಕೆ ಕಾರಣವಾಗುತ್ತದೆ. ವಯಸ್ಸಾದಂತೆ ಹೃದಯದ ಸಾಮರ್ಥ್ಯ ಕೂಡ ಕಡಿಮೆ ಆಗುತ್ತದೆ. ಅದರ ಜೊತೆಗೆ ಅಧಿಕ ರಕ್ತದೊತ್ತಡ ಕೂಡ ಸೇರಿದರೆ ಆರೋಗ್ಯ ಹದಗೆಡುತ್ತದೆ. ಅಥಿರೋಸ್ಕ್ಲಿರೋಸಿಸ್ ನಂತಹ ರಕ್ತ ನಾಳಗಳನ್ನು ಕುಗ್ಗಿಸುವ ರೋಗ ಹೃದಯಾಘಾತ ಉಂಟುಮಾಡಲು ಮುಖ್ಯ ಕಾರಣವಾಗಿದೆ. ಅಧಿಕ ರಕ್ತದೊತ್ತಡ ಅಥಿರೋಸ್ಕ್ಲಿರೋಸಿಸ್ ಹೆಚ್ಚಾಗಲು ಸಹಾಯ ಮಾಡುತ್ತದೆ. ಹಾಗಾಗಿ ಅಧಿಕ ರಕ್ತದೊತ್ತಡ ಹೃದಯಾಘಾತ ಹೆಚ್ಚಾಗಲು ಕಾರಣವಾಗಿದೆ.

ಮೆದುಳುಘಾತ ಅಥವಾ ಪಾರ್ಶ್ವವಾಯು: ಈ ರೋಗಕ್ಕೆ ಹಲವು ಕಾರಣಗಳಿದ್ದರೂ, ಅಧಿಕ ರಕ್ತದೊತ್ತಡ ಬಹಳ ಮುಖ್ಯವಾದುದು. ಒತ್ತಡ ಜಾಸ್ತಿ ಆದಾಗ ರಕ್ತನಾಳ ಒಡೆದು ಮೆದುಳಿನಲ್ಲಿ ರಕ್ತಶ್ರಾವ ಆಗುತ್ತದೆ. ಆಗ ಮೆದುಳಿನ ಕೆಲವು ಭಾಗಗಳಿಗೆ ರಕ್ತ ಹರಿಯದೆ ಮತ್ತು ಹೆಚ್ಚಿದ ತಲೆಬುರುಡೆಯೊಳಗಿನ ಒತ್ತಡದಿಂದ ಸರಿ ಇರುವ ರಕ್ತ ನಾಳಗಳು ಕುಗ್ಗಿ ನರಮಂಡಲದ ಕೇಂದ್ರ ಭಾಗಗಳು ಆಕ್ಸಿಜನ್ ಸಿಗದೆ ಸಾವನ್ನಪ್ಪುತ್ತವೆ. ಆಗ ದೇಹದ ಭಾಗಗಳು ಸ್ವಾದೀನ ಕಳೆದುಕೊಂಡು ಲಕ್ವಾ ರೋಗದ ಲಕ್ಷಣಗಳು ಕಾಣಿಸಿಕೊಳ್ಳುತ್ತವೆ.

ಮೂತ್ರಜನಕಾಂಗ (ಕಿಡ್ನಿ) ರೋಗಗಳ: ಒತ್ತಡ ಹೆಚ್ಚಾದಂತೆ ಜೀವಕೋಶಗಳು ತನ್ನ ದೈನಂದಿನ ಕಾರ್ಯಕ್ರಮಗಳಲ್ಲಿ ವ್ಯತ್ಯಾಸ ಕಾಣುತ್ತವೆ. ಅದಕ್ಕೆ ತಕ್ಕಂತೆ ಜೀವಕೋಶಗಳು ನಶಿಸುತ್ತಿರುತ್ತವೆ. ಒಮ್ಮೆಲೆ ಬದಲಾವಣೆಗಳು ಕಾಣುವುದಿಲ್ಲ. ವಯಸ್ಸಾದಂತೆ ಕಿಡ್ನಿಯ ನಾಳಗಳು (ನೆಫ್ರಾನ್) ಗಳು ತೊಂದರೆಗೀಡಾಗಿ ಮೂತ್ರಜನಕಾಂಗದ ಕಾರ್ಯಕ್ಷಮತೆ ಗೆ ದಕ್ಕೆ ಉಂಟಾಗುತ್ತದೆ. ಕಿಡ್ನಿ ತನ್ನ ಕೆಲಸ ಮಾಡಲಾಗದೆ ಸೋಲುತ್ತಾ ಹೋಗುತ್ತದೆ. ಎರಡೂ ಕಿಡ್ನಿ ವೈಪಲ್ಯತೆಗೆ ಗುರಿಯಾದರೆ ಕಿಡ್ನಿಕಸಿ ಮಾಡಬೇಕಾಗುತ್ತದೆ.

ದೃಷ್ಟಿ ಹೀನತೆ: ಅಧಿಕ ರಕ್ತದೊತ್ತಡಕ್ಕೆದಿಂದ ಕಣ್ಣಿನ ನರಗಳು ಮತ್ತು ರಕ್ತ ನಾಳಗಳು ನಶಿಸುತ್ತಿರುತ್ತವೆ. ಅದಕ್ಕಾಗಿ ರೋಗಿಗಳು ಆಗಾಗ ಕಣ್ಣಿನ ವೈದ್ಯರಲ್ಲಿ ಪರೀಕ್ಷೆ ಮಾಡಿಸಿಕೊಂಡು ಬಿ.ಪಿ ಇಂದ ಕಣ್ಣಿನ ಮೇಲೆ ಆಗುತ್ತಿರುವ ದುಷ್ಪರಿಣಾಮಗಳ (ಹೈಪರ್ಟೆನ್‌ಸಿವ್ ರೆಟಿನೋಪಥಿ)
ಬಗ್ಗೆ ನಿಗ ಇಡಬೇಕು.

ರಕ್ತನಾಳಗಳ ಉರಿತ ಮತ್ತು ಅಥಿರೋಸ್ಕ್ಲೆರೋಸಿಸ್: ದೇಹದ ಪ್ರತಿಯೊಂದು ಭಾಗಕ್ಕೂ ರಕ್ತ ಹೊತ್ತೊಯ್ಯುವ ಕೆಲಸವನ್ನು ಈ ರಕ್ತ ನಾಳಗಳು ಮಾಡುತ್ತವೆ. ರಕ್ತದೊತ್ತಡ ಹೆಚ್ಚಾದಂತೆ ರಕ್ತನಾಳಗಳ ಗಟ್ಟಿಯಾಗುತ್ತವೆ. ಆಗ ನಾಳಗಳ ಸಂಕುಚನ ಮತ್ತು ವಿಕಸನ (elasticity) ಆಗುವ ಗುಣ ಕಡಿಮೆಯಾಗುತ್ತಾ ಹೋಗುತ್ತದೆ. ನಾಳಗಳು ಕರುಕಲು ಕಟ್ಟಿ (ಅಥಿರೋಸ್ಕ್ಲೆರೋಸಿಸ್) ನಾಳಗಳ ಒಳ ವಿನ್ಯಾಸ ಬದಲಾಗಿ ರಕ್ತ ಪರಿಚಲನೆ ಕುಂಟಿತವಾಗುತ್ತದೆ. ದೇಹದ ಪ್ರತಿಯೊಂದು ಭಾಗವು ಇದರಿಂದ ತೊಂದರೆ ಅನುಭಸುತ್ತದೆ. ಮುಖ್ಯ ಅಂಗಗಳು ತೀವ್ರ ತೊಂದರೆ ಅನುಭವಿಸಿ ಆಘಾತಗಳು (ಹೃದಯಾಘಾತ, ಮೆದುಳಾಘಾತ ಮುಂತಾದವು) ಸಂಭವಿಸುತ್ತವೆ.

7. ಅಧಿಕ ರಕ್ತದೊತ್ತಡಕ್ಕೆ ಇರುವ ಚಿಕಿತ್ಸಾ ಕ್ರಮಗಳು ಯಾವುವು? ಮಾತ್ರೆ/ಔಷಧಿ ತೆಗೆದುಕೊಳ್ಳುವುದು ಕಡ್ಡಾಯವೇ?

ಅಧಿಕ ರಕ್ತದೊತ್ತಡವನ್ನು ಪ್ರಾರಂಭದಲ್ಲಿಯೇ ಗುರುತಿಸಿ, ಆರೋಗ್ಯಕರ ಜೀವನಶೈಲಿಯನ್ನು ಅಳವಡಿಸಿಕೊಳ್ಳುವ ಮೂಲಕ ರಕ್ತದೊತ್ತಡವನ್ನು ಸಹಜ ಮಟ್ಟದಲ್ಲಿ ಇರಿಸಿಕೊಳ್ಳುವುದು ಬಹಳ ಮುಖ್ಯ. ಅಧಿಕ ರಕ್ತದೊತ್ತಡಕ್ಕೆ ಚಿಕಿತ್ಸೆ ಪಡೆಯದಿದ್ದರೆ ಬೇರೆಬೇರೆ ಆರೋಗ್ಯ ಸಮಸ್ಯೆಗಳಿಗೆ ದಾರಿ ಮಾಡಿಕೊಡುತ್ತದೆ. ಹಿಂದಿನ ಪ್ರಶ್ನೋತ್ತರ ಗಳಲ್ಲಿ ವಿವಿಧ ಅಂಗಗಳ ಮೇಲೆ ಆಗುವ ದುಷ್ಪರಿಣಾಮಗಳನ್ನು ಚರ್ಚೆ ಮಾಡಲಾಗಿದೆ. ಅವನ್ನೆಲ್ಲ ತಡೆಯಲು ಮತ್ತು ರಕ್ತದೊತ್ತಡವನ್ನು ನಿಯಂತ್ರಣದಲ್ಲಿಡಲು ಮಾತ್ರೆ/ಔಷಧಿ ಚಾಚೂ ತಪ್ಪದೆ ತೆಗೆದುಕೊಳ್ಳುವುದೊಂದೇ ದಾರಿ.

ಚಿಕಿತ್ಸಾ ವಿಧಾನಗಳೆಂದರೆ
ಅ. ಜೀವನ ಶೈಲಿ ನಿರ್ವಹಣೆ ಚಿಕಿತ್ಸೆ
ಆ. ಔಷಧ ಉಪಯೋಗಿಸಿ ಕೊಡುವ ಚಿಕಿತ್ಸೆ

ಜೀವನ ಶೈಲಿ ನಿರ್ವಹಣೆ ಚಿಕಿತ್ಸೆ: ಜೀವನ ಶೈಲಿ ಬದಲಾವಣೆ ಬಹಳ ಮುಖ್ಯವಾದದ್ದು. ಟೈಪ್ ಒಂದು ಪರ್ಸನಾಲಿಟಿ (ಹೆಚ್ಚು ಸಾಧಿಸಬೇಕು ಎಂಬ ಅತಿ ಆಸೆ ಇರುವವರು) ಮುಖ್ಯವಾಗಿ ಇದರ ಕಡೆ ಗಮನ ಹರಿಸಬೇಕು. ಆತ್ಮಸಂತೃಪ್ತಿಯ ಭಾವನೆಗಳನ್ನು ಬೆಳೆಸಿಕೊಂಡು ಸಮಾದಾನ ದಿಂದ ಜೀವನ ನಡೆಸುವುದು ಉತ್ತಮ. ಇದರಿಂದ ಆರೋಗ್ಯ ಸುಧಾರಿಸುತ್ತದೆ. ಆಗ ಔಷಧಿಗಳು ಹೆಚ್ಚು ಪರಿಣಾಮಕಾರಿಯಾಗಿ ಕೆಲಸ ಮಾಡುತ್ತವೆ. ಇತರೆ ಜೀವನ ಶೈಲಿಯ ಬದಲಾವಣೆಗೆ ಗಮನಕೊಡಬೇಕಾದ ವಿಷಯಗಳೆಂದರೆ:

- ದೇಹದ ತೂಕ ಕಡಿಮೆ ಮಾಡಿಕೊಳ್ಳುವುದು
- ನಿಯಮಿತ ಮತ್ತು ಕಾಲಕಾಲಕ್ಕೆ ಆಹಾರ ಸೇವನೆ ಮತ್ತು ಅವಶ್ಯಕತೆ ಇರುವಷ್ಟು ನೀರು ಸೇವಿಸುವುದು.
- ಎಣ್ಣೆಯಲ್ಲಿ ಕರಿದ, ಮತ್ತು ಹುರಿದ ಪದಾರ್ಥಗಳನ್ನು ಸೇವಿಸದಿರುವುದು
- ಆಹಾರದಲ್ಲಿ ಉಪ್ಪಿನ ಅಂಶ ಇರುವ ಆಹಾರ ಪದಾರ್ಥಗಳ ಸೇವನೆಯನ್ನು ಕಡಿಮೆ ಮಾಡಬೇಕು. ಊಟ ಮಾಡುವಾಗ ಮೇಲುಪ್ಪನ್ನು (extra salt) ಹಾಕಿಕೊಳ್ಳಬಾರದು.
- ಆಹಾರ ಸೇವನೆಯಲ್ಲಿ ಹೆಚ್ಚಿನ ಪೊಟಾಸಿಯಂ ಮತ್ತು ನಾರುಯುಕ್ತ ಆಹಾರಗಳನ್ನು. ಬಳಸುವುದು ಅಂದರೆ ಹೆಚ್ಚು ಎಳನೀರು, ಈರುಳ್ಳಿ, ಬೆಳ್ಳುಳ್ಳಿ ಉಪಯೋಗಿಸುವುದು. ಜೊತೆಗೆ ಹಣ್ಣು, ತರಕಾರಿ, ಸೊಪ್ಪು ಮತ್ತು ಮೊಳಕೆ ಕಾಳುಗಳನ್ನು ದಿನನಿತ್ಯ ಆಹಾರದಲ್ಲಿ ಸೇರಿಸಿಕೊಳ್ಳುವುದು.
- ಪ್ರತಿದಿನ ನಿಯಮದಂತೆ ಯೋಗಾಭ್ಯಾಸ ಮತ್ತು ಕಡಿಮೆ ಎಂದರೂ 10000 ಹೆಜ್ಜೆಗಳಷ್ಟು ನಡೆದಾಡುವುದು.

- ಕೆಲವು ಸರಳ ವ್ಯಾಯಾಮ ಮತ್ತು ಯೋಗಸನಗಳನ್ನು ಮಾಡುವುದು. ಯೋಗ ಗುರುಗಳ ಸಹಾಯ ಪಡೆದು ಮಾಡಿದರೆ ಒಳ್ಳೆಯದು.

- ಆಲ್ಕೋಹಾಲ್ ಸೇವನೆ, ಧೂಮಪಾನ, ಇಂತಹ ದುಷ್ಟಗಳನ್ನು ದೂರ ಇಡುವುದು.

ಔಷಧ ಉಪಯೋಗಿಸಿ ಕೊಡುವ ಚಿಕಿತ್ಸೆ

ಹಲವಾರು ಬಗೆಯ ಔಷಧಗಳಿವೆ. ನಿಮ್ಮ ವೈದ್ಯರ ಸಲಹೆಗಳನ್ನು ಚಾಚೂ ತಪ್ಪದೆ ಪಾಲಿಸಿ. ಇದರಿಂದ ಚಿಕಿತ್ಸೆ ಫಲಕಾರಿಯಾಗುತ್ತದೆ.ಎಲ್ಲರಿಗೂ ಒಂದೇ ತರಹದ ಔಷಧಿಗಳು ಒಗ್ಗುವುದಿಲ್ಲ. ನಿಮ್ಮ ವೈದ್ಯರು ಇದನ್ನು ಕಂಡುಕೊಂಡು ನಿಯಮದಂತೆ ಸಲಹೆ ನೀಡುತ್ತಾರೆ. ಎಷ್ಟೋ ರೋಗಿಗಳಿಗೆ ಅಧಿಕ ರಕ್ತದೊತ್ತಡದ ಜೊತೆಗೆ ಆಸ್ತಮಾ, ಸಕ್ಕರೆ ರೋಗ, ನರ ದೌರ್ಬಲ್ಯ, ಹೃದಯ ಸೋತಿರುವ ರೋಗ (heart failure) , ಹೃದಯಘಾತ, ಮಲಬದ್ಧತೆ, ಕಿಡ್ನಿ ರೋಗ, ಯಕೃತ್ತಿನ ರೋಗ, ಅಜೀರ್ಣ ಹೀಗೆ ಹಲವು ರೋಗಗಳ ಜೊತೆಗೆ ಇದ್ದು ಅವಕ್ಕೆ ಚಿಕಿತ್ಸೆ ಪಡೆಯುತ್ತಿರುವ ಸಾಧ್ಯತೆ ಇರುತ್ತದೆ. ಹೀಗಿರುವಾಗ ಇನ್ನೂ ಹೆಚ್ಚು ಎಚ್ಚರಿಕೆ ವಹಿಸಿ ಚಿಕಿತ್ಸೆ ನೀಡಬೇಕಾಗುತ್ತದೆ.

8. ಜೀವನ ಶೈಲಿ ಬದಲಾವಣೆ ಮಾಡಿಕೊಂಡರೆ ರಕ್ತದೊತ್ತಡ ನಿಯಂತ್ರಣ ದಲ್ಲಿ ಇಡಬಹುದೇ?

ಹೌದು. ಆರಂಬಿಕ ಹಂತದಲ್ಲಿ ಜೀವನ ಶೈಲಿ ಬದಲಾವಣೆ ಸ್ಹಹಾಯ ಮಾಡಬಹುದು. ಆದರೆ ವೈದ್ಯರ ಸಲಹೆ ಪಡೆದು ಮುಂದಿನ ಹೆಜ್ಜೆ ಇಡಬೇಕು. ನಿರ್ಲಕ್ಷ್ಯ ಅಪಾಯಕಾರಿ.

9. ಲಕ್ವಕ್ಕು ರಕ್ತದೊತ್ತಡಕ್ಕು ಏನು ಸಂಬಂಧ?

ರಕ್ತದೊತ್ತಡ ಜಾಸ್ತಿ ಆದಾಗ ಮೇದುಳಿನ ರಕ್ತ ನಾಳಗಳು ಒಡೆದು ಮೆದುಳಿನ ಭಾಗಗಳಿಗೆ ಹಾನಿಯಾಗುತ್ತದೆ. ಆಗ ಲಕ್ವಾರೋಗದ ಲಕ್ಷಣಗಳು ಕಾಣಿಸಿಕೊಳ್ಳುತ್ತವೆ. ಇಂತಹ ಸಂದರ್ಭದಲ್ಲಿ ತುರ್ತು ಚಿಕಿತ್ಸೆ ಬೇಕಾಗುತ್ತದೆ. ಪ್ರಾಣಹಾನಿ ಕೂಡ ಆಗಬಹುದು. ರಕ್ತದೊತ್ತಡ ನಿಯಂತ್ರಣ ಮಾಡಿ ಕೊಂಡರೆ ಇಂತಹ ದೊಡ್ಡ ಪ್ರಮಾಣದ ತೊಂದರೆಗಳನ್ನು ತಡೆಯಲು ಸಹಾಯ ಆಗುತ್ತದೆ.

10. ರಕ್ತದೊತ್ತಡ ಕಡಿಮೆ ಮಾಡಲು ಬಳಸುವ ಔಷಧಗಳನ್ನು ತೆಗೆದುಕೊಂಡಾಗ ಆಗಬಹುದಾದ ಅಡ್ಡ ಪರಿಣಾಮಗಳು ಯಾವುವು? ಅವುಗಳನ್ನು ನಿವಾರಿಸುವ ಬಗೆ ಹೇಗೆ?

ರಕ್ತದೊತ್ತಡ ಕಡಿಮೆ ಮಾಡಲು ಬಳಸುವ ಔಷಧಿಗಳು ಹೆಚ್ಚು ಅಡ್ಡ ಪರಿಣಾಮಗಳನ್ನು ಉಂಟು ಮಾಡಬಲ್ಲವು. ತಲೆಸುತ್ತು, ಕಣ್ಣು ಮಂಜಾಗುವುದು, ಎದೆ ಬಡಿತ ಹೆಚ್ಚು ಅಥವಾ ಕಡಿಮೆ ಆಗುವುದು, ಕಾಲು ಊತ ಬರುವುದು,ಅಲರ್ಜಿ ಅಥವಾ ಮೈ ತುರಿಕೆ ಹೀಗೆ ವಿದವಿದದ ಚಿನ್ಹೆಗಳು ಕಾಣಬಹುದು.

ಅದಕ್ಕಾಗಿ ವೈದ್ಯರು ಹೇಳಿದ ಪಥ್ಯಗಳನ್ನು ಪಾಲಿಸಬೇಕು.
- ಸರಿಯಾದ ಸಮಯಕ್ಕೆ ಪ್ರತೀದಿನ ತಪ್ಪದೆ ಮಾತ್ರೆ ತೆಗೆದು ಕೊಳ್ಳಬೇಕು. ಯಾವುದೇ ಅಹಿತಕರ ಚಿನ್ಹೆಗಳು ಕಂಡು ಬಂದರೆ ತಕ್ಷಣವೇ ವೈದ್ಯರನ್ನು ಸಂಪರ್ಕಿಸಿ.

ಅಧ್ಯಾಯ 13: ಕ್ಯಾನ್ಸರ್ / ಅರ್ಭುದ ರೋಗ

ವಿಶ್ವ ಆರೋಗ್ಯ ಸಂಸ್ಥೆಯು "ವಿಶ್ವ ಕ್ಯಾನ್ಸರ್ / ಅರ್ಭುದ ರೋಗ ದಿನಾಚರಣೆ" ಯನ್ನು ಪ್ರತೀ ವರ್ಷ ಫೆಬ್ರುವರಿ 4 ರಂದು ಆಚರಣೆ ಮಾಡಲು ಸೂಚನೆ ನೀಡಿದೆ. ಇದರ ಮೂಲಕ ಜನರಿಗೆ ಕ್ಯಾನ್ಸರ್ ಬಗ್ಗೆ ಜಾಗೃತಿ ಮೂಡಿಸಿ ಅದನ್ನು ತಡೆಗಟ್ಟಲು ಕೈಜೋಡಿಸಲು ಕೋರುವುದಾಗಿದೆ.

ಇತ್ತೀಚಿನ ದಿನಗಳಲ್ಲಿ ಮನೆಮನೆಯಲ್ಲೂ ಕ್ಯಾನ್ಸರ್ ನಿಂದ ಸಾವಾಗುವುದು ಸಾಮಾನ್ಯವಾಗಿ ಬಿಟ್ಟಿದೆ. ವಯಸ್ಸಿನ ಮಿತಿ ಇಲ್ಲದೆ ಚಿಕ್ಕ ಮಕ್ಕಳಿಂದ ದೊಡ್ಡ ವಯಸ್ಸಿನ ಜನರು ಈ ರೋಗದಿಂದ ತೊಂದರೆ ಅನುಭವಿಸುತ್ತಿದ್ದಾರೆ. ಈ ಲೇಖನದಲ್ಲಿ ಕ್ಯಾನ್ಸರ್ ಕಾಯಿಲೆ ಬಗ್ಗೆ ಮಾಹಿತಿ ನೀಡಲು ಜನರ ಸಾಮಾನ್ಯ ಪ್ರಶ್ನೆಗಳಿಗೆ ಉತ್ತರ ಕೊಡಲಾಗಿದೆ. ಓದಿರಿ ಮತ್ತು ಈ ರೋಗದ ಬಗ್ಗೆ ತಿಳಿದು ಆರೋಗ್ಯ ವೃದ್ಧಿಗೆ ಸರಿಯಾಗಿ ಕ್ರಮಗಳನ್ನು ಅನುಸರಿಸಿ.

1. ಕ್ಯಾನ್ಸರ್ ಎಂದರೇನು?

ಕ್ಯಾನ್ಸರ್ ಎಂಬುದು ಒಂದು ರೋಗವಲ್ಲ. ಒಂದೇ ರೀತಿಯ ಲಕ್ಷಣಗಳು ಮತ್ತು ರೋಗ ಚರಿತ್ರೆ ಇರುವ ಅನೇಕ ರೋಗಗಳ ಗುಂಪು.

ಕ್ಯಾನ್ಸರ್ ರೋಗಲ್ಲಿ ನಮ್ಮ ದೇಹದ ಕೆಲವು ಜೀವಕೋಶಗಳ ಜೀವ ಕ್ರಿಯಾ ರೀತಿನೀತಿಯಲ್ಲಿ ಬದಲಾವಣೆ ಉಂಟಾಗಿ ಎಗ್ಗಿಲ್ಲದೆ ಬೆಳೆಯಲು ಪ್ರಾರಂಬಿಸುತ್ತವೆ. ಇದರಿಂದ ದೇಹದ ಇತರ ಅಂಗಾಂಗಳಿಗೆ ಮತ್ತು ಜೀವಕೋಶಗಳಿಗೆ ಹಾನಿಯುಂಟಾಗಿ ಹಲವಾರು ಸಮಸ್ಯೆಗಳಿಗೆ ಕಾರಣವಾಗುತ್ತದೆ. ಅತೀವೇಗದಲ್ಲಿ ಬೆಳೆದು ಹೆಚ್ಚು ಹೆಚ್ಚು ಜೀವಕೋಶಗಳು ಉತ್ಪಾದನೆ ಆದಾಗ ಗಡ್ಡೆಗಳಾಗಿ (ದುರ್ಮಾಂಸ) ಬೆಳೆದು ದೇಹದ ಇತರ ಅಂಗಾಂಗಗಳ ಜಾಗವನ್ನು ಅತಿಕ್ರಮಿಸಿ ಬಕಾಸುರನಂತೆ ದೇಹದ ಆಹಾರ ಸಾಮಗ್ರಿಗಳನ್ನು ಮತ್ತು ಪೋಷಕಾಂಶಗಳು ಯತೇಚ್ಛವಾಗಿ ಬಳಸಿಕೊಂಡು ದೇಹ ಸೊರಗುವಂತೆ ಮಾಡುತ್ತವೆ. ಇದರಿಂದ ಆಗುವ ರೋಗಗಳಿಗೆ ಕ್ಯಾನ್ಸರ್ ಎಂದು ಕರೆಯುತ್ತಾರೆ.

2. ದೇಹದಲ್ಲಿ ಇರುವ ಎಲ್ಲಾ ಗಡ್ಡೆಗಳು ಕ್ಯಾನ್ಸರ್ ಗಡ್ಡೆಗಳೇ?

ಇಲ್ಲ. ಎಲ್ಲಾ ಗಡ್ಡೆಗಳು ಕ್ಯಾನ್ಸರ್ ಗಡ್ಡೆಗಳಲ್ಲ. ಕೆಲವು ಸೋಂಕಿನಿಂದ ಕೀವುತುಂಬಿದ ಗಡ್ಡೆಗಳಾಗಿರಬಹುದು. ಅಥವಾ ವಿನಾಕಾರಣ ಬೆಳೆದ ನಿರುಪಯುಕ್ತ ಮಾಂಸ ಗಡ್ಡೆಗಳಾಗಿರಬಹುದು. ಈ ನಿರಪಾಯಕಾರಿ ಗಡ್ಡೆಗಳು ಕ್ಯಾನ್ಸರ್ ಅಲ್ಲ. ಅವುಗಳನ್ನು ಬಹುಮಟ್ಟಿಗೆ ತೆಗೆದುಹಾಕಬಹುದು. ಅವು ಬಹುತೇಕ ಮರುಕಳೀಸುವುದಿಲ್ಲ. ದೇಹದ ಇನ್ನೊಂದು ಭಾಗಕ್ಕೆ ಹರಡುವುದಿಲ್ಲ . ಆದರೆ ಪಕ್ಕದಲ್ಲಿ ಇರುವ ಅಂಗಾಂಗಗಳ ಕಾರ್ಯ ನಿರ್ವಹಿಸುವ ರೀತಿಯಲ್ಲಿ ವ್ಯತ್ಯಾಸ ಉಂಟು ಮಾಡುವ ಸಾದ್ಯತೆ ಇದೆ. ಜೀವಹಾನಿ ಮಾಡುವ ಸಂದರ್ಭ ಕಡಿಮೆ ಇರುವುದರಿಂದ ಭಯ ಪಡುವ ಅಗತ್ಯವಿಲ್ಲ. ಆದರೆ ಸಾದ್ಯವಾದಷ್ಟು ಬೇಗ ಆಪರೇಷನ್ ಮಾಡಿ ದೇಹದಿಂದ ತೆಗೆದು ಹಾಕುವುದು ಒಳ್ಳೆಯದು.

3. ಕ್ಯಾನ್ಸರ್ ತರುವ ಗಡ್ಡೆಗಳ ಲಕ್ಷಣಗಳು ಯಾವುವು?

ಕ್ಯಾನ್ಸರ ಗಡ್ಡೆಗಳು ಕೆಡುಕು ಮಾಡುವ ಗಡ್ಡೆಗಳಾಗಿರುತ್ತವೆ. ಅವು ಅಸಹಜವಾಗಿ ಹೆಚ್ಚು ವೇಗವಾಗಿ ಬೆಳೆಯುತ್ತವೆ. ಕ್ಯಾನ್ಸರ್ ಜೀವಕೋಶಗಳು ತಮ್ಮ ಸುತ್ತಲಿನ ಅಂಗಾಂಗಗಳೊಳಗೆ ಕೊರೆದು ಅವುಗಳ ಮೇಲೆ ದಾಳಿಮಾಡಿ ಅಂಗಗಳ ಕಾರ್ಯ ವೈಫಲ್ಯತೆಗೆ ಕಾರಣವಾಗುತ್ತವೆ. ಅವು ತನ್ನ ಸುತ್ತಮುತ್ತಲಿನ ಅಂಗಗಳಲ್ಲದೆ ರಕ್ತದ ಮೂಲಕ ದೇಹದ ಇತರ ಭಾಗಗಳಿಗೆ ಹರಡಿ ದೂರದ ಅಂಗಗಳಲ್ಲಿ ತನ್ನ ಕ್ಯಾನ್ಸರ್ ಜೀವಕೋಶಗಳನ್ನು ನಾಟಿ ಮಾಡಿ ಮೆಟಸ್ಟ್ಯಾಟಿಕ್ ಕ್ಯಾನ್ಸರ್ ಗಡ್ಡೆಗಳಾಗಿ ಬೆಳೆಯುತ್ತವೆ. ಇದರಿಂದ ದೇಹ ಸೊರಗಿ ಪ್ರಾಣಕಳೆದುಕೊಳ್ಳುಲು ಕಾರಣವಾಗುತ್ತದೆ.

4. ಮೆಟಸ್ಟ್ಯಾಟಿಕ್ ಕ್ಯಾನ್ಸರ್ ಎಂದರೇನು?

ಕ್ಯಾನ್ಸರ್ ಗಡ್ಡೆಯಿಂದ ಬೇರ್ಪಟ್ಟ ಜೀವಕೋಶಗಳು ರಕ್ತ ಮತ್ತು ಲಿಂಫ್ ರಸಗಳ ಮೂಲಕ ಮೂಲ (ಪ್ರಾಥಮಿಕ) ಕ್ಯಾನ್ಸರ್ ಇರುವ ಸ್ಥಳದಿಂದ ಬೇರೆ ಕಡೆ ಹರಡಿ ಹೊಸ ಗಡ್ಡೆಗಳನ್ನುಇತರ ಅಂಗಾಂಗಳಲ್ಲಿ ಉಂಟು ಮಾಡುತ್ತವೆ. ಈ ರೀತಿ ಹರಡಿರುವ ಕ್ಯಾನ್ಸರನ್ನು ಮೆಟಾಸ್ಟ್ಯಾಟಿಕ್ ಕ್ಯಾನ್ಸರ್ ಎನ್ನುವರು.

5. ಕ್ಯಾನ್ಸರ್ ಏಕೆ ಬರುತ್ತದೆ?

ಎಲ್ಲಾ ಜೀವಕೋಶಗಳು ಹುಟ್ಟಿದಂತೆ ನಿಯಮಕ್ಕೆ ಅನುಗುಣವಾಗಿ ಸಾಯುತ್ತವೆ. ಒಂದು ಜೀವಕೋಶ ಹಂತಹಂತವಾಗಿ ಬೆಳೆದು ನಶಿಸುವ ಮೈಲಿಗಲ್ಲುಗಳನ್ನು ತಂತಾನೆ ಪಾಲಿಸುತ್ತದೆ. ಅನುವಂಶಿಕ ವಾಗಿ ಬಂದ ಜೀನ್ ನ ಬಲದಿಂದಲೋ ಅಥವಾ ಪ್ರಾಕೃತಿಕ ಬದಲಾವಣೆಗಳಿಂದ ಆದ ಮ್ಯುಟೇಷನ್ ಗಳಿಂದಲೋ ಅಥವಾ ವೈರಸ್ / ಮಿಣಿಜೀವಿಗಳ ಸೊಂಕು / ಕ್ಯಾನ್ಸರ್ ಜನಕ ರಾಸಾಯನಿಕ ಗಳಿಂದಲೋ ಜೀವಕೋಶಗಳು ಅನಿಯಂತ್ರಿತ ಬೆಳವಣಿಗೆಗೆ ಗುರಿಯಾಗುತ್ತವೆ. ಹೀಗೆ ಆದಾಗ ರಾಕ್ಷಸ ಪ್ರವೃತ್ತಿಯನ್ನು ತೋರಿ ದೇಹದ ಅಂಗಗಳ ಮೇಲೆ ನಾನಾ ರೀತಿಯ ಪ್ರಹಾರಗಳನ್ನು ಮಾಡುತ್ತವೆ. ಇದರಿಂದ ದೇಹದ ಭಾಗಗಳು ಸೊರಗಿ ಮನುಷ್ಯ ಸಾವನ್ನಪ್ಪಬೇಕಾಗುತ್ತದೆ.

6. ಕ್ಯಾನ್ಸರ್ ಕಾರಕಗಳು ಯಾವುವು?

ಸಾಮಾನ್ಯ ಜೀವಕೋಶಗಳು ಕ್ಯಾನ್ಸರ್ ಜೀವಕೋಶಗಳಾಗಿ ಬದಲಾವಣೆ ಹೊಂದಲು ಸಹಾಯ ಮಾಡುವ ಸಾದನಗಳಿಗೆ ಕ್ಯಾನ್ಸರ್ ಕಾರಕಗಳು ಎನ್ನಬಹುದು.

ಕ್ಯಾನ್ಸರ್ ಉಂಟಾಗಲು ಮಿಣಿಜೀವಿಗಳ ಸೋಂಕು, ರಾಸಾಯನಿಕಗಳು, ಮತ್ತು ಜೀವನ ಶೈಲಿಯಲ್ಲಿ ಅಂಶಗಳು ಕಾರಣ ವಾಗಿರಬಹುದು.

ಜೀವನ ಶೈಲಿ ಮತ್ತು ರಾಸಾಯನಿಕಗಳು:

- ತಂಬಾಕು ಸೇವನೆ (ಗುಟ್ಕಾ, ಸಿಗರೇಟು, ಪಾನ್ ಜಗಿಯುವುದು)
- ಅಸಮರ್ಪಕ ಆಹಾರ - ಗೋದಿ ಮತ್ತು ಮೈದ ಕರಳು ಕ್ಯಾನ್ಸರ್ ಉಂಟು ಮಾಡುವ ಮೂಲಕ ಸಾದ್ಯತೆ ಇದೆ)

- ದೇಹದ ಮೇಲೆ ಬೀಳುವ ಸೂರ್ಯನಿಂದ ಬರುವ ಅಲ್ಟ್ರಾ ವೈಲೆಟ್ ವಿಕಿರಣಗಳು ಹಾಗೂ,
- ಕೆಲಸ ಮಾಡುವ ಸ್ಥಳದಲ್ಲಿನ ಕ್ಯಾನ್ಸರ್ ಉಂಟುಮಾಡುವ ವಸ್ತುಗಳ ಸಂಪರ್ಕಕ್ಕೆ ಬರುವುದು {(ಹೊಗೆ, ಬೆನ್ಸಿನ್ ರಿಂಗ್ ಉಳ್ಳ ಬಣ್ಣ ಗಳು, ವಿಷ ಅನಿಲಗಳು, ಟಾರ್ ಸಂಪರ್ಕ)

ಮಿಣಿಜೀವಿಗಳು:
ಕೆಲವು ವಿಧದ ವೈರಾಣು (ವೈರಸ್ಸು) ಗಳು ಕ್ಯಾನ್ಸರ್ ಬರುವ ಅಪಾಯವನ್ನು ಹೆಚ್ಚು ಮಾಡುತ್ತವೆ.
- ಹ್ಯೂಮನ್ ಪ್ಯಾಪಿಲ್ಲೋಮ ವೈರಸ್(HPV) - ಹೆಪಟೈಟಿಸ್ B ಮತ್ತು C (Hep B ಮತ್ತು C)
- ಹ್ಯುಮನ್ ಇಮ್ಯುನೊ ಡಿಫಿಷಿಯನ್ಸಿ(HIV)
- ಎಪ್ಸ್ಟೀನ್ ಬಾರ್ ವೈರಸ್

ಅನುವಂಶಿಕ:
ತಾಯಿ , ತಂದೆಯರಲ್ಲಿ ಯಾರೊಬ್ಬರಿಂದಲೂ ಅನುವಂಶಿಕವಾಗಿ ಕ್ಯಾನ್ಸರ್ ತರುವ ಜೀನ್ಸ್ ಬಂದಿರಬಹುದು.

7. ಸಾಮಾನ್ಯವಾಗಿ ಯಾವ ಅಂಗಗಳ ಕ್ಯಾನ್ಸರ್ ಕಾಣಸಿಗುತ್ತವೆ?

ಹುಟ್ಟಿದ ಜೀವಕೋಶಗಳು ಸಮಯ ನಿಮಿತ್ತ ದಂತೆ ನಶಿಸುವುದು ನಿಯಮ. ಆದರೆ ಜೀನ್ಸ್ ಗಳ ಬದಲಾವಣೆ ಹೊಂದಿರುವ ಸಂದರ್ಭದಲ್ಲಿ ಬೆಳೆಯುವ ವೇಗ ಹೆಚ್ಚಿಸಿಕೊಂಡು ಬಕಾಸುರನಂತೆ ಇತರ ಜೀವಕೋಶಗಳು ಮತ್ತು ಅಂಗಾಂಗಗಳ ಆಹಾರ ಸೇವಿಸಿ ಗಡ್ಡೆಗಳಾಗಿ ಬೆಳೆದಾಗ ಕ್ಯಾನ್ಸರ್ ಎನಿಸಿಕೊಳ್ಳುತ್ತವೆ. ಪ್ರತಿಯೊಂದು ಜೀವಕೊಶವೂ ಕ್ಯಾನ್ಸರ್ ಆಗಿ ಪರಿವರ್ತನೆ ಆಗಬಹುದು. ಆದರೆ ಮೇಲೆ ಹೇಳಿದ ಕ್ಯಾನ್ಸರ್ ಕಾರಕಗಳು ಜೀವಕೋಶಗಳನ್ನು ಕ್ಯಾನ್ಸರ್ ಗಳಾಗಿ ಪರಿವರ್ತನೆ ಮಾಡುವಲ್ಲಿ ಹೆಚ್ಚಿನ ಪಾತ್ರ ವಹಿಸುತ್ತದವೆ.

ವಿಶ್ವ ಆರೋಗ್ಯ ಸಂಸ್ಥೆ ಪ್ರಕಟಣೆ ಮಾಡಿರುವಂತೆ ಅತೀ ಹೆಚ್ಚು ಕ್ಯಾನ್ಸರ್ ಗಳು ಕೆಳಗೆ ಹೇಳಿರುವ ಅಂಗಗಳಲ್ಲಿ ಉಂಟಾಗುತ್ತವೆ.

1. ಸ್ತನ ಕ್ಯಾನ್ಸರ್ (22.6 ಲಕ್ಷ ರೋಗಿಗಳು)
2. ಶ್ವಾಸಕೋಶದ ಕ್ಯಾನ್ಸರ್ (22.1 ಲಕ್ಷ ರೋಗಿಗಳು)
3. ಕರಳು ಮತ್ತು ರೆಕ್ಟಂ ಕ್ಯಾನ್ಸರ್ (19.3 ಲಕ್ಷ ರೋಗಿಗಳು)
4. ಪ್ರೋಸ್ಟೇಟ್ ಕ್ಯಾನ್ಸರ್ (14.1 ಲಕ್ಷ ರೋಗಿಗಳು)
5. ಚರ್ಮದ ಕ್ಯಾನ್ಸರ್ (12.0 ಲಕ್ಷ ರೋಗಿಗಳು)
6. ಜಠರದ ಕ್ಯಾನ್ಸರ್ (10.9 ಲಕ್ಷ ರೋಗಿಗಳು)

ಭಾರತದ ಅಂಕಿಅಂಶಗಳ ಪ್ರಕಾರ ಅತೀ ಸಾಮಾನ್ಯವಾಗಿ ಸ್ತನ ಕ್ಯಾನ್ಸರ್, ಗರ್ಭಕೋಶದ ಕ್ಯಾನ್ಸರ್ ಮತ್ತು ಬಾಯಿ ಮತ್ತು ಗಂಟಲಿನ ಕ್ಯಾನ್ಸರ್ ವರದಿಯಾಗಿವೆ.

8. ಎಲ್ಲಾ ಕ್ಯಾನ್ಸರ್ ಗಳು ಪ್ರಾಣ ಹರಣ ಮಾಡಬಲ್ಲವೇ?

ಇಲ್ಲ ಮತ್ತು ಹೌದು. ಅರೆ ಇದೆಂಥ ಉತ್ತರ ಎಂದು ತಲೆಕೆಡಿಸಿಕೊಳ್ಳ ಬೇಡಿರಿ.

ಕ್ಯಾನ್ಸರ್ ಗಳಲ್ಲಿ ಎರಡು ಹಂತಗಳಿವೆ. ಬಿನೈನ್ಸ್ ಮತ್ತು ಮ್ಯಾಲಿಗ್ನಂಟ್.

ಜೀವಕೋಶಗಳು ತನ್ನ ಬೆಳವಣಿಗೆಯ ರೂಪುರೇಷೆ ಯನ್ನು ಬದಲಾಯಿಸಿ ಹೆಚ್ಚು ವೇಗವಾಗಿ ಬೆಳೆಯಲು ಪ್ರಾರಂಭಿಸಿದರೆ ಗಡ್ಡೆಯಾಗಿ (ದುರ್ಮಾಂಸ)ವಾಗಿ ಗುರುತಿಸಿ ಕೊಳ್ಳಲು ಪ್ರಾರಂಭಿಸುತ್ತದೆ. ಅದು ಬೇರೆ ಅಂಗಗಳಿಗೆ ಹರಡುವುದಿಲ್ಲ ಮತ್ತು ಹೆಚ್ಚಿನ ದೇಹದ ಕಾರ್ಯವೈಖರಿ ಯಲ್ಲಿ ತೊಂದರೆ ಮಾಡಿರುವುದಿಲ್ಲ. ಸುತ್ತಮುತ್ತಲಿನ ಅಂಗಾಂಗಳಿಗೆ ಹರಡದೆ ಅವುಗಳಿಗೆ ತೊಂದರೆ ಉಂಟು ಮಾಡಿರುವುದಿಲ್ಲ. ಇಂತಹ ಕ್ಯಾನ್ಸರ್ ಅನ್ನು ಬಿನೈನ್ಸ್ ಎಂದು ಕರೆಯಲಾಗುತ್ತದೆ. ಆಪರೇಷನ್ ಮಾಡಿ ತೆಗೆದು ಹಾಕಿದರೆ ಪೂರ್ತಿ ಗುಣಮುಖರಾಗಬಹುದು.

ಹಾಗಾದರೆ ಮ್ಯಾಲಿಗ್ನಂಟ್ ಕ್ಯಾನ್ಸರ್ ಗಳು ಪ್ರಾಣ ಹರಣ ಮಡಬಲ್ಲುವೆ ಎಂದು ನಿಮ್ಮ ಪ್ರಶ್ನೆ ಇದ್ದರೆ, ಅದಕ್ಕೆ ಹೌದು ಎಂದು ನನ್ನ ಉತ್ತರವಾಗಿರುತ್ತದೆ.

ಹಾಗಾದರೆ ಈಗ ಮ್ಯಾಲಿಗ್ನಂಟ್ ಕ್ಯಾನ್ಸರ್ ಬಗ್ಗೆ ತಿಳಿದು ಕೊಳ್ಳೋಣ.

ಮ್ಯಾಲಿಗ್ನಂಟ್ ಕ್ಯಾನ್ಸರ್ ಗಡ್ಡೆಗಳು ಅತೀವೇಗವಾಗಿ ಬೆಳೆಯುವ ಸಾಮರ್ಥ್ಯ ಹೊಂದಿರುತ್ತವೆ. ಅಕ್ಕ ಪಕ್ಕ ದ ಅಂಗಾಂಗಳಿಗೆ ಕೊರೆದು ತನ್ನ ಕೆಟ್ಟ ಚಾಳಿಗಳನ್ನು ಹರಡಲಾರಂಬಿಸುತ್ತವೆ. ರಕ್ತದ ಮೂಲಕ ದೂರದಲ್ಲಿರುವ ಅಂಗಾಂಗಳಿಗೆ ಸ್ಥಾಪಿಸಿಕೊಂಡು ಹೊಸ ಕ್ಯಾನ್ಸರ್ ಗಡ್ಡೆಗಳಾಗಿ ಬೆಳೆಯಲಾರಂಬಿಸುತ್ತವೆ. ಬಕಾಸುರನಂತೆ ದೇಹದ ಸಂಪನ್ಮೂಲ ಗಳನ್ನು ಕ್ಯಾನ್ಸರ್ ಗಡ್ಡೆಗಳು ಕಬಳಿಸಿ ದೇಹವನ್ನು ಸೊರಗುವಂತೆ ಮಾಡುತ್ತವೆ. ಅತೀವೇಗವಾಗಿ ಬೆಳೆದು ದೇಹದ ದೈನಂದಿನ ಕಾರ್ಯಕ್ರಮ ಗಳಿಗೆ ಅಡ್ಡಿ ಮಾಡಿ ಸಾವಿಗೆ ಕಾರಣವಾಗುತ್ತವೆ.

9. ಕ್ಯಾನ್ಸರ್ ರೋಗದ ಲಕ್ಷಣಗಳು ಯಾವುವು?

ಎಲ್ಲ ಕ್ಯಾನ್ಸರ್ ಗಳ ಲಕ್ಷಣಗಳನ್ನು ಇಲ್ಲಿ ಹೇಳುವುದು ಕಷ್ಟ. ಹಾಗಾಗಿ ಸಂಕ್ಷಿಪ್ತವಾಗಿ ಇಲ್ಲಿ ವಿವರ ನೀಡಲಾಗಿದೆ. ನಿಮಗೆ ಕ್ಯಾನ್ಸರ್ ಇರುವ ಯಾವುದೇ ಅನುಮಾನ ಕಂಡು ಬಂದರೆ ನಿಮ್ಮ ವೈದ್ಯರನ್ನು ಸಂಪರ್ಕಿಸಿ.

ವಿಧವಿದದ ಕ್ಯಾನ್ಸರ್ ಗಳು ವಿಭಿನ್ನವಾದ ಲಕ್ಷಣಗಳನ್ನು ಹೊಂದಿವೆ. ಸಾಮಾನ್ಯವಾಗಿ ಕ್ಯಾನ್ಸರ್ ಗಳಲ್ಲಿ ಕಾಣಬಹುದಾದ ಚಹ್ನೆಗಳು ಇಲ್ಲಿ ಪಟ್ಟಿ ಮಾಡಲಾಗಿದೆ.

- ಸ್ತನದಲ್ಲಿ ಹೊಸದಾದ ಗಟ್ಟಿಯಾದ ಭಾಗ ಅಥವ ಗಂಟು ಕಾಣಬಹುದು
- ದೇಹದ ಯಾವುದೆ ಭಾಗದಲ್ಲಿ ಗಂಟು ಕಾಣಬಹುದು
- ಹೊಸ ಮಚ್ಚೆ ಕಾಣಿಸಿಕೊಳ್ಳಬಹುದು, ಈಗಾಗಲೆ ಇರುವುದರ ಹೊರ ನೋಟದಲ್ಲಿ (ಬಣ್ಣ ಮತ್ತು ಗಾತ್ರದ) ಬದಲಾವಣೆ ಕಾಣಬಹುದು.
- ವಾಸಿಯಾಗದ ಗಾಯಗಳು

- ಕಡಿಮೆಯಾಗದ ಕೆಮ್ಮು ಅಥವ ಗೊರಲು ಕೆಮ್ಮು
- ಮಲ ಅಥವ ಮೂತ್ರ ವಿಸರ್ಜನೆಯಲ್ಲಿ ಕಷ್ಟಪಡುವುದು
- ಸತತ ಅಜೀರ್ಣ ದಿಂದ ಬಳಲುವುದು
- ನಗುವಾಗ ನೋವು ಕಾಣಿಸಿಕೊಳ್ಳಬಹುದು
- ಯಾವುದೇ ವಿವರ ತಿಳಿಯದೇ ತೂಕದಲ್ಲಿನ ಬದಲಾವಣೆ ಕಾಣಿಸಿಕೊಳ್ಳಬಹುದು
- ಅಸಾಧಾರಣವಾದ ರಕ್ತ ಸ್ರಾವ ಕಾಣಿಸಿಕೊಳ್ಳಬಹುದು

10. ಕ್ಯಾನ್ಸರ್ ಬರದಂತೆ ತಡೆಯಬಹುದೇ? ತಡೆಯಬಹುದಾದರೆ ಯಾವ ಕ್ರಮಗಳನ್ನು ಅನುಸರಿಸಬೇಕು?

ಕ್ಯಾನ್ಸರ್ ಒಂದು ಅಂಗದ ಜೀವಕೋಶಗಳ ರಾಕ್ಷಸ ವರ್ತನೆ ಯಿಂದ ಬರುವಂತಹ ರೋಗ. ಹೀಗಿರುವಾಗ ಯಾವಾಗ ಜೀವಕೋಶಗಳು ತಮ್ಮ ಜೀವನ ಕ್ರಮ (life cycle) ಬದಲಾವಣೆ ಮಾಡಿಕೊಂಡು ಕ್ಯಾನ್ಸರ್ ಆಗಿ ಪರಿವರ್ತನೆ ಹೊಂದುತ್ತವೆ ಎಂದು ಅರಿಯುವುದು ಕಷ್ಟ. ಹಿಂದಿನ ಪ್ರಶ್ನೆಗಳಿಗೆ ಉತ್ತರಿಸುವಾಗ ಹೇಳಿದಂತೆ ಪ್ರತೀ ಅಂಗದ ಕ್ಯಾನ್ಸರ್ ಗೂ ಕಾರಣಗಳನ್ನು ಸಂಶೋಧನೆ ಮಾಡಲಾಗಿದೆ. ಸೋಂಕು ಮತ್ತು ಜೀವನ ಶೈಲಿಗೆ ಸಂಬಂಧ ಇರುವ ಅಂಶಗಳನ್ನು ಸಾದ್ಯವಾದಷ್ಟು ತಡೆಯಲು ಪ್ರಯತ್ನ ಮಾಡಬಹುದು. ಆದರೆ ಅನುವಂಶೀಯವಾಗಿ ಅಥವಾ ಜೀನ್ಸ್ ಗೆ ಸಂಬಂಧ ಹೊಂದಿರುವ ಕಾರಣಗಳಿಂದ ತಡೆಯಲು ಇನ್ನೂ ತಂತ್ರಜ್ಞಾನ ಮುಂದುವರೆಯ ಬೇಕಿದೆ.

ಈಗ ಸಾಮಾನ್ಯವಾಗಿ ಕ್ಯಾನ್ಸರ್ ತಡೆಯಲು ಅನುಸರಿಸಬಹುದಾದ ಕ್ರಮಗಳನ್ನು ಚರ್ಚೆ ಮಾಡೋಣ.

- ತಂಬಾಕು (ಹೊಗೆಸೊಪ್ಪು) ಮತ್ತು ಅದರಿಂದ ತಯಾರಿಸಿದ (ಸಿಗರೇಟು, ಗುಟ್ಕಾ, ಪಾನ್ಮಸಾಲ, ಚೈನಿ) ಪದಾರ್ಥಗಳನ್ನು ಬಳಕೆಯನ್ನು ನಿಲ್ಲಿಸುವುದು. ತಂಬಾಕು ಬಹಳ ಅಪಾಯಕಾರಿಯಾಗಿದ್ದು, ಕ್ಯಾನ್ಸರ್ ಮತ್ತು ಅಕಾಲಿಕ ಮರಣ ಸೇರಿದಂತೆ ಇದು ಹಲವಾರು ರೀತಿಯ ತೊಂದರೆಗಳನ್ನು ಉಂಟು ಮಾಡುತ್ತದೆ.

- ಕೊಬ್ಬಿನ ಅಂಶ ಕಡಿಮೆ ಇರುವ ಆಹಾರ, ಹಣ್ಣು ತರಕಾರಿ, ಕಾಳುಗಳನ್ನು ಹೆಚ್ಚಾಗಿ ಸೇವಿಸುವುದು. ಬೊಜ್ಜು ಬಾರದಂತೆ ನೋಡಿಕೊಳ್ಳುವುದರಿಂದ ಮತ್ತು ಫಿಟ್ ಆಗಿ ಇರುವುದರಿಂದ ಸ್ತನದ ಕ್ಯಾನ್ಸರ್, ಗರ್ಭಕೋಶದ ಕ್ಯಾನ್ಸರ್ ಮತ್ತು ಕರುಳಿನ ಕ್ಯಾನ್ಸರ್‌ನಂತಹ ಅನೇಕ ಕ್ಯಾನ್ಸರ್‌ಗಳನ್ನು ತಡೆಯಬಹುದು. .

- ಮದ್ಯಪಾನದ ಪ್ರಮಾಣವನ್ನು ತಗ್ಗಿಸಿಕೊಳ್ಳುವುದು. ಯಾಕೆಂದರೆ ಅಧಿಕ ಮದ್ಯಪಾನವು ಅನೇಕ ರೀತಿಯ ಕ್ಯಾನ್ಸರ್‌ಗಳಿಗೆ ಕಾರಣ ಆಗಬಹುದು.

- ತಾಜಾ ಹಣ್ಣು ತರಕಾರಿಗಳ ಸೇವನೆಯಿಂದ ನಮ್ಮ ಶರೀರದಲ್ಲಿನ ಆಂಟಿ-ಆಕ್ಸಿಡಾಂಟ್ ಪ್ರಮಾಣವನ್ನು ಹೆಚ್ಚಿಸುತ್ತದೆ ಮತ್ತು ಜೀನ್ಸ್ ಗೆ ಹಾನಿ ಆಗುವುದನ್ನು ತಡೆಯುತ್ತದೆ.

- ವ್ಯಾಯಾಮ, ಯೋಗ, ವಾಯುವಿಹಾರ ಪ್ರತಿನಿತ್ಯ ಮಾಡುವುದು. ಒಂದು ವಾರಕ್ಕೆ ಸುಮಾರು 150 ನಿಮಿಷಗಳ ಕಾಲ ಮಾಡುವ ಸಾಧಾರಣ ಪ್ರಮಾಣದ ವ್ಯಾಯಾಮದಿಂದ ಆರೋಗ್ಯದಲ್ಲಿ ಸುಧಾರಣೆ ಆಗುತ್ತದೆ ಮತ್ತು ಕ್ಯಾನ್ಸರ್ ಅಪಾಯವನ್ನು ತಗ್ಗಿಸಬಹುದು

- ಅಪಾಯಕಾರಿ ಸೂರ್ಯನ ವಿಕಿರಣಗಳು ದೇಹದ ಮೇಲೆ ಬೀಳದಂತೆ ಸಂರಕ್ಷಣೆ ಮಾಡಿ ಕೊಳ್ಳುವುದು ಮತ್ತು ದೇಹದ ಚರ್ಮವನ್ನು ಪೂರ್ಣವಾಗಿ ಮುಚ್ಚುವಂತೆ ಬಟ್ಟೆ ಧರಿಸುವುದು. ಇದರಿಂದ ಚರ್ಮದ ಕ್ಯಾನ್ಸರ್ ಬರುವುದನ್ನು ತಡೆಗಟ್ಟಬಹುದು. ಆದರೆ ಭಾರತೀಯರ ಚರ್ಮವು ಚರ್ಮದ ಕ್ಯಾನ್ಸರಿಗೆ ಈಡಾಗುವ ಸಾಧ್ಯತೆ ಕಡಿಮೆ ಇದೆ.

- ಅನೇಕ ವ್ಯಕ್ತಿಗಳ ಜತೆಗೆ ಲೈಂಗಿಕ ಸಂಬಂಧವನ್ನು ಹೊಂದಬಾರದು. ಒಂದು ವೇಳೆ ಹಾಗಿದ್ದರೆ ನಿರೋಧ್ ಬಳಸುವುದು ಸೂಕ್ತ. ನಿರೋಧ್ ಬಳಸುವ ಮೂಲಕ ಏಚ್.ಐ.ವಿ, ಹೆಪಾಟೈಟಿಸ್ ಬಿ ಮತ್ತು ಸಿ ವೈರಸ್‌ಗಳು (ಕಾಮಾಲೆಯನ್ನು ಮತ್ತು ಪಿತ್ತಜನಕಾಂಗದ ಕ್ಯಾನ್ಸರ್‌ಗೆ ಕಾರಣ ಆಗುವ) ಮತ್ತು ಹ್ಯೂಮನ್ ಪ್ಯಾಪಿಲೋಮಾ ವೈರಸ್ (ಗರ್ಭಕೊರಳಿನ ಕ್ಯಾನ್ಸರ್ ಮತ್ತು ಪುರುಷ ಜನನಾಂಗದ ಕ್ಯಾನ್ಸರ್‌ಗೆ ಕಾರಣ ಆಗುವ) ಹರಡುವುದನ್ನು ತಡೆಯಬಹುದು.

- ಕ್ಯಾನ್ಸರ್ ಅಪಾಯವನ್ನು ಕಡಿಮೆ ಮಾಡುವ ಗುಣವಿರುವ ಕೆಲವು ಔಷಧಗಳನ್ನು ನಿಮ್ಮ ವೈದ್ಯರ ಆದೇಶದ ಮೇರೆಗೆ ತೆಗೆದುಕೊಳ್ಳಬಹುದು.

ಒಮ್ಮೊಮ್ಮೆ ಯಾವುದೇ ಕೆಟ್ಟ ಅಭ್ಯಾಸ ಇಲ್ಲದೇ, ಉತ್ತಮ ಅಭ್ಯಾಸಗಳನ್ನು ರೂಢಿಸಿಕೊಂಡಿರುವ ಕೆಲವು ವ್ಯಕ್ತಿಗಳಿಗೂ ಸಹ ಕ್ಯಾನ್ಸರ್ ಬಾಧಿಸುವುದನ್ನು ನಾವು ಕಾಣುತ್ತೇವೆ. ಇದನ್ನು ಕೇವಲ ಅವರ ದುರದೃಷ್ಟ ಎಂದಷ್ಟೇ ಹೇಳಬಹುದು. ಅದಕ್ಕಾಗಿ ನಿಮ್ಮ ಕೌಟುಂಬದಲ್ಲಿ ಕ್ಯಾನ್ಸರ್ ನಿಂದ ಮರಣ ಹೊಂದಿರುವ ನಿದರ್ಶನ ಇದ್ದರೆ, ಅದರ ಹಿನ್ನೆಲೆಯ ಅರಿವು ನಿಮಗೆ ಇರಲಿ. ಸಾಮನ್ಯ ಜನರು ಆಗಾಗ ಕ್ಯಾನ್ಸರ್ ಸ್ಕ್ರೀನಿಂಗ್ ಮಾಡಿಸಿಕೊಳ್ಳುವುದರಿಂದ ಬಿನೈನ್ಹ್ ಹಂತದಲ್ಲಿ ಕ್ಯಾನ್ಸರ್ ಪತ್ತೆ ಹಚ್ಚಬಹುದು. ಇಂತಹ ಹಂತದಲ್ಲಿ ಚಿಕಿತ್ಸೆ ಪಡೆದು ಸಾವಿನ ದವಡೆಗೆ ಸಿಲುಕದಂತೆ ತಡೆಯಬಹುದು.

11. ಕ್ಯಾನ್ಸರ್ ಒಂದು ಸೋಂಕು ರೋಗವೇ? ಕ್ಯಾನ್ಸರ್ ಒಬ್ಬರಿಂದ ಮತ್ತೊಬ್ಬರಿಗೆ ಹರಡುತ್ತದೆಯೇ?

ಕೆಲವು ಕ್ಯಾನ್ಸರ್ ಗಳು ಮಿಣಿಜೀವಿಗಳ ಸೋಂಕಿನಿಂದ ಬರುವವು. ಅಂತಹ ಕ್ಯಾನ್ಸರ್ ಗಳು ಹರಡುವ ಸಾಧ್ಯತೆ ಇದೆ. ಲೈಂಗಿಕ ಸಂಪರ್ಕ ದಿಂದ ಹರಡುವ ಏಚ್.ಐ.ವಿ, ಹೆಪಾಟೈಟಿಸ್ ಬಿ ಮತ್ತು ಸಿ ವೈರಸ್‌ಗಳು (ಕಾಮಾಲೆಯನ್ನು ಮತ್ತು ಪಿತ್ತಜನಕಾಂಗದ ಕ್ಯಾನ್ಸರ್‌ಗೆ ಕಾರಣ ಆಗುವ) ಮತ್ತು ಹ್ಯೂಮನ್ ಪ್ಯಾಪಿಲೋಮಾ ವೈರಸ್ (ಗರ್ಭಕೊರಳಿನ ಕ್ಯಾನ್ಸರ್ ಮತ್ತು ಪುರುಷ ಜನನಾಂಗದ ಕ್ಯಾನ್ಸರ್‌ಗೆ ಕಾರಣ ಆಗುವ) ಹರಡುವುದನ್ನು ನಿರೋಧ್ ಬಳಸುವುದರಿಂದ ತಡೆಯಬಹುದು.

12. ಕ್ಯಾನ್ಸರ್ ಮುಂಚಿತವಾಗಿ ಕಂಡು ಹಿಡಿದರೆ ಸಾವಿನ ಸಾದ್ಯತೆಯನ್ನು ತಡೆಯಬಹುದೇ. ಹಾಗಾದರೆ ಮುಂಚಿತವಾಗಿ ಕಂಡು ಹಿಡಿಯಲು ಏನು ಮಾಡಬೇಕು?

ಹೌದು. ಕ್ಯಾನ್ಸರ್ ಗೆ ಯಾರು ಬೇಕಾದರೂ ತುತ್ತಾಗುವ ಸಾದ್ಯತೆ ಇದೆ. ಕೆಲವರು ಯಾವುದೇ ದುರಭ್ಯಾಸ ಇಲ್ಲದಿದ್ದರೂ, ಅಥವಾ ಹೆಚ್ಚಿನ ಆರೋಗ್ಯಕರ ಅಭ್ಯಾಸಗಳನ್ನು ರೂಢಿಸಿಕೊಂಡಿದ್ದರೂ ಕ್ಯಾನ್ಸರ್ ನಿಂದ ಬಳಲುವುದನ್ನು ಕಾಣುತ್ತೇವೆ. ಇದನ್ನು ಕೇವಲ ಅವರ ದುರದೃಷ್ಟ ಎಂದಷ್ಟೇ ಹೇಳಬಹುದು.

ನಿಮ್ಮ ಕೌಟುಂಬದಲ್ಲಿ ಅಥವಾ ಹತ್ತಿರದ ಸಂಭಂಧಿಗಳು ಕ್ಯಾನ್ಸರ್ ನಿಂದ ಮರಣ ಹೊಂದಿರುವ ನಿದರ್ಶನಗಳು ಇದ್ದರೆ, ಅದರ ಹಿನ್ನೆಲೆಯ ಅರಿವು ನಿಮಗೆ ಇರಬೇಕಾಗುತ್ತದೆ. ಅಂತಹ ಜನರು ಮತ್ತು ಕ್ಯಾನ್ಸರ್ ಇರಬಹುದೆಂಬ ಅನುಮಾನ ಇರುವ ಸಾಮನ್ಯ ಜನರು ಆಗಾಗ ಕ್ಯಾನ್ಸರ್ ಸ್ಕ್ರೀನಿಂಗ್ ಮಾಡಿಸಿಕೊಳ್ಳುವುದರಿಂದ ಬಿನೈನ್ಷ್ ಹಂತದಲ್ಲಿ ಕ್ಯಾನ್ಸರ್ ಪತ್ತೆ ಹಚ್ಚಬಹುದು. ಇಂತಹ ಹಂತದಲ್ಲಿ ಚಿಕಿತ್ಸೆ ಪಡೆದು ಸಾವಿನ ದವಡೆಗೆ ಸಿಲುಕುವುದರಿಂದ ಪಾರಾಗಬಹುದು.

13. ಚಿಕಿತ್ಸೆ ಪಡೆಯುತ್ತಿರುವ ಕ್ಯಾನ್ಸರ್ ರೋಗಿಗಳು ಗಮನಿಸಬೇಕಾದ ವಿಷಯಗಳೇನು?

- ಚಿಕಿತ್ಸೆ ಮಾಡಲು ಹಲವಾರು ವಿಧಾನಗಳಿದ್ದು ಶಸ್ತ್ರ ಕ್ರಿಯೆ, ವಿಕಿರಣ ಚಿಕಿತ್ಸೆ, ಔಷಧಿ ಚಿಕಿತ್ಸೆ, ಹಾರ್ಮೋನು ಚಿಕಿತ್ಸೆ, ಮತ್ತು ಜೈವಿಕ ಚಿಕಿತ್ಸೆಗಳನ್ನು ಬಳಸಬಹುದು. ಯಾವುದಾದರೂ ಒಂದು ಅಥವಾ ಎಲ್ಲಾ ರೀತಿಯ ವಿಧಾನಗಳನ್ನು ಅಳವಡಿಸಿ ಕೊಳ್ಳಬಹುದು. ಪ್ರತಿಯೊಂದು ಕ್ಯಾನ್ಸರ್ ಗೂ ತನ್ನದೇ ಆದ ಚಿಕಿತ್ಸಾ ಕ್ರಮ ಅನುಸರಿಸಬೇಕಾಗುತ್ತದೆ.

- ಕ್ಯಾನ್ಸರ್ ಚಿಕಿತ್ಸಾ ಕ್ರಮಗಳು ಹೆಚ್ಚಿನ ಅಡ್ಡ ಪರಿಣಾಮಗಳನ್ನು ಹೊರಹಾಕಬಹುದು.

- ಅಡ್ಡ ಪರಿಣಮಗಳು ಸಾಧಾರಣವಾಗಿ ತಾತ್ಕಾಲಿಕ. ಬಹುಮಟ್ಟಿಗೆ ಅವುಗಳನ್ನು ಗುಣ ಪಡಿಸಬಹುದು ಇಲ್ಲವೆ ನಿಯಂತ್ರಿಸಬಹುದು.

- ವಿಕಿರಣದಿಂದ ಆಗುವ ಅಡ್ಡ ಪರಿಣಾಮಗಳೆಂದರೆ ಕೂದಲು ತಾತ್ಕಲಿಕವಾಗಿ ನಷ್ಟವಾಗುವುದು, ಚರ್ಮವು ಕೆಂಪಾಗುವುದು, ಒಣಗುವುದು ಮತ್ತು ತುರಿಕೆಯಾಗುವು.

- ಕ್ಯಾನ್ಸರ್ ಕಿಮೋಥೆರಪಿ ಔಷಧಿಗಳ ಅಡ್ಡ ಪರಿಣಾಮಗಳೆಂದರೆ, ತಾತ್ಕಾಲಿಕ ಆಯಾಸ , ಹಸಿವು ತಗ್ಗಿಸುವುದು, ವಾಕರಿಕೆ, ವಾಂತಿ, ಭೇದಿ (ಡಯೆರಿಯಾ), ಬಾಯಿ ಮತ್ತು ತುಟಿ ಹುಣ್ಣು ಬರಬಹುದು.

- ಶಸ್ತ್ರಕ್ರಿಯೆಯ ಮೂಲಕ ಚಿಕಿತ್ಸೆ ಮಾಡುವಾಗ ಕೆಲವು ಅಂಗಗಳನ್ನು ತೆಗೆದು ಹಾಕಬಹುದು. ಉದಾಹರಣೆಗೆ- ಸ್ತನ ಕ್ಯಾನ್ಸರನ್ನು ಗುಣ ಮಾಡಲು ಸ್ತನವನ್ನು ತೆಗೆದು ಹಾಕಬಹುದು. ಪ್ರೊಸ್ಟೇಟ್ ಕ್ಯಾನ್ಸರನ್ನು ಗುಣ ಪಡಿಸಲು ವೀರ್ಯಾಂಗವನ್ನು ತೆಗೆದು ಹಾಕಬಹುದು.

- ಮನೊಕ್ಲೊನಲ್ ಆಂಟಿಬಾಡಿಗಳು,ಇಂಟರ್ ಫೆರಾನ್, ಇಂಟರ್ ಲ್ಯುಕಿನ್-2 ಮತ್ತು ರಕ್ತ ಕಣ ಉತ್ಪಾದನಾ ಪ್ರಚೋದಕ ಬಳಕೆ ಮಾಡಬಹುದು. ಇದರಿಂದ ಆಗುವ ಅಡ್ಡ ಪರಿಣಾಮಗಳೆಂದರೆ ಚಳಿ, ಜ್ವರ, ಸ್ನಾಯು ನೋವು, ಆಯಾಸ, ಹಸಿವು ಇಲ್ಲದಾಗುವುದು, ವಾಕರಿಕೆ , ವಾಂತಿ ಮತ್ತು ಭೇದಿ (ಡಯೇರಿಯಾ) ಆಗಬಹುದು. ರಕ್ತಸ್ರಾವ , ಅಥವ ಗಾಯ ಅಗಬಹುದು. ಚರ್ಮದ ಮೇಲೆ ಗುಳ್ಳೆಗಳು ಅಥವ ಬಾವು ಬರಬಹುದು. ಈ ಸಮಸ್ಯೆಗಳು ಹೆಚ್ಚು ತೀವ್ರವಾಗಿರತ್ತವೆ . ಆದರೆ ಚಿಕಿತ್ಸೆ ನಿಂತ ನಂತರ ತಂತಾನೆ ವಾಸಿಯಾಗುತ್ತವೆ.

ಅಧ್ಯಾಯ 14: ಅಲರ್ಜಿ ರೋಗ
(ಮೈಗೆ ಒಗ್ಗದಿರುವುದು)

ನಾವು ಸಾಮಾನ್ಯವಾಗಿ ನಮ್ಮವರನ್ನು ಅಥವಾ ನಮ್ಮದನ್ನು ಒಪ್ಪಿಕೊಳ್ಳುತ್ತೇವೆ. ಆಗ ಯಾರಿಗೂ ತೊಂದರೆ ಆಗುವುದಿಲ್ಲ. ಆದರೆ ಹೊರಗಿನವರನ್ನು ಪರಕೀಯರಂತೆ ಕಂಡು ತೀಕ್ಷ್ಣವಾಗಿ ಪ್ರತಿಕ್ರಿಯೆ ನೀಡುತ್ತೇವೆ. ಹೊರಗಿನವರನ್ನು ಹೊರಹಾಕಲು ಬಹಳ ಪ್ರಯತ್ನ ಮಾಡುತ್ತೇವೆ. ಒಮ್ಮೊಮ್ಮೆ ಅವರನ್ನು ಹೊರಹಾಕಲು ಮುಂದಾದಾಗ ನಮಗೆ ತೊಂದರೆ ಆದರೂ ಅಥವಾ ನಮ್ಮ ಹತ್ತಿರದವರಿಗೆ ಆಗಬಹುದಾದ ತೊಂದರೆಯನ್ನು ಲೆಕ್ಕಿಸದೇ ನಿರ್ದಾಕ್ಷಿಣ್ಯವಾಗಿ ತಿರಸ್ಕರಿಸುತ್ತೇವೆ. ಒಮ್ಮೊಮ್ಮೆ ನಮ್ಮವರ ಮೇಲೆಯೇ ಅನುಮಾನಿಸಿ ಸಂಬಂಧಗಳನ್ನು ಮುರಿದು ಕೊಂಡು ತೊಂದರೆ ಅನುಭವಿಸುತ್ತೇವೆ.

ಅರೆ ಅಲರ್ಜಿಗೂ, ಈ ಮೇಲೆ ಹೇಳಿದ ಕಥೆಗೂ ಏನು ಸಂಬಂಧ. ಸಂಭಂಧ ಇರುವುದರಿಂದಲೇ ಈ ಕತೆ ಹೇಳಿರುವುದು.ಪೂರ್ತಿ ಲೇಖನ ಓದಿ. ನಿಮಗೆ ತಿಳಿಯುತ್ತದೆ.

ಅಲರ್ಜಿ ರೋಗ ಬಹಳ ಸಾಮಾನ್ಯವಾಗಿ ಕಾಣುವ ರೋಗವಾಗಿದೆ. ಸಂಖ್ಯಾಶಾಸ್ತ್ರದ ಪ್ರಕಾರ ಶೇ. 12 ರಷ್ಟು ಆರರಿಂದ ಏಳು ವರ್ಷದ ಮಕ್ಕಳಲ್ಲಿ, ಶೇ. 25 ರಷ್ಟು13-14 ವರ್ಷದ ಯುವಕರಲ್ಲಿ, ಮತ್ತು ಶೇ. 7-8 ರಷ್ಟು ವಯಸ್ಕರಲ್ಲಿ ಕಾಣಸಿಗುತ್ತದೆ. ಇಷ್ಟು ಸಾಮಾನ್ಯವಾದ ರೋಗದ ಬಗ್ಗೆ ಎಲ್ಲರೂ ತಿಳಿದು ಕೊಳ್ಳಲೇಬೇಕಾಗಿದೆ. ಓದುಗರೆಲ್ಲರೂ ಪೂರ್ತಿ ಲೇಖನ ಓದಿ, ಅಲರ್ಜಿ ಕಾಯಿಲೆಯ ಬಗ್ಗೆ ತಿಳಿದು, ಇನ್ನೂ ಹತ್ತು ಜನರಿಗೆ ತಿಳಿಸಿ ಮಾಹಿತಿ ಪ್ರಸರಣಕ್ಕೆ ಸಹಕರಿಸಿ.

1. ಅಲರ್ಜಿಗೆ ಇರುವ ಇತರ ಹೆಸರುಗಳಾವುವು?

ದೇಹದ ಅಸಹಿಷ್ಣುತೆ ಅಥವಾ ದೇಹದ ವಕ್ರ ಪ್ರತಿಕ್ರಿಯೆ ಅಥವಾ ಮೈಗೆ ಒಗ್ಗದಿರುವುದು.

2. ಅಲರ್ಜಿ ಎಂದರೇನು?

ಕೆಲವರಿಗೆ ಬದನೆಕಾಯಿ ತಿಂದರೆ ಮೈತುರಿಕೆ ಬಂದು ದದ್ದಾಗಬಹುದು. ಕೆಲವರಿಗೆ ತುಟಿ ಊದಿ ಗಂಟಲು ಕಟ್ಟಿದಂತಾಗಿ ಉಸಿರಾಟಕ್ಕೆ ತೊಂದರೆಯಾಗಬಹುದು. ಒಮ್ಮೊಮ್ಮೆ ಒಗ್ಗದ ಪದಾರ್ಥಗಳನ್ನು ತಿಂದರೆ ತೀವ್ರ ತರವಾದ ಪರಿಣಾಮಗಳಾಗಿ ಸಮಯಕ್ಕೆ ಸರಿಯಾದ ಚಿಕಿತ್ಸೆ ಸಿಗದಿದ್ದರೆ ಜೀವಹಾನಿ ಕೂಡ ಆಗಬಹುದು.

ಯಾವುದೇ ಒಂದು ಕಣ ದೇಹಕ್ಕೆ ಪ್ರವೇಶಿಸಿದಾಗ ದೇಹ ಅದನ್ನು ತನ್ನದೆಂದು ತಿಳಿಯದೇ ಬಾಹ್ಯಕಾಯಗಳೆಂದು (antigen) ಗುರುತಿಸಿದರೆ, ಆಗ ಅದನ್ನು ಹೊಡೆದು ಉರುಳಿಸಲು ದೇಹ ಪ್ರತಿಕಾಯಗಳನ್ನು (antibody) ತಯಾರಿಸಿ ಕಳುಹಿಸುತ್ತದೆ. ಅದಲ್ಲದೆ, ಬಾಹ್ಯಕಾಯಗಳೊಂದಿಗೆ ಹೋರಾಟ ಮಾಡಲು ದೇಹದ ನುರಿತ ಜೀವಕೋಶಗಳನ್ನು ಕೂಡ ಕಳುಹಿಸಲು ದೇಹದಲ್ಲಿ ಹೆಚ್ಚಿನ ರಾಸಾಯನಿಕಗಳು ಶ್ರವಿಸುತ್ತವೆ. ಈ ರಾಸಾಯನಿಕಗಳು ದೇಹದ ಜೀವಕೋಶಗಳನ್ನು ಪ್ರಚೋದಿಸಿ ತುರಿಕೆ, ದದ್ದು, ಊತ, ಉರಿ, ಉಸಿರಾಟದ ತೊಂದರೆ ಹೀಗೆ ಹತ್ತು ಹಲವು ತೊಂದರೆಗಳನ್ನು ಉಂಟು ಮಾಡುತ್ತದೆ. ಇದನ್ನೇ ವೈದ್ಯಕೀಯ ಭಾಷೆಯಲ್ಲಿ ಅಲರ್ಜಿ ಎಂದು ಕರೆಯಲಾಗುತ್ತದೆ.

3. ಅಲರ್ಜಿ ಆದಾಗ ದೇಹದ ಮೇಲೆ ಯಾವ ಪರಿಣಾಮಗಳಾಗಬಹುದು?

ಯಾವುದೇ ವಸ್ತುವನ್ನು ನಮ್ಮ ದೇಹ ಬಾಹ್ಯಕಾಯವೆಂದು (antigen) ಗುರುತಿಸಿದರೆ, ಅದನ್ನು ಅಲರ್ಜಿಕಾರಕ ಎಂದು ಹೇಳಬಹುದು. ಹಿಂದೆ ಹೇಳಿದ ಕತೆಯಲ್ಲಿ ಯಾರನ್ನಾದರೂ ನಾವು ನಮ್ಮವರೆಂದು ತಿಳಿಯದಿದ್ದರೆ, ಆಗ ನಾವು ಅವರನ್ನು ಹೊರಗಿಡುವ ಅಥವಾ ಅವರಿಗೆ ಇರುಸು-ಮುರುಸು ಮಾಡುವುದು ಸಹಜ. ಅವರಿಗೆ ತೊಂದರೆ ಕೊಡುವಲ್ಲಿ ನಮಗೆ ನಾವೇ ತೊಂದರೆ ಮಾಡಿ ಕೊಳ್ಳುತ್ತೇವೆ. ನಮ್ಮ ಸಂಭಂಧಿಗಳನ್ನು ಅನುಮಾನದಿಂದ ನೋಡಿ ನಮ್ಮ ಸಂಭಂಧಗಳನ್ನು ಹಾಳುಮಾಡಿಕೊಳ್ಳುತ್ತೇವೆ.

ಇದೇ ರೀತಿ ನಮ್ಮ ದೇಹದ ಜೀವಕೋಶಗಳು ಬಾಹ್ಯಕಾಯಗಳನ್ನು ಹೊರಹಾಕುವ ಪ್ರಕ್ರಿಯೆಯಲ್ಲಿ ತನ್ನದೇ ದೇಹದ ಜೀವಕೋಶಗಳನ್ನು ಮತ್ತು ಅಂಗಗಳನ್ನು ಹಾಳುಮಾಡುತ್ತವೆ. ಮುಖ್ಯ ಅಂಗಗಳಾದ ಶ್ವಾಸಕೋಶಗಳು, ಪಿತ್ತಜನಕಾಂಗ, ಮೂತ್ರಜನಕಾಂಗಳು, ಹೃದಯ, ರಕ್ತನಾಳಗಳು, ಕಣ್ಣುಗಳು, ಚರ್ಮ ಮತ್ತು ಜೀರ್ಣಾಂಗಗಳು ಉರಿತಕ್ಕೆ (inflammation) ಒಳಗಾಗಿ ಅಂಗಾಂಗಳ ಕಾರ್ಯ ಕ್ಷಮತೆಗೆ ಕುಂದುಂಟು ಮಾಡುತ್ತವೆ.

4. ಅಲರ್ಜಿ ಕಾರಕಗಳಾವುವು?

ಯಾವುದೇ ವಸ್ತು ಚರ್ಮದ/ದೇಹದ ಭಾಗಗಳ ಸಂಪರ್ಕಕ್ಕೆ ಬಂದಾಗ ಅದು ತುರಿಕೆ (reaction) ಉಂಟು ಮಾಡಿದರೆ, ಆ ವಸ್ತುವು ಅಲರ್ಜಿಕಾರಕವಾಗಿರಬಹುದು. ಅದು ಗಾಳಿಯ, ಆಹಾರದ, ಇಂಜಕ್ಷನ್ ಮೂಲಕವೂ ನಮ್ಮ ದೇಹ ಸೇರಬಹುದು. ಅಲರ್ಜಿಕಾರಕಗಳಿಗೆ ಉದಾಹರಣೆಗಳೆಂದರೆ, ಹೂವಿನ ಪರಾಗ, ಗಾಳಿಯಲ್ಲಿ ತೇಲುವ ಸೂಕ್ಷ್ಮ ಜೀವಿಗಳು, ಪ್ರಾಣಿಗಳಿಂದ ಉದುರುವ ಸೂಕ್ಷ್ಮ ಚರ್ಮದ ಪುಡಿ, ತಲೆಯ ಹೊಟ್ಟು, ಕೂದಲು, ಕೆಲವು ಆಹಾರಗಳು (ಬದನೆಕಾಯಿ, ಮಾಂಸ, ಮೀನು, ಮೊಟ್ಟೆ, ಕಡಲಮೂಲದ ಆಹಾರ ಪದಾರ್ಥಗಳು, ವಿದೇಶದಿಂದ ಆಮದಾದ ಆಹಾರಗಳು, ಗೋದಿ ಪದಾರ್ಥಗಳು, ವಾಯುಮಾಲಿನ್ಯ, ಹೊಗೆ, ಔಷಧಗಳು(ಚಿಕಿತ್ಸೆಗಾಗಿ ಬಳಸಿದಾಗ ಅಲರ್ಜಿಯಂತಹ ಅಡ್ಡ ಪರಿಣಾಮಗಳು), ಆಹಾರದಲ್ಲಿ ವಿಷಬೆರಕೆ ರಾಸಾಯನಿಕಗಳು, ಸೂರ್ಯನ ಕಿರಣ, ಚರ್ಮಕ್ಕೆ ತಗುಲುವಂತೆ ಇರುವ ಲೋಹಗಳು, ಧೂಳು, ಮರಳು, ನಾರು, ಕಸಿಮಾಡಿದ ಅಂಗಗಳು, ರಕ್ತ/ರಕ್ತದ ಪದಾರ್ಥಗಳನ್ನು ರೋಗಿಗೆ ಚಿಕಿತ್ಸೆಗಾಗಿ ಬಳಸಿದಾಗ, ಔಷಧಿಗಳು ಅಥವಾ ಇನ್ನಾವುದೇ ಕಣವನ್ನು ದೇಹ ಬಾಹ್ಯ ಕಾಯವೆಂದು ಪರಿಗಣಿಸಿದರೆ). ಎಲ್ಲರಿಗೂ ಒಂದೇ ತರಹದ ಪದಾರ್ಥಗಳಿಗೆ ಅಲರ್ಜಿ ಇರುವುದಿಲ್ಲ. ಇದಕ್ಕೆ ವಂಶವಾಹಿನಿಗಳಲ್ಲಿನ ವ್ಯತ್ಯಾಸಗಳೇ ಕಾರಣ.

5.ಮಕ್ಕಳಿಗೆ ಹೆಚ್ಚು ಅಲರ್ಜಿ ಕಾಣಬಹುದು. ಏಕೆ?

ಮಕ್ಕಳಲ್ಲಿ ಹೆಚ್ಚಿನ ಸಂಖ್ಯೆಯಲ್ಲಿ ದದ್ದಾಗಬಹುದು ಅಥವಾ ಅಲರ್ಜಿ ಆಗಬಹುದು. ಅವರಲ್ಲಿ ರೋಗ ನಿರೋಧಕ ಶಕ್ತಿ ಹೆಚ್ಚಾಗಿರುವುದು ಇದಕ್ಕೆ ಕಾರಣವಿರಬಹುದು. ಕೆಲವು ಮಕ್ಕಳಿಗೆ ಹಾಲು ಕುಡಿದಾಗ ವಾಂತಿ ಆಗಬಹುದು. ಒಗ್ಗದಿರಬಹುದು. ಇದಕ್ಕೆ ಲ್ಯಾಕ್ಟೋಸ್ ಇಂಟಾಲರನ್ಸ್ ಎನ್ನುತ್ತಾರೆ. ಹಾಲಿನಲ್ಲಿ ಇರುವ ಪ್ರೋಟೀನ್ ಇದಕ್ಕೆ ಕಾರಣ ಆಗಿರಬಹುದು.

ಅಂತಹ ಮಕ್ಕಳಿಗೆ ವೈದ್ಯರ ಸಲಹೆ ಪಡೆದು ಅಲರ್ಜಿ ಇರುವ ಪದಾರ್ಥಗಳನ್ನು ದೂರ ಇಟ್ಟು ಉಳಿದ ಆಹಾರ ಪದಾರ್ಥಗಳಿಂದ ಪೋಷಣೆ ಮಾಡುವುದು ಒಳ್ಳೆಯದು.

6. ಅಲರ್ಜಿ ರೋಗದ ಲಕ್ಷಣಗಳು ಯಾವುವು? ಅಲರ್ಜಿ ಇದೆ ಎಂದು ಕಂಡುಕೊಳ್ಳುವುದು ಹೇಗೆ?

ಅಲರ್ಜಿ ಇರುವುದನ್ನು ಖಾತ್ರಿ ಮಾಡಿ ಕೊಳ್ಳಲು ಮೊದಲು ನೀವು ಅನುಮಾನ ಪಡುವುದನ್ನು ಕಲಿಯಬೇಕು. ಯಾರ ಮೇಲೆ ಎಂದು ಕೇಳಬೇಡಿ. ಯಾವ ವಸ್ತುಗಳನ್ನು ಅನುಮಾನ ಪಡಬೇಕು ಎಂದು ಕೇಳಿದರೆ ಸರಿ ಇರುತ್ತದೆ.

ಮೇಲೆ ಹೇಳಿದ (ಅಥವಾ ಹೇಳದೇ ಇರುವ ಕೂಡ) ಯಾವುದೇ ಅಲರ್ಜಿಕಾರಕಗಳು ನಿಮ್ಮ ಸಂಪರ್ಕಕ್ಕೆ ಬಂದಾಗ ತುರಿಕೆ, ದದ್ದು, ಉರಿಯೂತ, ಸೀನುವುದು ಅಥವಾ ಯಾವುದೇ ಅಹಿತಕರ ಅನುಭವ ಆದರೆ, ತಕ್ಷಣ ಅದನ್ನು ಗಮನದಲ್ಲಿಟ್ಟುಕೊಂಡು ಮತ್ತೆ ಮತ್ತೆ ಆ ವಸ್ತುವಿನ ಸಂಪರ್ಕ ಬಂದಾಗ ಅದೇ ಅನುಭವ ಮರುಕಳಿಸುತ್ತದೆಯೇ ಎಂದು ಪರೀಕ್ಷಿಸಬೇಕು. ನೀವು ವೈದ್ಯರನ್ನು ಕಂಡಾಗ ನಿಮ್ಮ ಅನುಭವ ಗಳನ್ನು ಹಂಚಿಕೊಳ್ಳಬೇಕು. ಇದು ವೈದ್ಯರಿಗೆ ನಿಮ್ಮ ಸಮಸ್ಯೆ ಯನ್ನು ಬಗೆಹರಿಸಲು ಬಹಳ ಸಹಾಯ ಮಾಡುತ್ತದೆ.

ನಿಮಗೆ ಅಲರ್ಜಿಕಾರಕಗಳನ್ನು ಕಂಡು ಹಿಡಿಯಲು ಈ ಕೆಳಗಿನ ಪಟ್ಟಿ ಸಹಾಯ ಮಾಡಬಹುದು.

- ತಿನಿಸುಗಳನ್ನು ತಿನ್ನುವಾಗ, ಮಾತ್ರೆ ನುಂಗಿದಾಗ, ಕೀಟಕಡಿದಾಗ, ಸಸ್ಯದ ಸ್ಪರ್ಶವಾದಾಗ ಅಥವಾ ಮುಳ್ಳು ಚುಚ್ಚಿದಾಗ ಅಲರ್ಜಿಕಾರಕಗಳು ಮನುಷ್ಯನ ದೇಹ ಪ್ರವೇಶಿಸಬಹುದು. ಆಗ ಮೈ ತುರಿಕೆ ಅಥವಾ ಮುಖದಲ್ಲಿ ಗುಳ್ಳೆ ಲಕ್ಷಣಗಳು ಪ್ರಾರಂಭವಾಗಬಹುದು.ಆಗ ವೈದ್ಯರಿಗೆ ತಕ್ಷಣವೇ ತಿಳಿಸಿ ಮತ್ತು ಪರೀಕ್ಷೆ ಮಾಡಿಸಿದರೆ, ನಿಮ್ಮನ್ನು ಜೀವಾಪಾಯದಿಂದ ಪಾರುಮಾಡುವ ಅವಕಾಶ ಅವರಿಗೆ ಸಿಗಬಹುದು.
- ಅಲರ್ಜಿಕಾರಕಗಳು ದೂಳಿನ ಮೂಲಕ, ಗಾಳಿಯ ಮೂಲಕ, ಅಥವಾ ದೇಹದ ಯಾವುದೇ ಭಾಗಕ್ಕೆ ನೇರ ಸಂಪರ್ಕ ಬಂದಾಗ ತುರಿಕೆ, ಸೀನು, ಕಣ್ಣು ಉರಿ, ಕೆಂಪಾದ ಕಣ್ಣು, ಮೂಗಿನ ಉರಿ, ಮೂಗು ಕಟ್ಟುವುದು, ಸುರಿಯುತ್ತಿರುವ ಮೂಗಿನ ನೀರು (ಸಿಂಬಳ),
- ಮೂಗಿನ ಹಿಂಭಾಗದಲ್ಲಿ ಅವಿತಿರುವ ಸಿಂಬಳ ಗಂಟಲಿಗೆ ಇಳಿಯುವುದು, ಎದೆಯಲ್ಲಿ ಬಿಗಿತದ ಅನುಭವ, ಇತರೆ. ಈ ಎಲ್ಲಾ ಸೂಚನೆಗಳು ಚಿಕಿತ್ಸೆಗಳನ್ನು ನಿರ್ಲಕ್ಷ್ಯ ಮಾಡಿದಾಗ, ಅವುಗಳ ತೀವ್ರತೆ ಹೆಚ್ಚಾಗಬಹುದು. ಸೋಂಕಿನಿಂದ ಹೆಚ್ಚು ನರಳುವಂತಹ ಅನುಭವ ಆಗಬಹುದು.
- ಅಲರ್ಜಿಕಾರಕಗಳು ಮಾನವನನ್ನು ಅತೀ ಹೆಚ್ಚು ಕಾಡುತ್ತವೆ. ಎಲ್ಲವೂ ಸರಿ ಇದೆ ಎನ್ನುವ ಸಂಧರ್ಭದಲ್ಲಿ ತನ್ನ ಕೆಟ್ಟ ಚಾಳಿಯನ್ನು ಹೊರಹಾಕಬಹುದು. ಹಾಗಾಗಿ ರೋಗಿಗಳು ಆದಷ್ಟು ಬೇಗ ವೈದ್ಯರುನ್ನು ಕಂಡು ತನ್ನ ದೇಹಕ್ಕೆ ಯಾವ ಅಲರ್ಜಿಕಾರಕಗಳು ತೊಂದರೆ ಕೊಡುತ್ತವೆ ಎಂದು ಚರ್ಮದ ಪ್ಯಾಚ್ ಟೆಷ್ಟ್ (ಚರ್ಮ ಬಾಹ್ಯಕಾಯ ಚುಚ್ಚು ಪರೀಕ್ಷೆ (allergy skin patch test)) ಮಾಡಿಸಬೇಕಾಗುತ್ತದೆ. ಹೀಗೆ ಮಾಡುವುದರಿಂದ ಬಹುಪಾಲು ಅಲರ್ಜಿಕಾರಕಗಳನ್ನು ಕಂಡು ಹಿಡಿಯುವಬಹುದು.

ಅಲರ್ಜಿಕಾರಕಗಳನ್ನು ಲೇಪನ ಮಾಡಿದ ಚರ್ಮದ ಮೇಲೆ ಅಂಟಿಸುವ ಪ್ಯಾಚ್ (ಪಟ್ಟಿ) ಗಳು ಮೇಲೆ ಹೇಳಿರುವ ಟೆಸ್ಟ್ ಮಾಡಲು ಸಹಾಯ ಮಾಡುತ್ತವೆ. ಅಲರ್ಜಿ ಇದ್ದರೆ ಟೆಸ್ಟ್ ಮಾಡಿದ ಜಾಗದಲ್ಲಿ ಚರ್ಮ ಕೆಂಪಗಾಗುವುದು, ಕೆಂಪಗಿನ ದದ್ದುಗಳೇಳುವುದು ಅಂದರೆ ನೀರು ತುಂಬಿದ ಗುಳ್ಳೆಯಂತೆ ಏಳುವ ಚರ್ಮದ ವೃತ್ತಾಕಾರದ ಬೊಬ್ಬೆಗಳು ಕಾಣಬಹುದು.

ಇಂತಹ ಪರಿಣಾಮಗಳನ್ನು ಉಂಟು ಮಾಡಿದ ಅಲರ್ಜಿಕಾರಕಗಳನ್ನು ರೋಗಿಯಿಂದ ದೂರ ಇಡುವುದರಿಂದ ಅಲರ್ಜಿಯನ್ನು ತಡೆಯಬಹುದು.

7. ತೀಕ್ಷ್ಣವಾದ ಅಲರ್ಜಿ (ಅನಾಫೈಲಾಕ್ಸಿಸ್) ಎಂದರೇನು?

ಪೆನ್ಸಿಲಿನ್ ಔಷಧಿಯಂತಹ ಇಂಜಕ್ಷನ್ ಪಡೆದ ಹಲವು ರೋಗಿಗಳು ತೀಕ್ಷ್ಣವಾದ ಅಲರ್ಜಿ (ಅನಾಫೈಲಾಕ್ಸಿಸ್)ಯಿಂದ ಸಾವುಂಟಾದ ಅನೇಕ ನಿದರ್ಶನಗಳಿವೆ. ಹಾಗೆ ನೋಡಿದರೆ ಪೆನ್ಸಿಲಿನ್ ಒಂದು ಜೀವ ಉಳಿಸುವಂತಹ ಔಷಧಿ. ಆದರೂ ತೀಕ್ಷ್ಣಅಲರ್ಜಿಯಿಂದ ಹಲವು ಸಾವುಗಳಿಗೂ ಕಾರಣವಾಗಿದೆ. ಈ ವಿಚಿತ್ರವಾದ ವಿಷಯದ ಬಗ್ಗೆ ನೀವು ತಿಳಿದುಕೊಳ್ಳಲೇಬೇಕು.

ರೋಗಿಗೆ ಪೆನ್ಸಿಲಿನ್ ಕೊಡುವ ಮುನ್ನ ಚರ್ಮದ ಭಾಗಕ್ಕೆ ಚುಚ್ಚು ಟೆಸ್ಟ್ ಡೋಸ್ ಕೊಡುತ್ತಾರೆ. ಆಗ ಅಲರ್ಜಿಯ ಲಕ್ಷಣಗಳು ಕಾಣಿಸಿಕೊಂಡರೆ, ಆಗ ಪೆನ್ಸಿಲಿನ್ ಆ ರೋಗಿಗೆ ಕೊಡುವುದಿಲ್ಲ. ಎಂದರೆ ಪೆನ್ಸಿಲಿನ್ ರೋಗಿಯ ದೇಹಕ್ಕೆ ಒಗ್ಗುವುದಿಲ್ಲ ಏಂದರ್ಥ. ಅಕಸ್ಮಾತ್ ಈ ಟೆಸ್ಟ್ ಮಾಡದೇ ಪೂರ್ತಿ ಡೋಸ್ ಕೊಟ್ಟರೆ, ಆಗ ಅನಾಫೈಲಾಕ್ಸಿಸ್ ನಂತಹ ತೀಕ್ಷ್ಣವಾದ ಅಲರ್ಜಿ ಆಗವಾಗಬಹುದು. ಇದು ಅತಿ ಗಂಭೀರ ಸ್ವರೂಪದ ಅಲರ್ಜಿ ಪ್ರತಿಕ್ರಿಯೆ. ಪೂರ್ತಿ ದೇಹದ ಭಾಗಗಳು/ಅಂಗಗಳು ತೊಂದರೆ ಅನುಭವಿಸಬಹುದು. ಅನಾಫೈಲಾಕ್ಸಿಸ್ ಆದಾಗ ಉಬ್ಬಸ ಅಥವಾ ಉಸಿರಾಟದ ತೊಂದರೆ, ದೇಹದೆಲ್ಲೆಡೆ ದದ್ದುಗಳು, ತುರಿಕೆ, ಎದೆಯ ಬಿಗಿತ, ಮೈ ಕೈ, ತುಟಿ, ನೆತ್ತಿಯಲ್ಲಿ ಚುಚ್ಚಿದಂತಾಗುವುದು. ಅಥವಾ ಸಾವು ಕೂಡ ಸಂಭವಿಸಬಹುದು. ಆದ್ದರಿಂದ ಅನಾಫೈಲಾಕ್ಸಿಸ್ ನ ಚಿನ್ಹೆಗಳು ಕಂಡೊಡನೆ ಹತ್ತಿರದ ತುರ್ತು ಸೇವಾ ಘಟಕದ ಸಹಾಯ ಪಡೆಯಬೇಕು. ಎಮರ್ಜೆನ್ಸಿ ಮೆಡಿಕಲ್ ಡಾಕ್ಟರ್ ಗಳು ಜೀವ ಉಳಿಸುವಲ್ಲಿ ಸಹಾಯ ಮಾಡಬಹುದು. ಅದಕ್ಕಾಗಿ ಇಂಜಕ್ಷನ್ ಗಳನ್ನು ನುರಿತ ವೈದ್ಯರು ಅಥವಾ ನರ್ಸಗಳು ಮಾತ್ರ ಕೊಡಬೇಕು. ಸಾದ್ಯವಾದಷ್ಟು ಅನಾಫೈಲಾಕ್ಸಿಸ್ ಚಿಕಿತ್ಸೆ ಮಾಡುವಷ್ಟು ಸೌಕರ್ಯಗಳನ್ನು ಹೊಂದಿದ್ದರೆ ಮಾತ್ರ ಇಂಜಕ್ಷನ್ ಕೊಡಬೇಕು.

8. ಅಲರ್ಜಿಗೆ ಸ್ವಯಂ ಚಿಕಿತ್ಸೆ ತೆಗೆದು ಕೊಳ್ಳಬಹುದೇ?

ಇತ್ತೀಚೆಗೆ ಪ್ಯಾರಾಸಿಟಮಲ್ ತಲೆನೋವಿಗೆ ಅಂತಾದರೆ, ಸೆಟ್ರಿಜಿನ್ ಅಲರ್ಜಿಗೆ ಅನ್ನೋ ರೀತಿ ಜನ ಮಾತ್ರೆ ತಿನ್ನುತ್ತಿದ್ದಾರೆ. ಓದುಗರು ಇಲ್ಲಿ ಗಮನಿಸಬೇಕಾದ ವಿಷಯ ಏನೆಂದರೆ, ಯಾವ ಮಾತ್ರೆನೂ ಸುರಕ್ಷಿತ ಇಲ್ಲ. ಎಲ್ಲವೂ ಎಲ್ಲರಿಗೂ ಒಂದೇ ರೀತಿ ಪರಿಣಾಮ ಬೀರುವುದಿಲ್ಲ. ಈ ಔಷಧಗಳೂ ಕೆಲವರಿಗೆ ಅಲರ್ಜಿಕಾರಕಗಳಾಗಿರಬಹುದು. ಅದೇ ಕಾರಣಕ್ಕೆ ಅಲರ್ಜಿ ಎನ್ನುವ ರೋಗ ಹುಟ್ಟಿ ಕೊಂಡಿರುವುದು.

ಅಲರ್ಜಿ ರೋಗದ ವಿಶೇಷ ಏನೆಂದರೆ ಯಾವ ವಸ್ತು ಅಲರ್ಜಿ ಉಂಟುಮಾಡುತ್ತದೆ ಎನ್ನುವುದನ್ನು ತಿಳಿದುಕೊಳ್ಳುವುದರಲ್ಲಿಯೇ ಚಿಕಿತ್ಸೆ ಇದೆ. ಸ್ವಯಂ ಚಿಕಿತ್ಸೆ ಮಾಡಿಕೊಳ್ಳುವುದಾದರೆ ಜೀವನ ಪೂರ್ತಿ ಔಷಧಿ ಸೇವನೆ ಮಾಡಬೇಕಾದೀತು ಎಚ್ಚರ. ಅದಕ್ಕಾಗಿ ನಿಮಗೆ ಅಲರ್ಜಿ ಇದೆ ಎಂದು ಅನುಮಾನ ಬಂದಾಗ ವೈದ್ಯರ ಬಳಿ ತಪಾಸಣೆ ಮಾಡಿಸಿ, ಬೇಕಾದ ಪರೀಕ್ಷೆ ಮಾಡಿಸಿ, ಮೊದಲು ಯಾವ ಅಲರ್ಜಿಕಾರಕ ನಿಮಗೆ ಬಾದಿಸುತ್ತಿದೆ ಎಂಬುದು ತಿಳಿದುಕೊಳ್ಳಿ. ಅಲ್ಲಿಗೆ ಅರ್ಧ ಚಿಕಿತ್ಸೆ ಮುಗಿದಂತೆ. ಆಮೇಲೆ ಹೇಳಿದಂತೆ ಮಾತ್ರೆಗಳನ್ನು ತೆಗೆದುಕೊಂಡು ವೈದ್ಯಕೀಯ ದಾಖಲೆಗಳನ್ನು ಭದ್ರವಾಗಿ ಇಟ್ಟುಕೊಳ್ಳಿ. ಮುಂದಿನ ಬಾರಿ ಆಸ್ಪತ್ರೆಗೆ ಹೋದಾಗ ನಿಮಗೆ ಬಾದಿಸುವ ಅಲರ್ಜಿಕಾರಕಗಳ/ಔಷಧಿಗಳ ಪಟ್ಟಿಯನ್ನು ತಪ್ಪದೆ ನೀಡಿ. ಇದು ಮುಖ್ಯ. ಇದರಿಂದ ಘೋರ ಅನಾಹುತಗಳನ್ನು ತಡೆದಂತಾಗುತ್ತದೆ. ಇಲ್ಲವಾದಲ್ಲಿ ತುರ್ತುನಿಗಾಘಟಕದ ಅಥಿತಿಯಾಗಬೇಕಾದೀತು ಎಚ್ಚರ.

ತುರ್ತು ಪರಿಸ್ಥಿತಿಯಲ್ಲಿ ತೆಗೆದುಕೊಳ್ಳಲು ಬೇಕಾದ ಔಷಧವನ್ನು ವೈದ್ಯರ ಬಳಿ ಚರ್ಚೆ ಮಾಡಿ ಬರೆಸಿಕೊಂಡು ನಿಮ್ಮ ಮುಖ್ಯ ದಾಖಲೆ ಗಳಲ್ಲಿ ಇಟ್ಟುಕೊಳ್ಳಿ. ವೈದ್ಯರ ಸಲಹೆಯಂತೆ ಔಷಧಿ ಸೇವಿಸಿ.

ನೀವು ಅಲರ್ಜಿಕಾರಕವನ್ನು ಬಿಡಬೇಕೆಂದರೂ, ಅದು ನಿಮ್ಮನ್ನು ಬಿಡದಿರಬಹುದು. ಅದಕ್ಕಾಗಿ ಅತಂಕ ಬಿಟ್ಟು ನಯವಂಚಕ ಗೆಳೆಯರನ್ನು ನಯವಾಗಿ ದೂರವಿಡುವಂತೆ ಅಲರ್ಜಿಕಾರಕಗಳನ್ನು ದೂರವಿಡುವ ಪ್ರಯತ್ನ ಮಾಡಿ. ಆರೋಗ್ಯ ಜೀವನ ನಡೆಸಿ.

ಅಧ್ಯಾಯ 15: ಅಸ್ತಮಾ

ವಿಶ್ವ ಅಸ್ತಮಾ ದಿನವನ್ನು ಪ್ರತಿ ವರ್ಷ ಮೇ ತಿಂಗಳ ಮೊದಲನೇ ಮಂಗಳವಾರದಂದು ಆಚರಿಸಲಾಗುತ್ತಿದೆ. ಮೊದಲ ಆಚರಣೆಯನ್ನು 1998ರಲ್ಲಿ ಪ್ರಾರಂಭವಾದದ್ದು ಪ್ರತೀವರ್ಷ ಆಚರಣೆ ಮಾಡಿ ಜನರ ಜಾಗೃತಿ ಕಾರ್ಯಕ್ರಮ ಗಳನ್ನು ಏರ್ಪಡಿಸಲಾಗುತ್ತದೆ. ಅಸ್ತಮಾ ರೋಗದಬಗ್ಗೆ ಪುರಾತನ ಈಜಿಪ್ಟ ಇತಿಹಾಸದ ದಿನಗಳಿಂದಲೂ ದಾಖಲಾದ ವಿವರಗಳು ಇವೆ. ಸಾಮಾನ್ಯವಾಗಿ ಚಳಿಗಾಲದಲ್ಲಿ ಅಥವಾ ಶೀತ ಹವೆಯಲ್ಲಿ ರಕ್ತನಾಳಗಳು ಸಂಕುಚಿತಗೊಂಡು ಶ್ವಾಸಕೋಶ ಸಂಬಂಧಿ ಹೆಚ್ಚಿನ ರೋಗಗಳು ಉಲ್ಬಣಗೊಳ್ಳುವುದು ಸಹಜ. ಅಸ್ತಮಾ ರೋಗ ಕೂಡಾ ಇದಕ್ಕೆ ಹೊರತಾಗಿಲ್ಲ. ಈ ಲೇಖನದಲ್ಲಿ ಆಸ್ತಮಾ ಕಾಯಿಲೆ ಬಗ್ಗೆ ಮಾಹಿತಿ ನೀಡಲು ಜನರ ಸಾಮಾನ್ಯ ಪ್ರಶ್ನೆಗಳಿಗೆ ಉತ್ತರ ಕೊಡಲಾಗಿದೆ. ಓದಿರಿ ಮತ್ತು ಈ ರೋಗದ ಬಗ್ಗೆ ತಿಳಿದು ಆರೋಗ್ಯ ವೃದ್ಧಿಗೆ ಸರಿಯಾಗಿ ಕ್ರಮಗಳನ್ನು ಅನುಸರಿಸಿ.

1. ಶ್ವಾಸಕೋಶದ ಕೆಲಸವೇನು?

ಆಮ್ಲಜನಕ ಪ್ರತಿಯೊಂದು ಜೀವಕೋಶಗಳಿಗೂ ಜೀವಾನಿಲವಾಗಿದೆ. ಶ್ವಾಸಕೋಶಗಳು ಈ ಜೀವಾನಿಲವನ್ನು ಪ್ರತಿಯೊಂದು ಜೀವಕೋಶಕ್ಕೂ ತಲುಪಿಸಲು ಕೆಲಸಮಾಡುವ ಅಂಗಗಳಲ್ಲಿ ಮೊದಲ ಮತ್ತು ಬಹು ಮುಖ್ಯವಾದ ಅಂಗವಾಗಿದೆ. ಮೂಗಿನಿಂದ ಗಾಳಿ ಶ್ವಾಸನಾಳಗಳು ಅಥವಾ ಶ್ವಾಸಮಾರ್ಗಗಳ ಮೂಲಕ ಶ್ವಾಸಕೋಶಕ್ಕೆ ತಲುಪುತ್ತದೆ. ಶ್ವಾಸಕೋಶಗಳಲ್ಲಿರುವ ಚಿಕ್ಕ ಚಿಕ್ಕ ಗಾಳಿಚೀಲಗಳ ಮುಖಾಂತರ ಗಾಳಿಯಲ್ಲಿನ ಆಮ್ಲಜನಕ ಶ್ವಾಸಕೋಶದ ಒಳಗಿರುವ ರಕ್ತನಾಳಗಳ ಒಳಗೆ ಸೇರಿ, ದೇಹದ ಎಲ್ಲಾ ಅಂಗಾಂಗಗಳಿಗೆ, ಮತ್ತು ಜೀವಕೋಶಗಳಿಗೆ ರಕ್ತದ ಮುಖಾಂತರ ಆಮ್ಲಜನಕದ ಪೂರೈಕೆಯಾಗುತ್ತದೆ

2. ಆಸ್ತಮಾ ರೋಗಿಗಳಲ್ಲಿ ಆಮ್ಲಜನಕದ ಕೊರತೆ ಉಂಟಾಗುತ್ತದೆ. ಇದು ಸರಿಯಾದ ಮಾಹಿತಿಯೇ?

ಹೌದು. ಅಸ್ತಮಾ ಶ್ವಾಸಕೋಶಗಳಿಗೆ ಸಂಬಂಧಿಸಿದ ಕಾಯಿಲೆಯಾಗಿದೆ. ಶ್ವಾಸನಾಳಗಳ ಅಥವಾ ಶ್ವಾಸಮಾರ್ಗಗಳು ಕುಗ್ಗಿ ಗಾಳಿ ರಕ್ತ ನಾಳಗಳನ್ನು ತಲುಪುವುದಿಲ್ಲ. ಆಗ ಆಮ್ಲಜನಕದ ಕೊರತೆ ಉಂಟಾಗಿ ರೋಗಿಗಳಿಗೆ ಉಸಿರಾಟದ ತೊಂದರೆ ಉಂಟಾಗುತ್ತದೆ. ಹಿಂದೆ ಹೇಳಿದಂತೆ ಆಮ್ಲಜನಕದ ಅವಶ್ಯಕತೆ ಪ್ರತಿ ಜೀವಕೋಶಕ್ಕೆ ಇದೆ. ಆಮ್ಲಜನಕದ ಪೂರೈಕೆಯಲ್ಲಿ ವ್ಯತ್ಯಾಸವಾಗಿ ಮನುಷ್ಯನಿಗೆ ಚಡಪಡಿಕೆ ಉಂಟಾಗುತ್ತದೆ.

3. ಆಸ್ತಮಾ ರೋಗಕ್ಕೆ ಇರುವ ಇತರ ಹೆಸರುಗಳು ಯಾವುವು?

ಆಸ್ತಮಾ ರೋಗವನ್ನು ಉಬ್ಬಸ ರೋಗ, ಗೂರಲ ರೋಗ, ಮತ್ತು ದಮ್ಮು ರೋಗ ಹರಡುವ ಎಂದು ಸಹ ಕರೆಯುತ್ತಾರೆ.

4. ಆಸ್ತಮಾ ರೋಗದ ಲಕ್ಷಣಗಳು ಯಾವುವು?

ಅಸ್ತಮಾ ರೋಗದ ಲಕ್ಷಣಗಳೆಂದರೆ

- ಉಬ್ಬಸ ಅಥವಾ ಉಸಿರಾಡುವ ಸಮಯದಲ್ಲಿ ಗೊರ ಗೊರ ಸದ್ದುಕೇಳಿಸುವುದು
- ಉಸಿರಾಡುವಾಗ ಸಿಳ್ಳೆ ಹಾಕಿದಂತೆ ಸದ್ದು ಬರುವುದು.
- ಎದೆ ಬಿಗಿಹಿಡಿತ,
- ಉಚ್ಛ್ವಾಸ ಮತ್ತು ನಿಚ್ವಾಸ ಕಷ್ಟ ಪಟ್ಟು ಮಾಡುವಂತಾಗುವುದು.
- ಹೆಚ್ಚು ದಿನಗಳ ಕಾಲ ವಿಪರೀತ ಕೆಮ್ಮು.
- ತಡೆಯಲಾರದ ನಿರಂತರ ಕೆಮ್ಮಿನಿಂದ ನಿದ್ರೆ ಕಡಿಮೆ ಯಾಗಿ, ನಿಶ್ಯಕ್ತಿ.
- ಖಿನ್ನತೆ, ಅಸಹನೆ, ಮಾನಸಿಕ ವಾಗಿ ಕುಗ್ಗಿ
ಚಟುವಟಿಕೆಗಳಿಗೆ ನಿರುತ್ಸಾಹ ತೋರುವುದು.

5. ಆಸ್ತಮಾ ಏಕೆ ಬರುತ್ತದೆ? ಆಸ್ತಮಾ ಉಲ್ಬಣವಾಗುವಂತೆ ಪ್ರಚೋದಕಗಳು ಯಾವುವು?

ಭಾರತ ದೇಶದಲ್ಲಿ ಸುಮರು 1.5 to 2 ಕೋಟಿ ಜನರು ಅಸ್ತಮಾ ರೋಗಿಗಳು ಇದ್ದಾರೆ ಎಂದು ತಿಳಿದು ಬಂದಿದೆ. ಹಲವಾರು ಕಾರಣಗಳಿಂದ ಆಸ್ತಮಾ ಬರಬಹುದು.

ವಾತಾವರಣದಲ್ಲಿನ ಅಂಶಗಳು/ಅಲರ್ಜಿಕಾರಕಗಳು (ಶೀತಗಾಳಿ/ತಂಪುಗಾಳಿ, ವಾಯುಮಾಲಿನ್ಯ, ಹೊಗೆ ವಿಪರೀತ ಒತ್ತಡ ಶೀತ ಪದಾರ್ಥ ಸೇವನೆ, ಅಜೀರ್ಣವಾದಾಗ ಆಹಾರದಲ್ಲಿ ವಿಷಬೆರಕೆ ಆದಾಗ, ಕಲಬೆರಕೆ ಆದಾಗ, ವೈರಾಣುಗಳು, ಅಲರ್ಜಿ ಕಾರಕ ವಸ್ತುಗಳಾದ ಹೂವಿನ ಪರಾಗ, ಸಾಕುಪ್ರಾಣಿಗಳ ರೋಮಗಳು, ಹುರುಪೆಗಳು, ತಲೆಯ ಹೊಟ್ಟು, ಧೂಳು, ಮರಳು, ನಾರು ಅಥವಾ ಇನ್ನಾವುದೇ ಕಾರಣಗಳು) ಮತ್ತು ವಂಶವಾಹಿನಿಗಳಲ್ಲಿನ ವ್ಯತ್ಯಾಸಗಳಿಂದ ಅಸ್ತಮಾ ರೋಗ ಬರಬಹುದು. ಕೆಲವೊಮ್ಮೆ ದೈಹಿಕ ವ್ಯಾಯಾಮದ ಬಳಿಕವೂ ಅಸ್ತಮಾ ಉಲ್ಬಣ ಆಗಬಹುದು.

ಆಸ್ತಮಾ ರೋಗಿಯ ಶ್ವಾಸ ಮಾರ್ಗವು ಹೆಚ್ಚು ಸಂವೇಧನಾಪೂರಕವಾಗಿ ರುತ್ತದೆ. ಈ ಕಾರಣಗಳಿಂದ ರೋಗಿಗಳ ಶ್ವಾಸ ಮಾರ್ಗವು ಉರಿಯೂತ (inflammation) ದಿಂದ ಕೂಡಿರುತ್ತದೆ. ಅಲರ್ಜಿಕಾರಕ ವಸ್ತುಗಳು ಶ್ವಾಸಕೋಶ ಪ್ರವೇಶ ಮಾಡಿದಾಗ ಉರಿಯೂತವನ್ನು ಮತ್ತಷ್ಟು ಹೆಚ್ಚಿಸುತ್ತವೆ. ಹೀಗಾದಾಗ ಶ್ವಾಸಮಾರ್ಗವು ಸಂಕುಚಿತಗೊಂಡು ವಾಯು ಸಂಚಲನಕ್ಕೆ ಅಡ್ಡಿ ಉಂಟಾಗಿ ಉಸಿರಾಟದ ತೊಂದರೆ ಕಾಣಿಸಿಕೊಳ್ಳಬಹುದು. ಆಗ ಅಸ್ತಮಾ ರೋಗದ ಲಕ್ಷಣಗಳು ಹೆಚ್ಚಾಗುವಂತೆ ಮಾಡುತ್ತದೆ.

6. ಆಮ್ಲಜನಕ ಕಡಿಮೆ ಆದರೆ ಯಾವ ಯಾವ ಅಂಗಗಳಿಗೆ ತೊಂದರೆ ಉಂಟಾಗುತ್ತದೆ?

ದೇಹದ ಪ್ರತಿ ಅಂಗ / ಜೀವಕೋಶ ಜೀವಂತವಾಗಿರಲು ಆಮ್ಲಜನಕ ಬಹಳ ಮುಖ್ಯವಾಗಿರುತ್ತದೆ. ಮೇಲೆ ಹೇಳಿದಂತೆ ಆಸ್ತಮಾ ರೋಗಿಗಳಿಗೆ ಗಾಳಿಯ ಸಂಚಾರ ಕಡಿಮೆಯಾಗಿ ಆಮ್ಲಜನಕದ ಕೊರತೆ ಉಂಟಾಗುತ್ತದೆ. ಆಗ ರಕ್ತಕ್ಕೆ ಮತ್ತು ದೇಹದ ಇನ್ನಿತರ ತುರ್ತು ಮತ್ತು ಬಹು ಮುಖ್ಯ ಅಂಗಾಂಗಗಳಾದ ಮೆದುಳು, ಹೃದಯ, ಕಣ್ಣು,

ಕಿಡ್ನಿಗಳಿಗೆ ಆಮ್ಲಜನಕದ ಪೂರೈಕೆಯಲ್ಲಿ ವ್ಯತ್ಯಾಸ ಉಂಟಾಗಿ ಅದು ಮಾರಣಾಂತಿಕ ಪರಿಣಾಮಗಳಿಗೆ ಕಾರಣವಾಗಬಹುದು.

7. ಆಸ್ತಮಾ ರೋಗಕ್ಕಿರುವ ಚಿಕಿತ್ಸಾಕ್ರಮಗಳಾವುವು?

ಅಸ್ತಮಾ ರೋಗಕ್ಕೆ ದೀರ್ಘಕಾಲದವರೆಗೆ ಚಿಕಿತ್ಸೆ ನೀಡಬೇಕಾಗುತ್ತದೆ. ಸಂಪೂರ್ಣವಾಗಿ ರೋಗವನ್ನು ಗುಣಪಡಿಸುವುದು ಸಾಧ್ಯವಿಲ್ಲ ಎನ್ನುವ ಸತ್ಯವನ್ನು ರೋಗಿಗಳು ಅರಿತು ವೈದ್ಯರೊಂದಿಗೆ ಸಹಕರಿಸಬೇಕು.

ಸಂತೋಷ ದ ವಿಷಯ ಎಂದರೆ ಹೆಚ್ಚು ಪರಿಣಾಮಕಾರಿಯಾದ ಚಿಕಿತ್ಸೆಯಿಂದ ಮತ್ತು ವೈದ್ಯರ ಮಾರ್ಗದರ್ಶನ ಸರಿಯಾಗಿ ಪಾಲಿಸುವುದರಿಂದ ಎಲ್ಲಾ ರೋಗದ ಲಕ್ಷಣಗಳನ್ನು ನಿಯಂತ್ರಿಸಿ ಸಹಜ ಜೀವನವನ್ನು ನಡೆಸಬಹುದು. ಇದು ಒಂದು ಆಶಾದಾಯಕ ಸಂಗತಿಯಾಗಿದೆ.

ವೈದ್ಯರನ್ನು ಕಾಲಕಾಲಕ್ಕೆ ಭೇಟಿ ಮಾಡಿ ಸೂಚಿಸಿದ ಔಷಧಿಗಳನ್ನು ಸೂಕ್ತ ಪ್ರಮಾಣದಲ್ಲಿ ಸಮಯಕ್ಕೆ ಸರಿಯಾಗಿ ಸೇವಿಸಬೇಕು. ಅದರೊಂದಿಗೆ ಅಸ್ತಮಾದ ಲಕ್ಷಣಗಳನ್ನು ಉದ್ರೇಕಿಸುವ ಅಲರ್ಜಿಕಾರಕ ಅಂಶಗಳನ್ನು ಆದಷ್ಟು ದೂರವಿಡಬೇಕು. ಸಾಮಾನ್ಯವಾಗಿ ಅಸ್ತಮಾ ಚಿಕಿತ್ಸೆ ಮಾಡಲು ಎರಡು ಬಗೆಯ ಔಷಧಗಳನ್ನು ಬಳಸಲಾಗುತ್ತದೆ.

A. ಅಸ್ತಮಾ ಅಟ್ಯಾಕ್ (ಅಸ್ತಮಾಘಾತ) ಅನ್ನು ತಡೆಯುವ ಔಷಧಿಗಳು:
ಅಸ್ತಮಾ ರೋಗಕ್ಕೆ ಕಾರಣವಾಗಿರುವ ಉರಿಯೂತ (inflammation) ಆಗದಂತೆ ನಿಯಂತ್ರಿಸುತ್ತವೆ. ಹೀಗೆ ನಿಯಂತ್ರಿಸಲು ಶ್ವಾಸದ ಮುಖಾಂತರ ಒಳಗೆಳೆದುಕೊಳ್ಳಬಹುದಾದ (ಸೇದಬಹುದಾದ) ಸ್ಟಿರಾಯ್ಡ್ ಔಷಧಿಗಳು ಮುಖ್ಯವಾಗಿವೆ. ಈ ಔಷಧಿಯನ್ನು ಪ್ರತೀ ದಿನ ತೆಗೆದುಕೊಳ್ಳಬೇಕಾಗುತ್ತದೆ. ಈ ಔಷಧಿಗಳು ಅಸ್ತಮಾ ರೋಗ ಲಕ್ಷಣಗಳನ್ನು ಪರಿಣಾಮಕಾರಿಯಗಿ ನಿಯಂತ್ರಿಸುತ್ತವೆ.

B. ತಕ್ಷಣ ರೋಗದ ಲಕ್ಷಣಗಳ ಚಿಕಿತ್ಸೆ ಮಾಡುವ ಔಷಧಿಗಳು : ಅಸ್ತಮಾಘಾತದ ಸಂದರ್ಭದ ರೋಗಿಗೆ ತೀವ್ರ ಸ್ವರೂಪದ ರೋಗದ ಲಕ್ಷಣಗಳು ಹೆಚ್ಚಾಗಿ ಕಂಡುಬರುತ್ತವೆ. ಇಂತಹ ಸಂದರ್ಭದಲ್ಲಿ ತಕ್ಷಣ ರೋಗದ ಲಕ್ಷಣಗಳ ಚಿಕಿತ್ಸೆ ಮಾಡಬೇಕಾಗುತ್ತದೆ. ಇದಕ್ಕಾಗಿ ಬಳಸುವ ಔಷಧಿಗಳು ಜೀವ ಸಂರಕ್ಷಣೆ ಮಾಡುವಲ್ಲಿ ಯಶಸ್ವಿಯಾಗಿ ದೇಹದ ಮೇಲೆ ಆಗುವ ದುಷ್ಪರಿಣಾಮಗಳನ್ನು ನಿಯಂತ್ರಣ ಮಾಡುತ್ತವೆ.

ಈ ಔಷಧಿಗಳು ಗಾಳಿಯ ಚಲನೆಗೆ ಅನುಕೂಲ ಆಗುವಂತೆ ಕುಗ್ಗಿರುವ ಶ್ವಾಸನಾಳಗಳನ್ನು ಹಿಗ್ಗಿಸಿ ಗಾಳಿಯ ಚಲನೆಯನ್ನು ಹೆಚ್ಚಿಸಿ ರೋಗದ ಲಕ್ಷಣಗಳಿಂದ ತಕ್ಷಣ ಆರಾಮ ನೀಡುತ್ತವೆ. ಔಷಧಿಗಳ ಬಗ್ಗೆ ಯಾವುದೇ ಸಂದೇಹವಿದ್ದರೆ ತಜ್ಞ ವೈದ್ಯರ ಸಂದರ್ಶನದ ಬಳಿಕ ಸೂಚಿಸಿದಂತೆ ತೆಗೆದುಕೊಳ್ಳಬೇಕು. ವೈದ್ಯರು ಸಲಹೆ ನೀಡಿದಂತೆ ಈ ಔಷಧಿಗಳನ್ನು ಅಸ್ತಮಾಘಾತದ ಸಂಧರ್ಭದಲ್ಲಿ ತುರ್ತಾಗಿ ತೆಗೆದುಕೊಳ್ಳಲು ಇಟ್ಟುಕೊಳ್ಳುವುದು ಉತ್ತಮ.

8. ಆಸ್ತಮಾ ರೋಗ ಉಲ್ಬಣವಾಗದಂತೆ ತಡೆಯಲು ಏನು ಮಾಡಬೇಕು?

ಅಸ್ತಮಾಕ್ಕೆ ಪರಿಹಾರ ಅಥವಾ ಸಂಪೂರ್ಣ ಚಿಕಿತ್ಸೆ ಇಲ್ಲವಾದ ಕಾರಣದಿಂದ ಪರಿಣಾಮಕಾರಿ ಚಿಕಿತ್ಸೆ ಮತ್ತು ನಿಯಂತ್ರಣದ ಮುಖಾಂತರ ಅಸ್ತಮಾದ ರೋಗದ ಲಕ್ಷಣಗಳನ್ನು ನಿಯಂತ್ರಿಸಬೇಕು.

ಅಸ್ತಮಾ ರೋಗ ದೂರ ಇಡಲು ಮೇಲೆ ಹೇಳಿರುವ ಆಸ್ತಮಾ ಕಾರಕಗಳನ್ನು ಸಾಧ್ಯವಾದಷ್ಟು ದೂರ ಇಡಲು ಪ್ರಯತ್ನ ಮಾಡಬೇಕು. ದೂಳು ಮುಕ್ತ ವಾತಾವರಣ ಮತ್ತು ಆರೋಗ್ಯಕರ ಗಾಳಿ ಇರುವಂತೆ ನಿರ್ಮಾಣ ಮಾಡಿ ಕೊಳ್ಳಬೇಕು. ವೈದ್ಯರ ಸಲಹೆಯಂತೆ ಸೂಕ್ತ ಕಾಲದಲ್ಲಿ ಸರಿಯಾದ ಔಷಧಿ ಸೇವಿಸಬೇಕು. ನಿರಂತರ ಚಿಕಿತ್ಸೆ ಮುಂದುವರೆಸುವುದರಿಂದ ತೀವ್ರ ತರಹದ ಆಸ್ತಮಾ ಉಲ್ಬಣವಾಗದಂತೆ ತಡೆಯಲು ಸಾಧ್ಯವಾಗುತ್ತದೆ. ಜೊತೆಗೆ ಜೀವನ ಶೈಲಿಯ ಬದಲಾವಣೆಗೂ ಪ್ರಯತ್ನ ಮಾಡಬೇಕು. ಶ್ವಾಸಕೋಶದ ವ್ಯಾಯಮದ ವಿಧಗಳನ್ನು ವೈದ್ಯರೊಂದಿಗೆ ಚರ್ಚಿಸಿ ಪಾಲಿಸಬೇಕು.

9. ಅಸ್ತಮಾ ರೋಗವನ್ನು ಹೇಗೆ ಪತ್ತೆ ಹಚ್ಚಲಾಗುತ್ತದೆ?

ಮೇಲೆ ಹೇಳಿದ ಲಕ್ಷಣಗಳು ಇರುವ ರೋಗಿಗಳು ವೈದ್ಯರನ್ನು ಸಂಪರ್ಕಿಸಿದರೆ, ನಿಮ್ಮ ಶ್ವಾಸಕೋಶದಲ್ಲಿ ವಾಯು ಚಲನವಾದಾಗ ಬರುವಂತಹ ಶಬ್ದಗಳನ್ನು ಸ್ಟೆತೋಸ್ಕೋಪ್ ಬಳಸಿ ಕುಯ್ ಗುಡುವ ಅಥವಾ ಅರಿದ ವಯೋಲಿನ್ ತಂತಿಯಿಂದ ಬರುವ ಶಬ್ದಗಳು, ಕಡಿಮೆ ಅಳತೆಯಿರುವ ಪೈಪಿನಿಂದ ನುಗ್ಗಿ ಬಂದ ಗಾಳಿಯ ರಾಗಗಳಂತೆ ಗೋರಲು ಶಬ್ದಗಳು ಕೇಳಿಸುತ್ತವೆ. ಎದೆಯ ಸೀಮಿತ ಜಾಗ ಅಥವಾ ಪ್ರತೀಯೊಂದು ಇಂಚಿನಲ್ಲೂ ಕಾಣಬಹುದು.

ನಂತರ "ಸ್ಪೈರೋ ಮೆಟ್ರಿ" ಎನ್ನುವ ವಿಶಿಷ್ಟ ಪರೀಕ್ಷೆಯನ್ನು ನಡೆಸಲಾಗುತ್ತದೆ. ರೋಗಿಯ ಶ್ವಾಸಕೋಶವು ಎಷ್ಟು ಗಾಳಿ ಹಿಡಿದು ಇಟ್ಟುಕೊಳ್ಳಬಹುದು ಎಂದು ಪರೀಕ್ಷೆ ಮಾಡುತ್ತಾರೆ. ಶ್ವಾಸಕೋಶದ ಗಾಳಿಯನ್ನು ಸರಬರಾಜು ಮಾಡುವ ಶಕ್ತಿಯನ್ನು ಮಾಪನ ಮಾಡಲಾಗುತ್ತದೆ. ರೋಗಿಗಳಲ್ಲಿನ ಅಸ್ತಮಾ ರೋಗದ ತೀವ್ರತೆ, ಚಿಕಿತ್ಸೆಗೆ ಸ್ಪಂದಿಸಬಹುದಾದ ರೀತಿ ಹಾಗೂ ಚಿಕಿತ್ಸೆಯ ಪ್ರಗತಿಯನ್ನು ಅಂದಾಜಿಸಲು ಈ ಪರೀಕ್ಷೆಯ ಪಲಿತಾಂಶವನ್ನು ಬಳಸಲಾಗುತ್ತದೆ.

ರೋಗಕ್ಕೆ ಕಾರಣವಾದ ಅಲರ್ಜಿ ಕಾರಕಗಳನ್ನು ಕಂಡು ಹಿಡಿಯಲು ಪರೀಕ್ಷೆಯನ್ನು ನಡೆಸಿ ತ್ತಾರೆ ಎಂಬುದನ್ನು ತಿಳಿಯಲಾಗುತ್ತದೆ. ಅಸ್ತಮಾ ರೋಗಕ್ಕೆ ಕಾರಣವಾಗುವ ಅಲರ್ಜಿಕಾರಕ ವಸ್ತುಗಳನ್ನು ಗುರುತಿಸಿ ಅಂತಹಾ ವಸ್ತುಗಳನ್ನು ಸೇವಿಸದಂತೆ ಅಥವಾ ವಸ್ತುಗಳ ಸಂಪರ್ಕಕ್ಕೆ ಬರದಂತೆ ಸೂಕ್ತ ಎಚ್ಚರವನ್ನು ವಹಿಸಲು ಸೂಚಿಸಲಾಗುತ್ತದೆ. ಅದರೊಂದಿಗೆ ಎದೆಗೂಡಿನ ಎಕ್ಸರೇ, ಮುಖದ ಎಕ್ಸರೇ, ರಕ್ತದ IgE ಆಂಟಿಬಾಡಿ (ಅಲರ್ಜಿ ಸೂಚ್ಯಂಕ) ಮುಂತಾದ ಪರೀಕ್ಷೆಯೊಂದಿಗೆ ರೋಗಿಯನ್ನು ವಿಸ್ತರವಾಗಿ ಅಧ್ಯಯನ ಮಾಡಿ ಚಿಕಿತ್ಸೆಯನ್ನು ನಿರ್ಧಾರ ಮಾಡುತ್ತಾರೆ.

10. ಅಸ್ತಮಾ ಚಿಕಿತ್ಸೆಯ ಬಗ್ಗೆ ಇರುವ ತಪ್ಪು ಕಲ್ಪನೆಗಳು ಯಾವುವು?

ರೋಗಿಗಳು ಯಾವುದೇ ಮೂಡನಂಬಿಕೆಗಳಿಗೆ ಅವಕಾಶ ಕೊಡಬಾರದು. ಸಮೂಹ ಸನ್ನಿಗೂ ಗುರಿಯಾಗಬಾರದು.

ಶ್ವಾಸಕೋಶದ ತಜ್ಞ ವೈದ್ಯರಿಂದ ಚಿಕಿತ್ಸೆ ಪಡೆದರೆ ಆಸ್ತಮಾ ವನ್ನು ಖಂಡಿತ ನಿಯಂತ್ರಣ ದಲ್ಲಿ ಇಡಬಹುದು. ನಕಲಿ ವೈದ್ಯರಿಂದ ದೂರವಿರಿ. ತ್ವರಿತವಾಗಿ ಚಿಕಿತ್ಸೆ ಮತ್ತು ಶೇ. 100 ಫಲಿತಾಂಶವನ್ನು ಕೊಡುತ್ತೇವೆ ಎಂದು ಹೇಳುವ ಡೋಂಗಿವೈದ್ಯರಿಂದ ಅಂತರ ಕಾಯ್ದುಕೊಳ್ಳಿ.

ಚಿಕಿತ್ಸೆ ಪಡೆಯುವಾಗ ಅಸ್ತಮಾರೋಗದ ಲಕ್ಷಣ ಕಡಿಮೆ ಆದೊಡನೆ ನೀವು ಅಸ್ತಮಾದಿಂದ ಮುಕ್ತಿ ಹೊಂದಿದ್ದೀರಿ ಎಂಬರ್ಥವಲ್ಲ. ಅಸ್ತಮಾದ ಗುಣಲಕ್ಷಣಗಳು ಕಡಿಮೆಯಾದಾಗಲೂ ಔಷಧಿ ತೆಗೆದುಕೊಳ್ಳುವುದು ಕಡ್ಡಾಯವಾಗಿದೆ. ಹೀಗೆ ತೆಗೆದುಕೊಂಡರೆ ಅಸ್ತಮಾಘಾತ ಆಗದಂತೆ ನಿಯಂತ್ರಿಸಲು ಸಹಾಯಕವಾಗುತ್ತದೆ. ಚಿಕಿತ್ಸೆ ನಿಲ್ಲಿಸುವ ಮುನ್ನ ವೈದ್ಯರ ಸಲಹೆ ಪಡೆಯಬೇಕಾಗುತ್ತದೆ. ಅಸ್ತಮಾ ಕಾಯಿಲೆಗೆ ಧೀರ್ಘಾವಧಿಯ ಚಿಕಿತ್ಸೆ ಅಗತ್ಯವಾಗಿದೆ. ವೈದ್ಯರ ಸಲಹೆ ಇಲ್ಲದೇ ಇನ್ ಹೆಲರ್ (ಸೇದುವ ಔಷಧಿ) ನಿಲ್ಲಿಸ ಬಾರದು. ಹೀಗೆ ನಿಲ್ಲಿಸಿದರೆ ಅಪಾಯಕಾರಿಯಾದ ತೀವ್ರ ಅಸ್ತಮಾಘಾತ (status asthmaticus) ಉಂಟಾಗಿ ಜೀವಕ್ಕೆ ಅಪಾಯ ಆಗಬಹುದು. ಇದನ್ನು ತಪ್ಪಿಸಲು ಯಾವುದೇ ಔಷಧಿ ನಿಲ್ಲಿಸುವ ಮುನ್ನ ನಿಮ್ಮ ವೈದ್ಯರ ಸಲಹೆ ಪಡೆಯಿರಿ.

ಅಧ್ಯಾಯ 16: ಮಧುಮೇಹ/ಸಕ್ಕರೆ ರೋಗ

ವಿಶ್ವ ಆರೋಗ್ಯ ಸಂಸ್ಥೆಯು ಮಧುಮೇಹ ಒಂದು ಮಹಾಮಾರಿ ಎಂದು ಘೋಷಿಸಿದೆ. ಮಧುಮೇಹ ಅಥವಾ ಸಕ್ಕರೆ ಕಾಯಿಲೆ ಇತ್ತೀಚಿನ ದಿನಗಳಲ್ಲಿ ಮನೆಮನೆಯಲ್ಲೂ ಕಾಣುವುದು ಸಾಮಾನ್ಯವಾಗಿ ಬಿಟ್ಟಿದೆ. ವಯಸ್ಸಿನ ಮಿತಿ ಇಲ್ಲದೆ ಚಿಕ್ಕ ಮಕ್ಕಳಿಂದ ದೊಡ್ಡ ವಯಸ್ಸಿನ ಜನರು ಈ ರೋಗದಿಂದ ತೊಂದರೆ ಅನುಭವಿಸುತ್ತಿದ್ದಾರೆ. ಈ ಲೇಖನದಲ್ಲಿ ಸಕ್ಕರೆ ಕಾಯಿಲೆ ಬಗ್ಗೆ ಮಾಹಿತಿ ನೀಡಲು ಜನರ ಸಾಮಾನ್ಯ ಪ್ರಶ್ನೆಗಳಿಗೆ ಉತ್ತರ ಕೊಡಲಾಗಿದೆ. ಓದಿರಿ ಮತ್ತು ಈ ರೋಗದ ಬಗ್ಗೆ ತಿಳಿದು ಆರೋಗ್ಯ ವೃದ್ಧಿಗೆ ಸರಿಯಾಗಿ ಕ್ರಮಗಳನ್ನು ಅನುಸರಿಸಿ.

1. ಸಕ್ಕರೆ ಕಾಯಿಲೆಗೆ ಇರುವ ಇತರ ಹೆಸರುಗಳು?

ಉ: ಸಕ್ಕರೆ ಕಾಯಿಲೆಯನ್ನು ಮಧುಮೇಹ, ಡಯಾಬಿಟೀಸ್, ಶುಗರ್ ಎಂದು ನಾನಾ ವಿಧದ ಹೆಸರುಗಳಲ್ಲಿ ಕರೆಯುತ್ತಾರೆ.

2. ಸಕ್ಕರೆ ಏನು ವಿಷವಲ್ಲವಲ್ಲ. ಹಾಗಾದರೆ ಇದೊಂದು ಕಾಯಿಲೆಯಾಗಿ ಏಕೆ ಕಾಣಲಾಗುತ್ತದೆ?

ಉ: ಹೆಚ್ಚಾದರೆ ಅಮೃತವೂ ವಿಷವೇ ಎಂಬ ಗಾದೆಗೆ ಸಕ್ಕರೆ ಕಾಯಿಲೆಯೇ ಉತ್ತಮ ಉದಾಹರಣೆ.

ರಕ್ತದಲ್ಲಿ ಗ್ಲುಕೋಸ್ ಅಥವಾ ಸಕ್ಕರೆ ಅಂಶವು ಹೆಚ್ಚಾಗುವುದೇ ಈ ಸಕ್ಕರೆ ಕಾಯಿಲೆಗೆ ಮುಖ್ಯ ಕಾರಣ. ವ್ಯಕ್ತಿಯ ದೇಹದಲ್ಲಿ ಮೆದೋಜೀರಕ ಗ್ರಂಥಿ ಇನ್ಸುಲಿನ್ ಅನ್ನೋ ನಿರ್ನಾಳ ರಸ (ಹಾರ್ಮೋನ್) ವನ್ನು ಉತ್ಪಾದಿಸುತ್ತದೆ. ಇದು ಆಹಾರ ಸೇವನೆಯ ನಂತರ ಅಂಗಾಂಶಗಳಲ್ಲಿ ಶೇಖರಣೆಗೊಂಡ ಸಕ್ಕರೆ ಅಂಶವನ್ನು ಸಮತೋಲನದಲ್ಲಿರಿಸಿ ದೇಹದಲ್ಲಿ ಸಕ್ಕರೆ ಅಂಶವನ್ನು ಕಡಿಮೆ ಮಾಡುತ್ತದೆ.
ದೇಹದಲ್ಲಿ ಇನ್ಸುಲಿನ್ ಸಾಕಷ್ಟು ಪ್ರಮಾಣದಲ್ಲಿ ಉತ್ಪತ್ತಿಯಾಗದಿರುವಾಗ ಅಥವಾ ದೇಹವು ಇನ್ಸುಲಿನ್‌ಗೆ ಸರಿಯಾಗಿ ಪ್ರತಿಕ್ರಿಯೆ ನೀಡದಿರುವಾಗ ದೇಹದಲ್ಲಿ ಸಕ್ಕರೆ ಪ್ರಮಾಣ ಹೆಚ್ಚಾಗಿ ಮಧುಮೇಹ ಕಾಯಿಲೆ ಶುರುವಾಗುತ್ತದೆ.

ಮಿತಿಮೀರಿದ ದೇಹದ ಸಕ್ಕರೆ ಪ್ರಮಾಣ ಪ್ರತೀ ಅಂಗವನ್ನು ತೊಂದರೆಗೀಡು ಮಾಡುತ್ತದೆ. ರಕ್ತ ನಾಳಗಳು, ರಕ್ತ ಪರಿಚಲನೆ, ಮತ್ತು ಅಂಗಾಂಗಗಳ ಕಾರ್ಯಕ್ಷಮತೆ ಮೇಲೆ ಪರಿಣಾಮ ಬೀರಿ ಆರೋಗ್ಯವನ್ನು ಹದಗೆಡಿಸುವಲ್ಲಿ ಯಶಸ್ವಿಯಾಗುತ್ತದೆ.

3. ಸಕ್ಕರೆ ರೋಗ ಬರಲು ಕಾರಣವೇನು?

ಉ: ಎರಡು ಕಾರಣಗಳಿಂದ ಸಕ್ಕರೆ ರೋಗ ಬರಬಹುದು.

- ಇನ್ಸುಲಿನ್ ಉತ್ಪಾದಿಸುವ ದೇಹದ ಪ್ಯಾಂಕ್ರಿಯಾಸ್ ನಲ್ಲಿರುವ ಬೀಟಾ ಜೀವಕೋಶಗಳು ನಶಿಸುವುದು.
- ಇರುವ ಇನ್ಸುಲಿನ್ ಗೆ ದೇಹದ ಪ್ರತಿಕ್ರಿಯೆ ಕಡಿಮೆ ಯಾಗಿರುವುದು.

ಇವೆರಡರಿಂದಲೂ ದೇಹದ ಸಕ್ಕರೆ ಪ್ರಮಾಣ ಮಿತಿ ಮೀರಿ ಹೆಚ್ಚಾಗಿ ಸಕ್ಕರೆ ಕಾಯಿಲೆಗೆ ಆಹ್ವಾನ ನೀಡುವುದು. ಮೇಲೆ ಹೇಳಿದಂತೆ ಅಂಗಾಂಗಗಳ ಕಾರ್ಯಕ್ಷಮತೆ ಕಡಿಮೆಯಾಗಿ ಆರೋಗ್ಯ ಹದಗೆಡುತ್ತದೆ.

4. ಸಕ್ಕರೆ ರೋಗಕ್ಕೆ ಮೂಲ ಕಾರಣಗಳೇನು?

ಉ: ಆಟೋಇಮ್ಯೂನ್ (immune reaction) ಕಾರಣಗಳಿಂದ, ದೇಹದ ಪ್ಯಾಂಕ್ರಿಯಾಸ್ ನಲ್ಲಿರುವ ಇನ್ಸುಲಿನ್ ಉತ್ಪತ್ತಿ ಮಾಡುವ. ಬೀಟಾ ಜೀವಕೋಶಗಳನ್ನು ಆಕ್ರಮಣ ಮಾಡಿ, ಸಂಪೂರ್ಣವಾಗಿ ನಾಶ ಮಾಡುತ್ತವೆ. ಆಗ ಇನ್ಸುಲಿನ್ ಉತ್ಪತ್ತಿ ಇರುವುದಿಲ್ಲ ಅಥವಾ ಕಡಿಮೆ ಆಗುತ್ತದೆ. ಈ ಕಾರಣದಿಂದ ಚಿಕ್ಕ ಮಕ್ಕಳಿಗೂ ಸಕ್ಕರೆ ಕಾಯಿಲೆ ಬರುವ ಸಾಧ್ಯತೆ ಹೆಚ್ಚಿರುತ್ತೆ. ಅದರಿಂದ 15-16 ವರ್ಷದ ಚಿಕ್ಕವರಿಗೂ ಸಹ ಈ ರೋಗ ಕಾಣಿಸಬಹುದು.

ಅದಲ್ಲದೆ, ಸ್ಥೂಲಕಾಯ ಅಥವಾ ಬೊಜ್ಜಿನಿಂದ ದೇಹದಲ್ಲಿ ಇನ್ಸುಲಿನ್ ಕಾರ್ಯ ಕ್ಷಮತೆಗೆ ಪ್ರತಿರೋಧ ಉಂಟಾಗುತ್ತೆ. ಇದರಿಂದ ರಕ್ತದಲ್ಲಿ ಸಕ್ಕರೆ ಪ್ರಮಾಣ ಹೆಚ್ಚಾಗಿ ಸಮಸ್ಯೆ ಉಲ್ಬಣವಾಗುತ್ತದೆ. ಇನ್ನುಳಿದಂತೆ ನಿದ್ರೆಯಲ್ಲಿ ವ್ಯತ್ಯಾಸ, ಹೆಚ್ಚು ಹೊತ್ತು ಮಲಗುವುದು, ರಾತ್ರಿ ಸರಿಯಾಗಿ ಮಲಗದೆ ಇರುವುದು, ಮನಸ್ಸು ಒತ್ತಡಕ್ಕೆ ಸಿಲುಕಿರುವುದು ಮತ್ತು ಸರಿಯಾದ ಕ್ರಮದಲ್ಲಿ ಆಹಾರ ತಿನ್ನದೆ ಇರುವುದು ಸಕ್ಕರೆ ಕಾಯಿಲೆ ಗೆ ಆಹ್ವಾನ ನೀಡುತ್ತವೆ.

5. ವಂಶಪಾರಂಪರ್ಯ ಸಕ್ಕರೆ ರೋಗ ಬರುವ ಸಾಧ್ಯತೆ ಇದೆಯೇ?

ಉ: ಹೌದು. ವಂಶಪಾರಂಪರ್ಯದಿಂದ ಬರಬಹುದಾದ ಕಾಯಿಲೆಯಾಗಿದೆ.

6. ಸಕ್ಕರೆ ರೋಗದ ರೋಗ ಲಕ್ಷಣಗಳು ಯಾವುವು ? ಈ ರೋಗ ಕಂಡು ಹಿಡಿಯುವುದು ಹೇಗೆ?

ಉ: ಈ ಕಾಯಿಲೆಯ ಪ್ರಮುಖ ಲಕ್ಷಣಗಳೆಂದರೆ:
- ಪದೇ ಪದೇ ಮೂತ್ರವಿಸರ್ಜಿಸುವುದು,
- ತೀವ್ರವಾಗಿ ಬಾಯಾರಿಕೆ ಹಾಗೂ ಹಸಿವಾಗುವುದು,
- ತೂಕ ಹೆಚ್ಚುವದು ಅಥವಾ ಅಸಾಮಾನ್ಯ ತೂಕ ಇಳಿಕೆ,
- ಆಯಾಸ,
- ದೃಷ್ಟಿ ಮಂಜಾಗುವಿಕೆ
- ಬೆವರು, ಸುಸ್ತು
- ಗಾಯ ಬೇಗ ವಾಸಿಯಾಗದೇ ಇರುವುದು.
- ಕೈ ಕಾಲುಗಳ ಅಡಿಯಲ್ಲಿಜುಮ್ಮೆನಿಸುವುದು.
- ಪುರುಷರಲ್ಲಿ ಲೈಂಗಿಕ ದೌರ್ಬಲ್ಯತೆ ಮುಂತಾದವುಗಳು.

ಈ ಕೆಲವೊಂದು ಲಕ್ಷಣಗಳು ಮತ್ತೆ ಮತ್ತೆ ಕಂಡುಬರದೆ ಸಕ್ಕರೆ ಕಾಯಿಲೆಯ ಇರಬಹುದೆಂದು ಅನುಮಾನಿಸಿ, ರಕ್ತ ಪರೀಕ್ಷೆ ಮಾಡಿದಾಗ ಗೊತ್ತಾಗುತ್ತದೆ.

7. ಸಕ್ಕರೆ ರೋಗ ಸಂಪೂರ್ಣ ಚಿಕಿತ್ಸೆ ಮಾಡಬಹುದೇ ಅಥವಾ ಬರದಂತೆ ತಡೆಯಬಹುದೇ ?

ಉ: ಸದ್ಯಕ್ಕೆ ಇದನ್ನು ಪೂರ್ಣ ಪ್ರಮಾಣದಲ್ಲಿ ಚಿಕಿತ್ಸೆ ಮಾಡಲು ಅಥವಾ ನಿವಾರಿಸಲು ಸಾಧ್ಯವಾಗಿಲ್ಲ. ರಕ್ತದಲ್ಲಿನ ಸಕ್ಕರೆ ಪ್ರಮಾಣದ ಏರಿಳಿತದ ಮೇಲೆ ಈ ಕಾಯಿಲೆ ನಿರ್ಧರಿತವಾಗುತ್ತದೆ. ದಿನನಿತ್ಯ ಸುಮಾರು ಇಪ್ಪತ್ತು ನಿಮಿಷದ ವ್ಯಾಯಾಮ ಅಥವಾ ನಡಿಗೆಯಿಂದ ಮಧುಮೇಹವನ್ನು ಸಾದ್ಯವಾದಷ್ಟು ದೂರವಿಡಬಹುದು

8. ಸಕ್ಕರೆ ರೋಗ ಯಾವ ಮುಖ್ಯ ಅಂಗಾಂಗಳಿಗೆ ತೊಂದರೆ ಕೊಡುತ್ತದೆ?

ಉ: ಸಕ್ಕರೆ ಕಾಯಿಲೆ ಅಡಿಯಿಂದ ಮುಡಿಯವರೆಗೆ ಪ್ರತಿ ಅಂಗಕ್ಕೂ ತೊಂದರೆ ಉಂಟು ಮಾಡುವ ರೋಗವಾಗಿದೆ. ರಕ್ತ ನಾಳಗಳು,ಮೂತ್ರ ಜನಕಾಂಗ (ಕಿಡ್ನಿ), ಹೃದಯ, ಕಣ್ಣು, ಮೆದುಳು ಮತ್ತು ನರಗಳು ಮುಖ್ಯವಾಗಿ ತೊಂದರೆಗೆ ಈಡಾಗುತ್ತವೆ. ಇದರಿಂದ ಕೆಲವು ಅಪಾಯಕಾರಿ ಪರಿಣಾಮಗಳು ಉಂಟಾಗುವ ಸಾಧ್ಯತೆ ಇದೆ. ಅವೆಂದರೆ,

-ಸ್ಟ್ರೋಕ್
-ರಕ್ತನಾಳಗಳಲ್ಲಿ ತೊಂದರೆ
-ಹೃದಯಾಘಾತ
-ಮೂತ್ರಪಿಂಡಗಳಿಗೆ ಹಾನಿ

9. ಸಕ್ಕರೆ ರೋಗಕ್ಕಿರುವ ಚಿಕಿತ್ಸಾ ಕ್ರಮಗಳೇನು?

ಉ: ಸ್ವಯಂ ಚಿಕಿತ್ಸೆ ದುರಂತಕ್ಕೆ ಕಾರಣವಾಗುತ್ತದೆ. ನುರಿತ ತಜ್ಞ ವೈದ್ಯರ ಸಲಹೆ ಮೇರೆಗೆ ಚಿಕಿತ್ಸೆ ಪಡೆಯುವುದು ಉತ್ತಮ. ಹತ್ತಿರ ದ ವೈದ್ಯರನ್ನು ತಪ್ಪದೆ ಕಾಣುವುದು ಒಳ್ಳೆಯದು. ವೈದ್ಯರು ಹೇಳಿದಂತೆ ಮಾತ್ರೆಗಳು ಮತ್ತು ಇಂಜಕ್ಷನ್ ಅನ್ನು ಕಟ್ಟುನಿಟ್ಟಿನ ಕ್ರಮದಲ್ಲಿ ತೆಗೆದು ಕೊಂಡರೆ ಸಕ್ಕರೆ ಕಾಯಿಲೆಯನ್ನು ಯಶಸ್ವಿಯಾಗಿ ನಿರ್ವಹಣೆ ಮಾಡಬಹುದು. ಜೊತೆಗೆ ನಿಯಮದಂತೆ ಆಹಾರ, ವ್ಯಾಯಾಮ ಚಟುವಟಿಕೆಗಳು, ದ್ಯಾನ, ಮತ್ತು ಯೋಗದಿಂದ ಸಕ್ಕರೆ ಕಾಯಿಲೆಯಿಂದ ಆಗಬಹುದಾದ ತೊಂದರೆಗಳನ್ನು ಕಡಿಮೆ ಮಾಡಬಹುದು.

10. ರಕ್ತ ದ ಸಕ್ಕರೆ ಯನ್ನು ಹತೋಟಿಯಲ್ಲಿ ಇಡಲು ಸಹಾಯ ಆಗುವ ವಿಷಯಗಳನ್ನು ತಿಳಿಸುವಿರಾ?

ಉ: ಜೀವನಶೈಲಿ ನಿರ್ವಹಣೆ (ದೈಹಿಕ ವ್ಯಾಯಾಮ, ಆಹಾರ ಪದ್ಧತಿ ನಿರ್ವಹಣೆ, ಮತ್ತು ಪ್ರಕೃತಿ ಚಿಕಿತ್ಸೆಯು ಔಷಧರಹಿತ ಚಿಕಿತ್ಸೆಯಾಗಿದ್ದು ಮಧುಮೇಹವನ್ನು ಸಂಪೂರ್ಣವಾಗಿ ಗುಣಪಡಿಸದೇ ಇದ್ದರು ಅದನ್ನು ಹತೋಟಿಯಲ್ಲಿಡಬಹುದು. ಪ್ರಕೃತಿ ಚಿಕಿತ್ಸೆಯಲ್ಲಿ ಕಾಯಿಲೆಗಳನ್ನು ನಿಯಂತ್ರಣದಲ್ಲಿಟ್ಟು ಕಾಯಿಲೆ ಹೆಚ್ಚಾಗದಂತೆ ನೋಡಿಕೊಳ್ಳುವುದು ಇದರ ಮುಖ್ಯ ಗುರಿಯಾಗಿದೆ.

ದೈಹಿಕ ವ್ಯಾಯಾಮ

ದೈಹಿಕ ವ್ಯಾಯಾಮವಿಲ್ಲದೆ ಜನರು ಹೆಚ್ಚು ದೇಹವನ್ನು ಬೆಳೆಸಿಕೊಂಡು ಕೊಬ್ಬನ್ನು ಹೆಚ್ಚಿಸಿಕೊಳ್ಳುತ್ತಿದ್ದಾರೆ. ಇದರಿಂದ ದೇಹದಲ್ಲಿ ಸಕ್ಕರೆ ಅಂಶ ಹೆಚ್ಚಾಗುತ್ತದೆ. ಅದನ್ನು ತಡೆಗಟ್ಟಲು ಮತ್ತು ದೇಹವನ್ನು ಆರೋಗ್ಯದಿಂದ ಕಾಪಾಡಿಕೊಳ್ಳಲು ದೈಹಿಕ ವ್ಯಾಯಾಮ ಅತಿ ಮುಖ್ಯವಾಗುತ್ತದೆ. ಜೊತೆಗೆ ಯೋಗಾಭ್ಯಾಸ, ಪ್ರಾಣಾಯಾಮಗಳನ್ನು ಪ್ರತಿದಿನ ಮಾಡುವುದರಿಂದ ದೈಹಿಕ ಆರೋಗ್ಯ ಮತ್ತು ಮಾನಸಿಕ ಸ್ಥಿಮಿತವನ್ನು ಹತೋಟಿಯಲ್ಲಿಟ್ಟುಕೊಳ್ಳಲು ಉಪಯುಕ್ತವಾಗಿದೆ.

ಆಹಾರ ಪದ್ಧತಿ

ಅನಾರೋಗ್ಯಕರ ಆಹಾರ ಸೇವನೆ ಅಭ್ಯಾಸವನ್ನು ಬಿಡಬೇಕು. ಪ್ರತಿದಿನದ ಆಹಾರ ಪದ್ಧತಿಯಲ್ಲಿ ಕಾರ್ಬೋಹೈಡ್ರೇಟ್ ಪ್ರಮಾಣವನ್ನು ಕಡಿಮೆಗೊಳಿಸಬೇಕು. ಆಹಾರ ಸೇವನೆಯಲ್ಲಿ ನಿಧಾನವಾಗಿ ಜೀರ್ಣವಾಗುವ ಆಹಾರ ಪದಾರ್ಥಗಳನ್ನು ತೆಗೆದುಕೊಳ್ಳುವುದು, ನಿಯಮಿತವಾಗಿ ತಿನ್ನುವುದು, ಮತ್ತು ಕೊಬ್ಬು, ಸಿಹಿ ಪದಾರ್ಥಗಳನ್ನು ತ್ಯಜಿಸುವುದು. ಹೆಚ್ಚು ಸಕ್ಕರೆ ಅಂಶ ಉಳ್ಳ ಸಿಹಿಯಾದ ಮಾವು, ಹಲಸು ಇಂತಹ ಹಣ್ಣುಗಳನ್ನು ತಿನ್ನುವಾಗ ಊಟದ ಕ್ಯಾಲೋರಿ ಸಮತೋಲನ ಕಾಪಾಡಿಕೊಂಡು ತಿನ್ನಬೇಕು. ಹಸಿತರಕಾರಿ ಬಳಸುವುದು ಮತ್ತು ಆಹಾರ ಪೋಷಣೆ ನಿರ್ವಹಣೆ (ನ್ಯೂಟ್ರಿಷನಿಷ್ಟ್) ಸಲಹೆ ಪಡೆದು ಆಹಾರ ಪದ್ಧತಿ ಅನುಸರಿಸುವುದು.

ಅಧ್ಯಾಯ 17: ಮ್ಯೂಕರ್ಮೈಕೊಸಿಸ್

(ಏನಿದು ಬ್ಲಾಕ್ ಫಂಗಸ್?)

ಕೊರೋನ ರೋಗದ ಎರಡನೇ ಅಲೆಯನ್ನು ತಾಳಲಾರದೆ ಜನರು ಕಂಗಾಲಾಗಿದ್ದಾರೆ. ಕೊರೋನ ಜಯಿಸಲಾಗದೆ ಅದೆಷ್ಟೋ ರೋಗಿಗಳು ಸೋತು ಇಹಲೋಕ ತ್ಯಜಿಸಿರುವುದು ಇತ್ತೀಚೆಗೆ ಸರ್ವೇಸಾಮನ್ಯವಾದ ವಿಚಾರವಾಗಿರುವುದು ವಿಷಾಧಕರವಾದ ಸಂಗತಿಯಾಗಿದೆ. ಕೊರೋನ ರೋಗದಿಂದ ತತ್ತರಿಸಿ ಹೋಗಿರುವ ಮಧುಮೇಹದಿಂದ ಬಳಲುತ್ತಿರುವ ರೋಗಿಗಳಿಗೆ ಶಿಲೀಂದ್ರ(ಆಲ್ಗಿ)ಗಳ ಸೋಂಕಾಗುವುದು ಸರ್ವೇ ಸಾಮಾನ್ಯ. ಕೊರೋನ ಚಿಕಿತ್ಸೆಗಾಗಿ ಸ್ಟಿರಾಯ್ಡ್ ಬಳಸುವುದು ಅತೀ ಹೆಚ್ಚಾಗಿದೆ. ವೈದ್ಯರೊಂದು ಬಗೆದರೆ, ವಿಧಿಯೊಂದು ಬಗೆಯುತ್ತದೆ ಎನ್ನುವುದಕ್ಕೆ ಈ ಬ್ಲಾಕ್ ಫಂಗಸೆ (ಮ್ಯೂಕರ್ಮೈಕೊಸಿಸ್ = ಕಪ್ಪು ಶಿಲೀಂದ್ರ)ವೇ ಸಾಕ್ಷಿ.

ಕೊರೋನ ಸೋಂಕಿರುವ ರೋಗಿಗಳಲ್ಲಿ ಮಧುಮೇಹವಿದ್ದು ಸ್ಟಿರಾಯ್ಡ್ ಬಳಸಿದಲ್ಲಿ ಈ ಬ್ಲಾಕ್ ಫಂಗಸ್ ಜೊತೆಯಾಗುವ ಸಾಧ್ಯತೆ ಹೆಚ್ಚಿರುತ್ತದೆ. ಹೀಗಾದಲ್ಲಿ, ಪರಿಸ್ಥಿತಿ ಬಹಳ ಹದಗೆಡುವ ಸಂಧರ್ಭ ಇರುತ್ತದೆ. ಸಾವು ಕದ ತಟ್ಟುವ ಸಾಧ್ಯತೆ ಹೆಚ್ಚಿರುತ್ತದೆ. ಹಾಗಾಗಿ, ಜನರಿಗೆ ಎಚ್ಚರಿಕೆ ಮೂಡಿಸುವುದು ಮತ್ತು ಈ ಬ್ಲಾಕ್ ಫಂಗಸ್ ಬಗ್ಗೆ ತಿಳುವಳಿಕೆ ನೀಡುವುದು ಉತ್ತಮ. ಈ ಉದ್ದೇಶದಿಂದ, ಈ ಲೇಖನ ಪ್ರಕಟಿಸುವ ಪ್ರಯತ್ನ ಮಾಡಲಾಗಿದೆ. ಓದಿರಿ. ತಿಳಿಯಿರಿ. ಎಚ್ಚರವಹಿಸಿ. ಅನುಮಾನ ಬಂದರೆ, ಇ.ಎನ್.ಟಿ (ಕಿವಿ, ಮೂಗು, ಗಂಟಲು) ವೈದ್ಯರನ್ನು ಸಂಪರ್ಕಿಸಿ ಸಲಹೆ ಪಡೆಯುವುದು ಉತ್ತಮ. ಬ್ಲಾಕ್ ಫಂಗಸ್ ಬಗ್ಗೆ ಪ್ರಶ್ನೋತ್ತರ ಮಾದರಿಯಲ್ಲಿ ತಿಳಿಸುವ ಪ್ರಯತ್ನ ಈ ಕೆಳಗೆ ಮಾಡಲಾಗಿದೆ..

1. **ಬ್ಲಾಕ್ ಫಂಗಸ್ ರೋಗ ಇತ್ತಿಚೆಗೆ ಹೆಚ್ಚು ಗಮನ ಸೆಳೆಯುತ್ತಿದೆ. ಇದು ಕೊರೋನ ರೋಗದಂತೆ ಮನುಷ್ಯರಿಗೆ ಹೆಚ್ಚು ತೊಂದರೆ ಮಾಡುವ ಸಾದ್ಯತೆ ಇದೆಯೇ?**

ಉ: ಇಲ್ಲ. ಕೊರೋನಗೂ ಮತ್ತು ಬ್ಲಾಕ್ ಫಂಗಸ್ ಗೂ ಯಾವುದೇ ಸಂಭಂಧವಿಲ್ಲ. ಕೊರೋನ ಒಂದು ವೈರಸ್ ರೋಗ. ಬ್ಲಾಕ್ ಫಂಗಸ್ ಒಂದು ಶಿಲೀಂದ್ರಗಳಿಂದ ಬರುವ ರೋಗ. ಶಿಲೀಂದ್ರಗಳು ನಮ್ಮ ದೇಹದ ಮೇಲೆ ಸದಾ ಸಹಜೀವನ (ಸಿಂಬಯೋಟಿಕ್) ನಡೆಸುತ್ತಿರುತ್ತವೆ. ನಮ್ಮ ದೇಹದ ರೋಗ ಹತ್ತಿಕ್ಕುವ ಶಕ್ತಿ ಕಡಿಮೆಯಾದರೆ, ಆಗ ಶಿಲೀಂದ್ರಗಳು ಅಳತೆ ಮೀರಿ ಬೆಳೆದು, ನಮ್ಮ ದೇಹವನ್ನು ತೊಂದರೆಗೆ ಸಿಲುಕಿಸುಂತಹವಾಗಿರುತ್ತವೆ.

2. ಹಾಗಾದರೆ ಈ ಕೊರೋನದ ಎರಡನೇ ಅಲೆಯ ಸಂಧರ್ಭದಲ್ಲಿ ಈ ಬ್ಲಾಕ್ ಫಂಗಸ್ ಸುದ್ದಿಮಾಡಲು ಕಾರಣವೇನು?

ಉ: ಕೊರೋನಗೆ ಚಿಕಿತ್ಸೆ ಮಾಡಲು ವೈದ್ಯರು ಇತ್ತೀಚೆಗೆ ಹೆಚ್ಚು ಹೆಚ್ಚು ಸ್ಟಿರಾಯ್ಡ್ ಬಳಸಲುತ್ತಿದ್ದಾರೆ. ಇಂತಹ ಸಮಯದಲ್ಲಿ, ದೇಹದ ರೋಗ ನಿಗ್ರಹಣಶಕ್ತಿ (ರೋಗ ಹತ್ತಿಕ್ಕುವ ಶಕ್ತಿ) ಮನುಷ್ಯನ ದೇಹದಲ್ಲಿ ಕಡಿಮೆಯಾಗುತ್ತದೆ. ಇದು ಸ್ಟಿರಾಯ್ಡ್ ಬಳಕೆಯಿಂದ ಆಗುವ ಒಂದು ಅಡ್ಡ ಪರಿಣಾಮ. ಇದಲ್ಲದೆ, ಮಧುಮೇಹ ಇಲ್ಲದಿದ್ದರೂ,

ರಕ್ತದಲ್ಲಿ, ಸಕ್ಕರೆ ಅಂಶ ಹೆಚ್ಚಾಗುತ್ತದೆ. ಕೊರೋನ ರೋಗದೊಂದಿಗೆ ಕೃತಕವಾಗಿ ಸೃಷ್ಟಿಯಾದ ಮಧುಮೇಹದಂತಹ ಪರಿಸ್ಥಿತಿ, ಮತ್ತು ಕ್ಷಿಣಿಸಿದ ರೋಗನಿರೋಧಕ ಶಕ್ತಿ ಎಲ್ಲವೂ ಒಟ್ಟುಗೂಡಿ, ಈ ಬ್ಲಾಕ್ ಫಂಗಸ್ ಬೆಳೆಯಲು ಸಹಾಯಕಾರಿಯಾಗುತ್ತದೆ. ಇದರಿಂದ ಅವಕಾಶಕ್ಕಾಗಿ ಕಾಯುತ್ತಿದ್ದ ಈ ಪ್ರಾಣಹಾರಕ ಫಂಗಸ್ ರೋಗಿಯನ್ನು ಹಿಂಸಿಸುವಲ್ಲಿ ಯಶಸ್ವಿಯಾಗುತ್ತಿದೆ. ಪ್ರಾಣಹರಣಕ್ಕೆ ಕಾರಣವಾಗುತ್ತಿದೆ. ಹಾಗಾಗಿ, ಬ್ಲಾಕ್ ಫಂಗಸ್ ಹೆಚ್ಚು ಸುದ್ದಿಮಾಡುತ್ತಿದೆ.

3. ಈ ಬ್ಲಾಕ್ ಫಂಗಸ್ ಹೊಸದೇ?

ಉ: ಇಲ್ಲ. ಪ್ರಶ್ನೆ ೧ರಲ್ಲಿ ಹೇಳಿದಂತೆ, ನಮ್ಮ ದೇಹದ ಮೇಲೆ ಇದು ಸಹಜೀವನ ನಡೆಸುವ ಒಂದು ಶಿಲೀಂದ್ರ. ನಮ್ಮ ರೋಗ ನಿರೋಧಕ ಶಕ್ತಿ ಕಡಿಮೆಯಾದಲ್ಲಿ, ಅತೀವೇಗವಾಗಿ ಬೆಳೆಯುವ ವಾತಾವರಣ (ಮಧುಮೇಹ) ಸಿಕ್ಕರೆ, ಈ ಶಿಲೀಂದ್ರ ತೊಂದರೆ ಕೊಡುವುದಲ್ಲದೆ, ಪ್ರಾಣ ಹರಣ ಮಾಡುವಲ್ಲಿ ಯಶಸ್ವಿಯಾಗಬಹುದು.

4. ಕೊರೋನದ ಮೊದಲ ಅಲೆಯಲ್ಲಿ ಬ್ಲಾಕ್ ಫಂಗಸ್ ಸುದ್ದಿಮಾಡಲಿಲ್ಲ. ಅಂದರೆ ಆಗ ಇಲ್ಲದ್ದು ಈಗ ಹೇಗೆ ಬಂತು?

ಉ: ಮೊದಲ ಅಲೆಯಲ್ಲಿ ಅಲ್ಲಲ್ಲಿ ಕಡಿಮೆ ಸಂಖ್ಯೆಯ ರೋಗಿಗಳು ಬ್ಲಾಕ್ ಫಂಗಸ್ ನಿಂದ ಬಳಲಿದರೂ ಅಷ್ಟೇನು ತೊಂದರೆ ಕೊಟ್ಟ ಹಾಗೆ ಸುದ್ದಿ ಮಾಡಲಿಲ್ಲ. ಆದರೆ ಎರಡನೇ ಅಲೆಯಲ್ಲಿ, ಅತೀ ಹೆಚ್ಚು ಜನರು ಈ ಬ್ಲಾಕ್ ಫಂಗಸ್ ನಿಂದ ಸಾವನ್ನು ಅಪ್ಪುವುದು ಹೆಚ್ಚಾಗಿ ಕಂಡುಬಂದಿದ್ದರಿಂದ ಈ ಶಿಲೀಂದ್ರ ರೋಗ ಸುದ್ದಿ ಮಾಡುತ್ತಿರುವುದು ದುರದೃಷ್ಟಕರ. ಕಾರಣಗಳು, ಹೆಚ್ಚು ಮಧುಮೇಹ ರೋಗಿಗಳು ತುರ್ತುನಿಗ ಘಟಕದಲ್ಲಿ ಚಿಕಿತ್ಸೆ ಪಡೆಯುತ್ತಿರುವುದು, ಹೆಚ್ಚಿನ ಸ್ಟಿರಾಯ್ಡ್ ಬಳಕೆ, ನಿಯಂತ್ರಣ ತಪ್ಪಿದ ಮಧುಮೇಹ ಚಿಕಿತ್ಸೆ, ಇತರೆ. ಅಕ್ಸಿಜನ್ ಸಿಲಿಂಡರ್ ತಯಾರಿಕೆಯಲ್ಲಿ ಬಳಸುವ ನೀರಿನ ಬಳಕೆಯಲ್ಲಿ ವ್ಯತ್ಯವಾಗಿರುವುದು ಕೂಡ ಕಾರಣವಿರಬಹುದೆಂದು ಊಹಿಸಲಾಗಿದೆ. ಕಾರಣ ಏನೇ ಇದ್ದರು, ಬ್ಲಾಕ್ ಫಂಗಸ್ ಸೊಂಕನ್ನು ಅತೀವೇಗವಾಗಿ ಗುರುತಿಸಿ ಚಿಕಿತ್ಸೆ ಮಾಡುವುದು ಅತ್ಯವಶ್ಯಕ.

5. ಬ್ಲಾಕ್ ಫಂಗಸ್ ತನ್ನ ಪ್ರಾಬಲ್ಯ ಸಾಧಿಸುವಲ್ಲಿ ಯಶಸ್ವಿಯಾಗಿ ನಮ್ಮ ದೇಹಕ್ಕೆ ತೊಂದರೆ ಕೊಡುತ್ತಿದೆ ಎಂದು ಹೇಗೆ ಗುರುತಿಸಬಹುದು? ಮ್ಯೂಕಾರ್ ಮೈಕೋಸಿಸ್ (ಬ್ಲಾಕ್ ಫಂಗಸ್) ರೋಗದ ಲಕ್ಷಣಗಳೇನು?

ಉ: ಮೂಗಿನಿಂದ ತೆಳುವಾದ ದ್ರವ (ಸಿಂಬಳ) ಸೋರುವುದು ಹೆಚ್ಚಾಗಿ, ರಕ್ತಮಿಶ್ರಿತವಾಗಿದ್ದರೆ, ಮೂಗು ಮುಚ್ಚಿದಂತಾಗಿ ಒಂದು ಕಡೆ ಅಥವಾ ಎರಡೂ ಕಡೆ ಉಸಿರಾಟಕ್ಕೆ ತೊಂದರೆಯಾದರೆ, ಮುಖದ ಮೇಲೆ ಊತ ಪ್ರಾರಂಭವಾದರೆ, ಕಣ್ಣಿನ ಊತ ಕಾಣಿಸಿಕೊಂಡರೆ, ಮುಖದಲ್ಲಿ ನೋವು, ಕಣ್ಣಿನ ನೋವು, ತಲೆ ನೋವು, ಗಂಟೆ ಗಂಟೆಗೆ ಬದಲಾಗುತ್ತಿರುವ ರೋಗ ಚಿನ್ಹೆಗಳು, ತೀವ್ರಗತಿಯಲ್ಲಿ ಹರಡುತ್ತಿರುವ ಊತ ಮತ್ತು ನೋವು, ಕಣ್ಣಿನ ದೃಷ್ಟಿದೋಷ ಪ್ರಾರಂಭ, ಕುರುಡಾಗುವುದು, ಒಂದು ಕಡೆ ಅಥವಾ ಎರಡೂ ಕಡೆ ಕುರುಡಾಗುವುದು, ಹದಗೆಡುತ್ತಿರುವ ಆರೋಗ್ಯ ಪರಿಸ್ಥಿತಿ. ಈ ಹಿಂದೆ ಹೇಳಿದ ಚಿನ್ಹೆಗಳು ಬ್ಲಾಕ್ ಫಂಗಸ್ ಹರಡುತ್ತಿರುವ ಬಗ್ಗೆ ಸೂಚನೆಗಳಾಗಿರಬಹುದು. ಈ ಚಿನ್ಹೆಗಳು ಕಂಡುಬಂದರೆ, ತಕ್ಷಣ ವೈದ್ಯರ ಗಮನಕ್ಕೆ ತನ್ನಿ.

6. ಬ್ಲಾಕ್ ಫಂಗಸ್ ಬಗ್ಗೆ ಎಚ್ಚರ ಏಕೆ ವಹಿಸಬೇಕು? ಈ ಫಂಗಸ್ ನಮ್ಮ ದೇಹದ ಮೇಲೆ ಪ್ರಾಭಲ್ಯ ಸಾಧಿಸಿದರೆ, ನಮ್ಮ ದೇಹಕ್ಕೆ ಯಾವ ತೊಂದರೆ ಆಗಬಹುದು?

ಉ. ನಮ್ಮ ದೇಹದಲ್ಲಿ, ಎಲ್ಲಿಯವರೆಗೆ ರೋಗ ನಿರೋದಕ ಶಕ್ತಿ ಇರುತ್ತದೆಯೋ, ಅಲ್ಲಿಯವರೆಗೆ ನಮ್ಮ ದೇಹದ ಮೇಲೆ ಈ ಬ್ಲಾಕ್ ಫಂಗಸ್ ಯಾವುದೇ ಪರಿಣಾಮ ಬೀರಲಾರದು. ನಮ್ಮ ರೋಗ ನಿರೋಧಕ ಶಕ್ತಿ ಯಾವುದೇ ಕಾರಣಕ್ಕೆ ಕಡಿಮೆಯಾದರೆ, ಅಂತಹ ಸಂಧರ್ಭದಲ್ಲಿ, ಈ ಬ್ಲಾಕ್ ಫಂಗಸ್ ಎಗ್ಗಿಲ್ಲದಂತೆ ಬೆಳೆದು, ಮೂಗಿನಲ್ಲಿ ಹರಡಲು ಪ್ರಾರಂಭಿಸುತ್ತದೆ. ಅಲ್ಲಿಂದ, ಮುಂದೆ ಅಕ್ಕಪಕ್ಕದಲ್ಲಿರುವ ಅಂಗಗಳಿಗೆ ಮತ್ತು ಮಾಂಸಖಂಡಗಳಿಗೆ ಹರಡಲು ಪ್ರಾರಂಭಿಸುತ್ತದೆ. ಸೈನಸ್ ಗಳು, ಮೇಲ್ದವಡೆಗಳು, ಹಲ್ಲುಗಳು, ಕಣ್ಣುಗಳು, ಹಾಗು, ಅದರ ಹಿಂದಿರುವ ಮೆದುಳಿಗೂ ಹರಡುತ್ತದೆ. ಹೀಗೆ ಹರಡಿದ ಬ್ಲಾಕ್ ಫಂಗಸ್, ೫ನೇ ಪ್ರಶ್ನೆಗೆ ಉತ್ತರಿಸಿದಂತೆ, ಎಲ್ಲಾ ತರಹದ ಚಿನ್ಹೆಗಳನ್ನು ಉಂಟುಮಾಡುತ್ತದೆ. ಹೀಗೆ ಬಂದ ಚಿನ್ಹೆಗಳು, ಗಂಟೆಗಂಟೆಗೂ ತೀವ್ರತೆಯಲ್ಲಿ ಹೆಚ್ಚಾಗಿ ಪ್ರಾಣಹರಣ ಮಾಡಬಹುದು.

7. ಬ್ಲಾಕ್ ಫಂಗಸ್ ಪ್ರಾಣ ಹರಣ ಮಾಡಬಲ್ಲದೆಂದು ಹೇಳಲಾಗುತ್ತದೆ. ಇದು ಸರಿಯೇ? ಅದನ್ನು ತಡೆಗಟ್ಟಲು ಏನು ಮಾಡಬೇಕು?

ಉ: ಹೌದು. ಬ್ಲಾಕ್ ಫಂಗಸ್ ಸೋಂಕಿನ ಲಕ್ಷಣಗಳನ್ನು ಆದಷ್ಟು ಬೇಗ ಗುರುತಿಸಬೇಕು ಮತ್ತು ೨೪ ರಿಂದ ೪೮ ಗಂಟೆಗಳಲ್ಲಿ ತುರ್ತಾಗಿ ತಜ್ಞವೈದ್ಯರ ಸಲಹೆ ಪಡೆದು ಚಿಕಿತ್ಸೆ ಪ್ರಾರಂಭಿಸಬೇಕು. ಮೂಗಿನಿಂದ ಪ್ರಾರಂಭವಾಗುವ ಸೋಂಕು, ಸೈನಸ್, ಹಲ್ಲು, ದವಡೆ, ಕಣ್ಣು ಮತ್ತು ಮೆದುಳು ಹೀಗೆ ಎಲ್ಲಾ ಸುತ್ತಮುತ್ತಲ ಅಂಗಗಳಿಗೆ ವೇಗವಾಗಿ ಹರಡುತ್ತದೆ. ಯಾವುದೇ ಅಂಗಕ್ಕೆ ಬ್ಲಾಕ್ ಫಂಗಸ್ ಹರಡಿದರೆ, ಆ ಅಂಗವನ್ನು ಶಸ್ತ್ರಚಿಕಿತ್ಸೆ ಮಾಡಿ ದೇಹದಿಂದ ಬೇರ್ಪಡಿಸಬೇಕಾದಂತಹ ಅನಿವಾರ್ಯತೆ ಎದುರಾಗುತ್ತದೆ. ಮೆದುಳಿಗೆ ಹರಡಿದರೆ, ಸಾವು ಖಚಿತವಾಗುತ್ತದೆ. ಹೀಗಾಗಿ ಈ ಶಿಲೀಂದ್ರ ಸೋಂಕು ಪ್ರಾಣ ಹರಣ ಮಾಡಬಹುದು. ಅದಕ್ಕಾಗಿ ಎಚ್ಚರಿಕೆ ಅತ್ಯಗತ್ಯ ಮತ್ತು ತುರ್ತುಚಿಕಿತ್ಸೆ ಮಾಡಿ ಸೋಂಕು ಹರಡದಂತೆ ನೋಡಿ ಕೊಳ್ಳಬೇಕಾಗುತ್ತದೆ. ಹೀಗೆ ಮಾಡಿದರೆ, ಶೇ. ೭೦-೯೦ ರಷ್ಟು ರೋಗಿಗಳನ್ನು ಸಾವಿನಿಂದ ಕಾಪಾಡಬಹುದು.

8. ಕೊರೋನ ಬಂದವರಿಗೆಲ್ಲಾ ಈ ಬ್ಲಾಕ್ ಫಂಗಸ್ ಬರಬಹುದೇ? ಕೊರೋನಗೂ ಬ್ಲಾಕ್ ಫಂಗಸ್ ಗೂ ಇರುವ ಸಂಭಂಧವೇನು?

ಉ. ಕೊರೋನ ಬಂದವರಿಗೆಲ್ಲಾ ಬ್ಲಾಕ್ ಫಂಗಸ್ ಸೋಂಕಾಗಬೇಕೆಂಬ ನಿಯಮವೇನಿಲ್ಲ. ಎರಡೂ ರೋಗಗಳಿಗೂ ಹೆಚ್ಚಿನ ಹೊಂದಾಣಿಕೆ ಏನೂ ಇಲ್ಲ. ಕೊರೋನ ರೋಗಿಗಳಿಗೆ ಸ್ಟಿರಾಯ್ಡ್ ಎಂಬ ಔಷಧಿಯನ್ನು ಹೆಚ್ಚಾಗಿ ಬಳಸಲಾಗುತ್ತಿದೆ. ಈ ಔಷಧಿ ಮನುಷ್ಯನ ರೋಗ ನಿರೋಧಕ ಶಕ್ತಿಯನ್ನು ಕಡಿಮೆ ಮಾಡುತ್ತದೆ. ರಕ್ತದ ಗ್ಲೂಕೋಸ್ ಅಂಶವನ್ನು ಹೆಚ್ಚಿಸುತ್ತದೆ. ಇದರಿಂದ ಶಿಲೀಂದ್ರದ ಬೆಳವಣಿಗೆಗೆ ಪೂರಕವಾಗುವ ವಾತಾವರಣ ನಿರ್ಮಾಣವಾಗುತ್ತದೆ. ಸ್ಟಿರಾಯ್ಡ್ ಬಳಕೆ, ರೋಗ ನಿರೋಧಕ ಶಕ್ತಿ ಕುಂದಿರುವುದು, ಗ್ಲೂಕೋಸ್ ರಕ್ತದಲ್ಲಿ ಏರಿಕೆಯಾಗಿರುವುದು ಇವೆಲ್ಲವೂ ಬ್ಲಾಕ್ ಫಂಗಸ್ ಸೋಂಕು ತೀವ್ರವಾಗಿ ಹರಡಲು ಸಹಾಯಕಾರಿಯಾಗುತ್ತದೆ.

9. ಬ್ಲಾಕ್ ಫಂಗಸ್ ಗೆ ಇರುವ ಚಿಕಿತ್ಸಾ ಪದ್ದತಿಗಳೇನು? ಸ್ವಯಂ ಚಿಕಿತ್ಸೆ ಮಾಡಿಕೊಳ್ಳಬಹುದೇ?

ಉ: ಹಿಂದೆ ಹೇಳಿದಂತಹ ಬ್ಲಾಕ್ ಫಂಗಸ್ ಸೋಂಕಿರುವ ಚಿನ್ಹೆಗಳು ಕಂಡುಬಂದರೆ, ಸ್ವಯಂ ಚಿಕಿತ್ಸೆ ಮಾಡಿಕೊಳ್ಳಲು ಪ್ರಯತ್ನಿಸಿದರೆ, ಅದು ಆತ್ಮ ವಂಚನೆ ಮಾಡಿಕೊಂಡಂತಾಗುತ್ತದೆ. ನಿಮ್ಮ ಸಾವಿನ ಹಾದಿಯನ್ನು ನೀವೇ ಹಿಡಿದಂತಾಗುತ್ತದೆ. ಹಾಗಾಗಿ, ರೋಗಿಗಳು ಬ್ಲಾಕ್ ಫಂಗಸ್ ಸೋಂಕಿರುವ ಅನುಮಾನ ಬಂದರೆ, ಕಿವಿ, ಮೂಗು, ಗಂಟಲು ಶಸ್ತ್ರ ಚಿಕಿತ್ಸಾ ತಜ್ಞ ವೈದ್ಯರನ್ನು ತುರ್ತಾಗಿ ಕಾಣಬೇಕಾಗುತ್ತದೆ. ಅವರು ಎರಡು ವಿಧವಾದ ಚಿಕಿತ್ಸಾ ಕ್ರಮಗಳನ್ನು ಅಳವಡಿಸಿಕೊಳ್ಳುತ್ತಾರೆ. ಅವೆಂದರೆ, ಔಷಧ ಚಿಕಿತ್ಸಾ ವಿಧಾನಗಳು, ಮತ್ತು ಶಸ್ತ್ರಚಿಕಿತ್ಸಾ ವಿಧಾನಗಳು.

ಮೊದಲನೇಯಾದಾಗಿ, ಔಷಧ ಚಿಕಿತ್ಸಾ ವಿಧಾನಗಳಲ್ಲಿ ಮುಖ್ಯವಾಗಿ, ಆಂಫೋಟೆರಿಸಿನ್ - ಬಿ ಎಂಬ ಔಷಧ ಬಳಸುವುದಾಗಿದೆ. ಇದರಲ್ಲಿ ಲಯೋಫಿಲೈಸ್ಡ್ ಮತ್ತು ಲೈಪೋಸೋಮಲ್ ವಿಧಾನದ ಮಾಧರಿಗಳಿವೆ. ಲೈಪೋಸೋಮಲ್ ಔಷಧ ದುಬಾರಿಯಾದರೂ ಹೆಚ್ಚು ಪರಿಣಾಮಕಾರಿಯಾದದ್ದು. ಔಷಧ ಕಂಪನಿಗಳು ಸಹಕರಿಸಿ, ಕಡಿಮೆ ದರದಲ್ಲಿ ಕೊಡಲು ಅನುಮತಿಸಿದರೆ, ಎಲ್ಲಾ ರೋಗಿಗಳು ಬಳಸಬಹುದು. ಅಕಸ್ಮಾತ್ ರೋಗಿಗಳು ದುಬಾರಿ ವೆಚ್ಚ ಭರಿಸಲಾಗದಿದ್ದಲ್ಲಿ, ಲಯೋಫಿಲೈಸ್ಡ್ ಆಂಫೋಟೆರಿಸಿನ್ - ಬಿ ಯನ್ನೇ ಬಳಸಬಹುದು. ಇದನ್ನು ೨೪ ರಿಂದ ೪೮ ಗಂಟೆಗಳೊಳಗೆ ಔಷಧ ಉಪಯೋಗಿಸಬೇಕಾಗುತ್ತದೆ.

ಎರಡನೇಯದಾಗಿ, ಶಸ್ತ್ರಚಿಕಿತ್ಸಾ ವಿಧಾನಗಳನ್ನು ಬಳಸುವುದು. ಇ.ಎನ್.ಟಿ ತಜ್ಞರು, ಡೆಂಟಾಲ್ ವೈದ್ಯರು, ನೇತ್ರಶಾಸ್ತ್ರಜ್ಞರು, ಮತ್ತು ನರಶಸ್ತ್ರ ತಜ್ಞರು, ಹೀಗೆ ರೋಗದ ತೀವ್ರತೆಯ ಆಧಾರದ ಮೇಲೆ ಸಲಹೆಗಳನ್ನು ಪಡೆದು ಚಿಕಿತ್ಸಾಕ್ರಮಗಳನ್ನು ಅಳವಡಿಸಿಕೊಳ್ಳಬೇಕಾಗುತ್ತದೆ. ಅದರಲ್ಲೂ ಸೊಂಕಾದ ದೇಹದ ಭಾಗಗಳನ್ನು ಆದಷ್ಟು ಬೇಗ ಶಸ್ತ್ರಚಿಕಿತ್ಸೆ ಮಾಡಿ ಬೇರ್ಪಡಿಸುವುದು ಮತ್ತು ಸೋಂಕು ಹೆಚ್ಚಿನ ಅಂಗಗಳಿಗೆ ಹರಡದಂತೆ ನೊಡಿಕೊಳ್ಳುವುದು ಮುಖ್ಯವಾಗುತ್ತದೆ.

10. ಆಂಫೋಟೆರಿಸಿನ್ - ಬಿ ಔಷಧದಿಂದಾಗುವ ಅಡ್ಡ ಪರಿಣಾಮಗಳೇನು? ಈ ಔಷಧ ಹೊಸದೇ?

ಉ: ಆಂಫೋಟೆರಿಸಿನ್ - ಬಿ ಔಷಧ ಹೊಸದೇನಲ್ಲ. ಈ ಔಷಧ ಸುರಕ್ಷಿತವೂ ಅಲ್ಲ. ಈ ಔಷಧವನ್ನು ಅನೇಕ ತೀವ್ರವಾದ ಶಿಲೀಂದ್ರಗಳ ಸೋಂಕನ್ನು ಚಿಕಿತ್ಸಿಸಲು ಬಳಸಲಾಗುತ್ತದೆ. ಸಾಮಾನ್ಯವಾಗಿ ಹೆಚ್ಚಿನ ಅಡ್ಡಪರಿಣಾಮಗಳನ್ನು ಉಂಟುಮಾಡುವುದುರಿಂದ, ಉಪಯುಕ್ತತೆಗೆ ತಕ್ಕಂತೆ, ಜೀವ ಉಳಿಸುವ ಸಂಧರ್ಭಗಳಿಗೆ ಮಾತ್ರ ಬಳಸಲಾಗುತ್ತದೆ. ಮೊದಲನೇಯದಾಗಿ, ಮೂತ್ರಜನಕಾಂಗದ ಮೇಲೆ ಅಡ್ಡಪರಿಣಾಮ ಮಾಡಿ, ಅದರ ಕಾರ್ಯಕ್ಷಮತೆಗೆ ಕುಂದುಂಟುಮಾಡುತ್ತದೆ. ಅದನ್ನು ತಡೆಯಲು, ಹೆಚ್ಚಿನ ಐ.ವಿ ದ್ರವಗಳನ್ನು ಬಳಸಿ ಮೂತ್ರಜನಕಾಂಗಗಳನ್ನು ರಕ್ಷಿಸಬಹುದು. ಎರಡನೇಯದಾಗಿ, ರಕ್ತದ ಲವಣಾಂಶಗಳಲ್ಲಿ ಏರುಪೇರು ಮಾಡಿ ತೊಂದರೆ ಮಾಡಬಹುದು. ಪೊಟಾಶಿಯಂ ಅನ್ನು ರಕ್ತದಲ್ಲಿ ಕಡಿಮೆ ಮಾಡಬಹುದು. ಹಾಗಾಗಿ, ಪೊಟಾಶಿಯಂ ಇರುವ ಐ.ವಿ ದ್ರವಗಳನ್ನು ಕೊಟ್ಟು ಲವಣಾಂಶಗಳ ಸಮತೋಲನ ಕಾಪಾಡಿಕೊಳ್ಳಬೇಕಾಗುತ್ತದೆ, ಇಲ್ಲವೆ, ಆಹಾರದಲ್ಲಿ ಪೊಟಾಶಿಯಂನ ಅಂಶವಿರುವ ಆಹಾರಗಳನ್ನು ಸೇವಿಸಿ ಸಮತೋಲನ ಕಾಯ್ದುಕೊಳ್ಳಬೇಕಾಗುತ್ತದೆ.

ಮೂರನೇಯದಾಗಿ, ರಕ್ತಹೀನತೆ (ಅನಿಮಿಯಾ) ಉಂಟಾಗಬಹುದು. ರಕ್ತಪೂರಣೆ (ಬ್ಲಡ್ ಟ್ರಾನ್ಸ್ ಫ್ಯೂಷನ್) ಮಾಡುವುದರಿಂದ ತೊಂದರೆಯನ್ನು ಸರಿಮಾಡಬಹುದು. ರಕ್ತ ಉತ್ಪತ್ತಿಗೆ ಬೇಕಾಗುವ ಪೋಷಕಾಂಶಗಳನ್ನು ಆಹಾರದಲ್ಲಿ ಹೆಚ್ಚಾಗಿ ಸೇವಿಸುವುದರಿಂದ ಈ ಅಡ್ಡಪರಿಣಾಮಗಳನ್ನು ಕಡಿಮೆ ಮಾಡಬಹುದು. ಇವಲ್ಲದೆ, ಇತರೆ ಅಡ್ಡಪರಿಣಾಮಗಳು ಆಗಬಹುದು. ಆದರೆ ನಿಮ್ಮ ವೈದ್ಯರು ಅವನ್ನು ಗುರುತಿಸಿ, ತಕ್ಕ ಕ್ರಮಗಳನ್ನು ತೆಗೆದುಕೊಳ್ಳಬೇಕಾಗುತ್ತದೆ.

11. ಕೊರೋನದ ಎರಡನೇ ಅಲೆಯ ಈ ಸಂಧರ್ಭದಲ್ಲಿ, ಯಾವ ಎಚ್ಚರಿಕೆ ಕ್ರಮಗಳನ್ನು ಅನುಸರಿಸಬೇಕು?

ಉ: ಬ್ಲಾಕ್ ಫಂಗಸ್ ಸೊಂಕು ನಿಮಗೆ ಬರಬಾರದೆಂದು ಈ ಸಂಧರ್ಭದಲ್ಲಿ ಪ್ರಾರ್ಥಿಸುತ್ತೇನೆ. ಅಕಸ್ಮಾತ್ ಸೋಂಕಾದರೆ, ತಕ್ಷಣ ಗುರುತಿಸಿ ಚಿಕಿತ್ಸೆಗೆ ದಾರಿಮಾಡಿಕೊಡಿ. ಇಲ್ಲದಿದ್ದರೆ, ರೋಗಿಯ ಪ್ರಾಣ ಹರಣವಾಗುವುದು ಖಚಿತವಾಗುತ್ತದೆ. ಹಾಗಾಗಿ, ಯಾವುದೇ ರೋಗಿಗೆ ಬ್ಲಾಕ್ ಫಂಗಸ್ ಸೊಂಕಾಗದಿರಲೆಂದು ಬಯಸುತ್ತೇನೆ. ಸೋಂಕಾದರೆ, ಅತೀ ತೀವ್ರಗತಿಯಲ್ಲಿ ಆಂಫೋಟೆರಿಸಿನ್-ಬಿ ಔಷಧಿಯನ್ನು ಕೊಡಬೇಕಾಗುತ್ತದೆ. ತಜ್ಞವೈದ್ಯರುಗಳ ತಂಡ (ಇ.ಎನ್.ಟಿ., ಡೆಂಟಲ್, ನೇತ್ರ, ಮತ್ತು ನರ ಶಸ್ತ್ರಚಿಕಿತ್ಸಕರು) ಒಟ್ಟಾಗಿ ಕೆಲಸ ಮಾಡಬೇಕಾಗುತ್ತದೆ. ರೋಗಿಯ ಪ್ರಾಣ ಉಳಿಸಬೇಕಾಗುತ್ತದೆ.

ಕೊರೋನಾದ ಎರಡನೇ ಅಲೆಗೆ ಸಂಭಂದಿಸಿದಂತೆ ಹೇಳುವುದಾದರೆ, ಸಾಮಾನ್ಯ ಎಚ್ಚರಿಕೆ ಕ್ರಮಗಳನ್ನು ಚಾಚು ತಪ್ಪದೇ ಅನುಸರಿಸಬೇಕಾಗುತ್ತದೆ. ಅವುಗಳಲ್ಲಿ ಮುಖ್ಯವಾಗಿ, ಮಾಸ್ಕ ಧರಿಸುವುದು, ಕೈತೊಳೆಯುವುದು, ಸ್ಯಾನಿಟೈಸರ್ ಬಳಸುವುದು, ಸಾಮಾಜಿಕ ಅಂತರ ಕಾಯ್ದುಕೊಳ್ಳುವುದು, ಮೂಗು, ಬಾಯಿ, ಕಣ್ಣುಗಳನ್ನು ಆಗಾಗ ಮುಟ್ಟವುದಿರುವುದು, ಜನಜಂಗುಳಿ ಇರುವ ಜಾಗಗಳಿಂದ ದೂರ ಇರುವುದು, ಗುಂಪುಗಾರಿಕೆ ಮಾಡದಿರುವುದು, ಸಾದ್ಯವಾದಷ್ಟು ಆಸ್ಪತ್ರೆ ಕಡೆಗೆ ಹೋಗದಿರುವುದು (ಸೋಂಕಾದವರು ಅಲ್ಲಿ ಹೆಚ್ಚಾಗಿರುವುದರಿಂದ, ದೂರ ಇದ್ದರೆ ಒಳ್ಳೆಯದು. ವೈದ್ಯರು, ದಾದಿಯರಿಗೆ ತರಬೇತಿ ನೀಡಿರುವುದುದರಿಂದ ಅವರು ಎಚ್ಚರಿಕೆ ಕ್ರಮಗಳೊಂದಿಗೆ ಬಳಸಿ ಕೆಲಸ ಮಾಡುವುದು), ಸಾದ್ಯವಾದಷ್ಟುಮಟ್ಟಿಗೆ, ಟೆಲಿಕನ್ಸಲ್ಟೇಷನ್ (ದೂರಸಂಪರ್ಕದ ಮೂಲಕ ವೈದ್ಯಕೀಯ ಸಲಹೆ) ಪಡೆದು, ಆರೋಗ್ಯ ಕಾಪಾಡಿಕೊಳ್ಳುವುದು, ತರಕಾರಿ, ಹಣ್ಣು, ಮಾಂಸ, ಮೊಟ್ಟೆ ಹೀಗೆ ಪೋಷಕಾಂಶ ಭರಿತ ಆಹಾರ ಸೇವಿಸುವುದು, ಅನಗತ್ಯವಾಗಿ ಆತಂಕ ಪಡದಿರುವುದು. ಕೊನೆಯದಾಗಿ ಹಾಗೂ, ಮುಖ್ಯವಾಗಿ, ಕೋವಿಡ್ ಲಸಿಕೆ ಪಡೆಯುವುದು. ಈ ಎಲ್ಲಾ ಕ್ರಮಗಳನ್ನು ಬಳಸಿ, ತಮ್ಮನ್ನು ತಾವು ಕಾಪಾಡಿಕೊಳ್ಳಿ. ಎಲ್ಲರಿಗೂ ಒಳ್ಳೆಯದಾಗಲಿ.

ಅಧ್ಯಾಯ 18: ಕೊರೋನ ರೋಗ

ಕೊರೋನ ರೋಗವು ತನ್ನ ಅಟ್ಟಹಾಸವನ್ನು ಮುಂದುವರೆಸಿರುವುದು ನಮಗೆಲ್ಲರಿಗೂ ತಿಳಿದಿದೆ. ಈ ರೋಗದಿಂದ ನಮ್ಮ ಸಮಾಜದ ಮೇಲೆ ಬಹಳಷ್ಟು ವ್ಯತಿರಿಕ್ತವಾದ ಪರಿಣಾಮಗಳಾಗುತ್ತಿವೆ. ಈ ರೋಗದ ಬಗ್ಗೆ, ಅದನ್ನು ತಡೆಗಟ್ಟುವ ಮತ್ತು ಚಿಕಿತ್ಸಾ ಕ್ರಮಗಳ ಬಗ್ಗೆ ಪ್ರಶ್ನೋತ್ತರ ರೂಪದಲ್ಲಿ ತಿಳಿಸುವ ಪ್ರಯತ್ನ ಈ ಕೆಳಗೆ ಮಾಡಲಾಗಿದೆ.

1. ಕೊರೋನ ರೋಗ ವೇಗವಾಗಿ ಹರಡುತ್ತಿದೆ. ಇದಕ್ಕೆ ಕಡಿವಾಣ ಹಾಕುವುದು ಹೇಗೆ?

ಕೊರೋನ ರೋಗಾಣು ಕೆಮ್ಮಿದಾಗ, ಸೀನಿದಾಗ ಬರುವ ತೇವಭರಿತ ತುಣುಕುಗಳಲ್ಲಿ ಅಡಗಿದ್ದು, ಈ ತುಣುಕುಗಳನ್ನು ಉಸಿರಾಟದ ಮೂಲಕ ಸೇವಿದುವುದರಿಂದ ಹರಡುವ ಸಾಧ್ಯತೆ ಹೆಚ್ಚು. ಹಾಗಾಗಿ, ಈ ರೋಗ ಹರಡುವುದನ್ನು ತಡೆಯಲು, ಅನುಸರಿಸಬೇಕಾದ ಕ್ರಮಗಳು: ಮಾಸ್ಕ್ ಧರಿಸುವುದು, ಕೈ ತೊಳೆಯುವುದು, ಅಂತರ ಕಾಯ್ದು ಕೊಳ್ಳುವುದು, ವ್ಯಾಯಾಮ ಮತ್ತು ಯೋಗ ಮಾಡುವುದು, ಉತ್ತಮ ಆಹಾರ, ತರಕಾರಿ, ಹಣ್ಣು ಮತ್ತು ಮಾಂಸಹಾರ ಇತರೆ ಪೌಷ್ಟಿಕ ಆಹಾರ ಸೇವಿಸಿ ರೋಗ ನಿರೋಧಕ ಶಕ್ತಿ ಹೆಚ್ಚಿಸಿಕೊಳ್ಳುವುದು, ಸ್ವಚ್ಛತೆ ಕಾಪಾಡಿಕೊಳ್ಳುವುದು, ಗುಂಪು ಕಟ್ಟದಿರುವುದು. ಆತಂಕದಿಂದ ರೋಗ ನಿರೋಧಕ ಶಕ್ತಿ ಕಡಿಮೆ ಆಗುತ್ತದೆ. ಹಾಗಾಗಿ, ಭಯಪಡದಿರುವುದು.

2. ಡಿಸೆಂಬರ್ ಹೊತ್ತಿಗೆ ಶೇ. ೫೦ ಭಾರತೀಯರು ಸೋಂಕಿತರಾಗುತ್ತಾರೆ ಎಂದು ಅಂದಾಜಿದೆ? ಇದಕ್ಕೆ ಹೆದರಬೇಕೆ?

ಇಲ್ಲ. ಏಕೆಂದರೆ, ಶೇ. ೯೦ ರಷ್ಟು ಜನರಿಗೆ ಈ ಸೋಂಕಾಗಿರುವುದೇ ತಿಳಿದಿರುವುದಿಲ್ಲ. ಅವರಿಗೆ ತಂತಾನೆ ರೋಗ ನಿರೋಧಕ ಶಕ್ತಿ ಬಂದಿರುತ್ತದೆ. ಯಾವುದೇ ಕಾರಣಕ್ಕೂ ಆತಂಕ ಪಡುವ ಅವಶ್ಯಕತೆ ಇಲ್ಲ. ಮೇಲೆ ಹೇಳಿದ ಎಚ್ಚರಿಕೆ ಕ್ರಮಗಳನ್ನು ತಪ್ಪದೆ ಪಾಲಿಸಬೇಕು.

3. ಕೊರೋನ ಸೋಂಕಿದೆ ಎಂದು ಅನುಮಾನ ಬಂದರೆ ಏನು ಮಾಡಬೇಕು?

ಕೊರೋನ ರೋಗದ ಯಾವುದೇ ಲಕ್ಷಣಗಳಿಲ್ಲದಿದ್ದರೆ, ಯಾವುದೇ ಕ್ರಮದ ಅವಶ್ಯಕತೆ ಇಲ್ಲ. ಇದು ಕೇವಲ ನಿಮ್ಮ ಆತಂಕ ಇದ್ದರೂ ಇರಬಹುದು. ಕೋರೋನ ರೋಗದ ಲಕ್ಷಣಗಳಿದ್ದರೆ, ಹತ್ತಿರದ ವೈದ್ಯರ ಬಳಿ ಸಂದರ್ಶನ ಮಾಡಿ, ಸಲಹೆ ಪಡೆಯಿರಿ. ಎಲ್ಲ ನೆಗಡಿ, ಕೆಮ್ಮು, ಕೊರೋನ ಆಗಿರಬೇಕೆಂದಿಲ್ಲ. ಅಕಸ್ಮಾತ್, ಕೊರೋನ ಸೋಂಕಿದ್ದರೂ ಹೆದರಬೇಕಾದ ಅವಶ್ಯಕತೆ ಇಲ್ಲ. ಕೇವಲ ಶೇ. ೩ ಸೋಂಕಿತರು ಮಾತ್ರ ಸಾವಿಗೀಡಾಗುವ ಸಂಭವವಿದೆ. ಶೇ. ೯೭ ಜನರು ವಾಸಿಯಾಗುತ್ತಾರೆ. ಶೇ. ೯೦ ರಷ್ಟು ಜನರಿಗೆ ರೋಗ ಬಂದಿರುವುದೇ ತಿಳಿದಿರುವುದಿಲ್ಲ. ಉತ್ತಮ ಆಹಾರ, ತರಕಾರಿ, ಹಣ್ಣು ಮತ್ತು ಮಾಂಸಹಾರ ಇತರೆ ಪೌಷ್ಟಿಕ ಆಹಾರ ಸೇವಿಸಿ ರೋಗ ನಿರೋಧಕ ಶಕ್ತಿ ಹೆಚ್ಚಿಸಿಕೊಳ್ಳಬೇಕು. ಇದು ಒಂದು ಸಾಮಾನ್ಯ ಫ್ಲೂ ರೋಗದಂತೆ ಬಂದು ಹೊರಟು ಹೋಗಿರುತ್ತದೆ.

4. ಕೊರೋನ ಸೋಂಕಿರುವುದನ್ನು ಹೇಗೆ ದೃಡ ಪಡಿಸಿಕೊಳ್ಳಲಾಗುವುದು?

ಕೊರೋನ ಸೋಂಕಿದೆ ಎಂದು ಶಂಖೆ ಬಂದರೆ, ಹತ್ತಿರದ ಕೊರೋನ ಚಿಕಿತ್ಸೆಗೆಂದೇ ಇರುವ ನೊಂದಾಯಿತ ಆಸ್ಪತ್ರೆಗೆ ಹೋಗಬೇಕು. ಅಲ್ಲಿ ನಿಮ್ಮ ಮೂಗಿನಿಂದ ದ್ರವರೂಪದ ಮಾದರಿಯನ್ನು ತೆಗೆದುಕೊಂಡು ನೊಂದಾಯಿತ ಸಂಶೋಧನಾ ಕೇಂದ್ರಕ್ಕೆ ಕಳುಹಿಸುತ್ತಾರೆ. ಅಲ್ಲಿ ಕಾರ್ಡ್ ಟೆಸ್ಟ್ ಮತ್ತು ಪಿ.ಸಿ.ಆರ್ ಟೆಸ್ಟ್ ಹೀಗೆ ವಿವಿಧ ಪರೀಕ್ಷೆಮಾಡಿ ಕೊರೋನ ಸೋಂಕಿರುವುದನ್ನು ಪತ್ತೆ ಹಚ್ಚುತ್ತಾರೆ. ಎದೆ ಕ್ಷ ಕಿರಣ ಪರಿಕ್ಷೆ ಮತ್ತು ಸಿ ಟಿ ಪರಿಕ್ಷೆಯಿಂದಲೂ ಕೆಲವು ಲಕ್ಷಣಗಳನ್ನು ಕಂಡು ಹಿಡಿಯಬಹುದು.

5. ಕೊರೋನ ಟೆಸ್ಟ್ ಪಾಸಿಟಿವ್ ಬಂದರೆ ಏನು ಮಾಡಬೇಕು?

ಹೆದರ ಬಾರದು. ಪ್ರಶ್ನೆ 1 ರಲ್ಲಿ ಹೇಳಿದಂತೆ ಎಚ್ಚರಿಕೆ ಕ್ರಮಗಳನ್ನು ಪಾಲಿಸಬೇಕು. ಇತರರಿಗೆ ಹರಡದಂತೆ ಎಚ್ಚರ ವಹಿಸಬೇಕು. ಮನೆಯಲ್ಲಿ ಸ್ವಯಂ ಕರ್ಫ್ಯೂ ಹಾಕಿಕೊಂಡು ಮನೆ ಮಂದಿಗೆ ಕೊರೋನ ಬರದಂತೆ ನೋಡಿಕೊಳ್ಳುವುದು. ಉಸಿರಾಟದ ತೊಂದರೆ, ಜ್ವರ, ನೆಗಡಿ, ಗಂಟಲು ನೋವು ಹೀಗೆ ರೋಗಲಕ್ಷಣಗಳು ಹೆಚ್ಚಾಗುತ್ತಾ ಹೋದರೆ, ವೈದ್ಯರನ್ನು ಕಾಣಬೇಕು. ಅವರು ಹೇಳಿದ ಪರಿಕ್ಷೆ ಮತ್ತು ಚಿಕಿತ್ಸೆ ಪಡೆಯಬೇಕು. ಮನೆಯ ಮಂದಿ ಮತ್ತು ಸ್ನೇಹಿತರು ಎಚ್ಚರಿಕೆ ವಹಿಸಬೇಕು. ಅವರಿಗೂ ಸೋಂಕು ಬರುವ ಸಾಧ್ಯತೆ ಹೆಚ್ಚಿರುತ್ತದೆ. ಹಾಗಾಗಿ ಅವರೂ ಪ್ರಶ್ನೆ 1 ರಲ್ಲಿ ಹೇಳಿದಂತೆ ಎಲ್ಲಾ ಎಚ್ಚರಿಕೆ ಕ್ರಮಗಳನ್ನು ಅನುಸರಿಸಬೇಕು.

6. ಮನೆಯಲ್ಲಿ ವಯಸ್ಸಾದವರು, ಮಧುಮೇಹ, ರಕ್ತದೊತ್ತಡ, ಕ್ಯಾನ್ಸರ್, ಕಿಡ್ನಿ ರೋಗ ಮತ್ತು ರೋಗ ನಿರೋಧಕ ಶಕ್ತಿ ಕಡಿಮೆ ಇರುವ ಜನರಿದ್ದರೆ, ಯಾವ ಎಚ್ಚರಿಕೆ ಕ್ರಮಗಳನ್ನು ತೆಗೆದು ಕೊಳ್ಳಬೇಕು?

ಇಂತಹ ಜನರು ನಿಮ್ಮ ಮನೆಯಲ್ಲಿ ಇದ್ದರೆ, ಪ್ರಶ್ನೆ 1 ರಲ್ಲಿ ಹೇಳಿದಂತೆ ಎಲ್ಲಾ ಎಚ್ಚರಿಕೆ ಕ್ರಮಗಳನ್ನು ಅನುಸರಿಸಬೇಕು. ಧೂಮಪಾನ, ಆಲ್ಕೋಹಾಲ್ ಸೇವನೆ ಮಾಡಬಾರದು. ರೋಗ ನಿರೋಧಕ ಶಕ್ತಿಯನ್ನು ವೃದ್ಧಿಮಾಡಿಕೊಳ್ಳಲು, ವ್ಯಾಯಾಮ ಮತ್ತು ಇತರ ಆರೋಗ್ಯಕರ ಚಟುವಟಿಕೆಗಳಲ್ಲಿ ತೋಡಗಿಸಿಕೋಳ್ಳಬೇಕು.

7. ಗರ್ಭಿಣಿಯರು ಮತ್ತು ಮಕ್ಕಳು ಯಾವ ಎಚ್ಚರಿಕೆ ವಹಿಸಬೇಕು?

ಹೆದರ ಬಾರದು. ಅವಶ್ಯಕತೆ ಇದ್ದರೆ ಮಾತ್ರ ಆಸ್ಪತ್ರೆಕಡೆ ಹೋಗಬೇಕು. ಪ್ರಶ್ನೆ 1 ರಲ್ಲಿ ಹೇಳಿದಂತೆ ಎಲ್ಲಾ ಎಚ್ಚರಿಕೆ ಕ್ರಮಗಳನ್ನು ಅನುಸರಿಸಬೇಕು. ಸಾದ್ಯವಾದಷ್ಟು ಮಟ್ಟಿಗೆ ಸೋಂಕುಂಟಾಗುವ ಸಂದರ್ಭಗಳಿಂದ ದೂರ ಉಳಿಯಬೇಕು.

8. ನಮ್ಮ ದೇಹದ ಯಾವ ಅಂಗದ ಮೂಲಕ ಕೊರೋನ ವೈರಸ್ ತೊಂದರೆ ಕೊಡುತ್ತದೆ?

ಕೊರೋನ ವೈರಸ್ ಉಸಿರಾಟದ ಅಂಗಗಳಿಂದ ನಮ್ಮ ದೇಹ ಪ್ರವೇಶಿಸುವ ಸಾಧ್ಯತೆ ಹೆಚ್ಚು. ಕೊರೋನ ಸೋಂಕುಂಟಾದರೆ, ದೇಹದ ಶ್ವಾಸಕೋಶ ಮತ್ತು ಇತರ ಅಂಗಗಳಲ್ಲಿ ವೃದ್ಧಿಹೊಂದಿ, ಈ ಅಂಗಗಳಲ್ಲಿ ಉರಿಯೂತ ಉಂಟುಮಾಡುತ್ತದೆ.

ನಂತರ ಶ್ವಾಸಕೋಶಗಳನ್ನು ನಿಶ್ಕ್ರಿಯಗೊಳಿಸಿ, ಕಾರ್ಯಕ್ಷಮತೆ ಕಡಿಮೆಮಾಡಿ, ಅವುಗಳ ವೈಪಲ್ಯಕ್ಕೆ ಕಾರಣವಾಗುತ್ತದೆ. ನಂತರ ಸಾವು ಸಂಭವಿಸಬಹುದು.

9. ರೋಗಿಗಳು ಸಾಮಾನ್ಯ ರೋಗ ಚಿಕಿತ್ಸೆಗೆ ಆಸ್ಪತ್ರೆಗೆ ಹೋಗಬಹುದೇ?

ಸಾಧ್ಯವಾದಷ್ಟು ಮಟ್ಟಿಗೆ, ಆಸ್ಪತ್ರೆಯಿಂದ ದೂರ ಉಳಿಯುವುದು ಉತ್ತಮ. ಸಣ್ಣ ಪುಟ್ಟ ತೊಂದರೆಗೆ ವೈದ್ಯರ ಸಲಹೆಯನ್ನು ದೂರವಾಣಿಯ ಮೂಲಕ ಅಥವಾ ಟೆಲಿ ಸಂಭಾಷಣೆಯ ಮೂಲಕ ಪಡೆದರೆ ಉತ್ತಮ. ಹೀಗೆ ಮಾಡುವುದರಿಂದ, ಇತರ ರೋಗಿಗಳಿಂದ ಸೋಂಕು ಪಡೆಯುವುದನ್ನು ತಡೆಯಬಹುದು.

10. ಬಹಳ ದಿನಗಳಿಂದ ತಡೆಹಿಡಿದಿರುವ ಶಸ್ತ್ರಚಿಕಿತ್ಸೆಗಳನ್ನು ಮಾಡಿಸಿಕೊಳ್ಳಬಹುದೇ?

ಶಸ್ತ್ರಚಿಕಿತ್ಸಕರೊಂದಿಗೆ ಸಮಾಲೋಚಿಸಿ, ಅವರ ಆದೇಶದಮೇರೆಗೆ, ಶಸ್ತ್ರಚಿಕಿತ್ಸೆಗಳನ್ನು ಮುಂದೂಡಬಹುದಾದರೆ, ಮುಂದೂಡಿರಿ. ತುರ್ತುಚಿಕಿತ್ಸೆ ಅವಶ್ಯಕತೆ ಇದ್ದ ಶಸ್ತ್ರಚಿಕಿತ್ಸೆಗಳನ್ನು ಮಾತ್ರ ಮಾಡಲೇಬೇಕಾಗುತ್ತದೆ. ಇಂತಹ ವಿಷಯಗಳಲ್ಲಿ ವೈದ್ಯರ ನಿರ್ಣಯ ಬಹಳ ಮುಖ್ಯವಾಗುತ್ತದೆ.

11. ಶತ್ರುಚಿಕಿತ್ಸೆಗೂ ಮುನ್ನ ಕೊರೋನ ಟೆಸ್ಟ್ ಮಾಡುವ ಅಗತ್ಯವಿದೆಯೇ?

ಹೌದು. ಶಸ್ತ್ರಚಿಕಿತ್ಸೆ ನಡೆಯುವ ಜಾಗದಲ್ಲಿ ನುರಿತ ವೈದ್ಯರು, ಅರವಳಿಕೆ ವೈದ್ಯರು, ನರ್ಸ್‌ಗಳು, ಮತ್ತು ರೋಗಿಯು ಎಲ್ಲರೂ ಬಹಳ ಸಮಯ ಒಂದೇ ಕೊಠಡಿಯಲ್ಲಿ ಅತೀ ಸಮೀಪ ಇರಬೇಕಾದಂತಹ ಸಂಧರ್ಭವಿರುತ್ತದೆ. ಹಾಗಾಗಿ ರೋಗಿಗೆ ಕೊರೋನ ಸೊಂಕಿದ್ದರೆ, ಎಲ್ಲರಿಗೂ ಹರಡುವ ಸಾಧ್ಯತೆ ಹೆಚ್ಚು. ಕೊರೋನ ಟೆಸ್ಟ್ ಮಾಡಿಸಿಕೊಳ್ಳುವುದರಿಂದ, ಹೆಚ್ಚಿನ ಮುನ್ನೆಚ್ಚರಿಕೆ ತೆಗೆದುಕೊಳ್ಳಲು ಅನುವು ಮಾಡಿಕೊಟ್ಟಂತಾಗುತ್ತದೆ..

12. ಇತರ ದೇಶಗಳಿಗೆ ಹೋಲಿಸಿದರೆ ನಮ್ಮ ದೇಶದಲ್ಲಿ ಕೊರೋನದಿಂದಾದ ಶೇಖಡಾವಾರು ಸಾವುಗಳು ಕಡಿಮೆ. ಇದಕ್ಕೂ, ಬಿಸಿಜಿ ಲಸಿಕೆಗೂ ಸಂಭಂಧವಿದೆಯೆ?

ಬಿಸಿಜಿ ಲಸಿಕೆಯನ್ನು ಕಡ್ಡಾಯವಾಗಿ ಹಾಕುವ ನಿಯಮ ಹೊಂದಿರುವ ರಾಷ್ಟ್ರಗಳಾದ ರಷ್ಯ, ಭಾರತ, ಪೋರ್ಚುಗಲ್ಗಳಂತಹ ದೇಶಗಳಲ್ಲಿ ಕಡಿಮೆ ಪ್ರಮಾಣದ ಸಾವು ಉಂಟಾಗಿದೆ. ಅಂದರೆ, ಶೇ. ೩% ರಷ್ಟು ಮಾತ್ರ ಜನರು ಸಾವನ್ನು ಅಪ್ಪಿದ್ದಾರೆ. ಸ್ಪೈನ್, ಇಟಲಿ, ಯುಕೆ ರಾಷ್ಟ್ರಗಳಲ್ಲಿ, ಕಡ್ಡಾಯವಾಗಿ ಲಸಿಕೆ ಹಾಕುವ ಕಾರ್ಯಕ್ರಮಗಳನ್ನು ಪಾಲಿಸುತ್ತಿಲ್ಲ. ಅಲ್ಲಿ ಕೊರೋನದಿಂದಾದ ಶೇ. ೧೦% ರಷ್ಟು ಜನರು ಸಾವನ್ನು ಅಪ್ಪಿದ್ದಾರೆ. ಈ ಕಾರಣದಿಂದ ಈ ನಿರ್ಣಯಕ್ಕೆ ಬಂದಿರಬಹುದು.

13. ಕೊರೋನ ವೈರಸ್ ದೇಹದ ಹೊರಗೆ ಎಷ್ಟು ದಿನಗಳವರೆಗೆ ಜೀವಂತವಾಗಿರುತ್ತದೆ?

ಸೋಂಕಿನಿಂದ ಮಲಿನವಾದ ವಸ್ತುಗಳಲ್ಲಿ, ೩-೫ ದಿನಗಳವರೆಗೆ ವೈರಸ್ ಬದುಕಿರುವ ಸಾದ್ಯತೆ ಇದೆ. ಆಗಾಗ ಮುಟ್ಟಿದ ಹಾಗು ಮಲಿನವಾದ ಜಾಗವನ್ನು, ಮತ್ತು ವಸ್ತುಗಳನ್ನು ಆಲ್ಕೋಹಾಲ್ ಮಿಶ್ರಿತ ಸ್ಯಾನಿಟೈಸರ್ ದ್ರವಣವನ್ನು ಸಿಂಪಡಿಸಿ ಸ್ವಚ್ಛಗೊಳಿಸುವುದರಿಂದ ಇತರರಿಗೆ ವೈರಸ್ ಹರಡುವುದನ್ನು ತಡೆಯಬಹುದು.

14. ವೈರಸ್ ನಿಷ್ಕ್ರಿಯಗೊಳಿಸಲು ಏನು ಮಾಡಬೇಕು?

ಆಲ್ಕೋಹಾಲ್ ಮಿಶ್ರಿತ ಸ್ಯಾನಿಟೈಸರ್ ದ್ರವಣವನ್ನು ಸಿಂಪಡಿಸಿ ಸ್ವಚ್ಛಗೊಳಿಸುವುದರಿಂದ, ಡಿಟರ್ಜೆಂಟ್ ಬಳಸುವುದರಿಂದ, ಅಲ್ಟ್ರವೈಲಟ್ ಕಿರಣ ಬಳಸುವುದರಿಂದ, ಮತ್ತು ಸ್ವಚ್ಛಗೊಳಿಸಿದ ವಸ್ತುಗಳನ್ನು ಬಿಸಿಲಿನಲ್ಲಿ ಒಣಗಿಸುವುದರಿಂದ ವೈರಸ್ ಗಳನ್ನು ಶೀಘ್ರವಾಗಿ ನಿರ್ಮೂಲನೆ ಮಾಡಬಹುದು.

15. ಪ್ರಯಾಣಿಕರು ಯಾವ ಮುನ್ನೆಚ್ಚರಿಕೆ ಕ್ರಮಗಳನ್ನು ತೆಗೆದುಕೊಳ್ಳಬೇಕು?

ಸಾದ್ಯವಾದಷ್ಟು ಓಡಾಟ ಕಡಿಮೆ ಮಾಡಬೇಕು. ಅನಿವಾರ್ಯವಾದಾಗ ಮಾತ್ರ ಪ್ರಯಾಣ ಮಾಡಬೇಕು. ದೂರದ ಪ್ರಯಾಣ, ದೇಶ ಅಥವಾ ವಿದೇಶ ಪ್ರವಾಸ, ಅಥವಾ ಕಂಟೈನ್ಮೆಂಟ್ ಜಾಗಗಳಿಗೆ ಭೇಟಿ ಮಾಡಿದ್ದರೆ, ಅಂತಹ ಸಂಧರ್ಭದಲ್ಲಿ ಸ್ವಯಂ ಕರ್ಫ್ಯೂ ವಿಧಿಸಿಕೊಂಡು, ೧೪ ದಿನಗಳವರೆಗೆ ಮನೆಯಲ್ಲಿ ಇರುವುದು ಒಳಿತು. ಯಾವುದೇ ಕೊರೋನ ರೋಗಲಕ್ಷಣಗಳು ಕಂಡುಬಂದರೆ, ಟೆಸ್ಟ್ ಮಾಡಿಸಿಕೊಳ್ಳಬೇಕು. ಟೆಸ್ಟ್ ನ ಪಲಿತಾಂಶದ ಆದಾರದ ಮೇಲೆ, ವೈದ್ಯರ ಸಹಾಯ ಪಡೆದು, ಸಲಹೆ ಪಾಲಿಸುವುದು ಉತ್ತಮ.

16. ವಾಟ್ಸ್ ಆಪ್ ನಲ್ಲಿ ಬರುವ ಸುದ್ದಿಗಳನ್ನು ಆದಾರವಾಗಿಟ್ಟುಕೊಂಡು ಸ್ವಯಂ ಚಿಕಿತ್ಸೆ ಮಾಡಿಕೊಳ್ಳಬಹುದೆ?

ಇಲ್ಲ. ಇಂತಹ ಮೂರ್ಖತನ ಮಾಡಬಾರದು. ಬಾಬಾಗಳು, ಮಂತ್ರವಾದಿಗಳು ಹೇಳಿದ ಪುರಾವೆಗಳಿಲ್ಲದ ಚಿಕಿತ್ಸೆಗಳು, ನಿಮಗೆ ತೊಂದರೆ ಹೆಚ್ಚು ಮಾಡಬಹುದು. ಯಾವುದೇ ಕಾರಣಕ್ಕೂ, ಸಮೂಹ ಸನ್ನಿಗೆ ಒಳಗಾಗಬಾರದು. ಜನರು ಮೂಡನಂಬಿಕೆಗಳನ್ನು ಬಿಟ್ಟು, ವೈಜ್ಞಾನಿಕವಾಗಿ ಯೋಚಿಸುವುದನ್ನು ರೂಢಿಸಿಕೊಳ್ಳಬೇಕು. ಹಿಂದೆ ಹೇಳಿದ ಆರೋಗ್ಯ ವೃದ್ದಿಮಾಡುವ ಆರೋಗ್ಯಕರ ಅಭ್ಯಾಸಗಳನ್ನು ಇಟ್ಟುಕೊಂಡರೆ ಒಳಿತು.

17. ಕೊರೋನ ಚಿಕಿತ್ಸೆಗಾಗಿ ಔಷಧಿಗಳ ಸಂಶೋಧನೆ ನಡೆಯುತ್ತಿದೆಯೇ?

ಹೌದು. ಹದಿನೈದು ಸಾವಿರ ಕೋಟಿಗೂ ಹೆಚ್ಚು ಹಣವನ್ನು ಮುಡಿಪಾಗಿಟ್ಟು, ಔಷಧಿಗಾಗಿ ಸಂಶೋಧನೆ ಮಾಡುತ್ತಿದ್ದಾರೆ. ಒಂದು ಔಷಧ ಮಾರುಕಟ್ಟೆಗೆ ಬರಬೇಕಾದರೆ ಕನಿಷ್ಟ ೫ ವರ್ಷವಾದರೂ ಬೇಕು. ತುರ್ತಾಗಿ ತಯಾರಿಸಲೂ ಸಹ ಕನಿಷ್ಟ ೧೫ ರಿಂದ ೨೦ ತಿಂಗಳ ಸಮಯ ಬೇಕಾಗಬಹುದು. ಹಾಗಾಗಿ, ಬೇರೆ ರೋಗಕ್ಕೆ ಕಂಡುಹಿಡಿದ ಔಷಧಿಗಳನ್ನು ಸೈದ್ಧಾಂತಿಕ ಆಧಾರದ ಮೇಲೆ ಕೊರೋನಗೆ ಬಳಸಲು ಸಂಶೋಧನೆ ಮಾಡುತ್ತಿದ್ದಾರೆ. ಇದು ವಾಮ ಮಾರ್ಗವಾದರೂ, ಸದ್ಯಕ್ಕೆ ಪ್ರಾಣ ಉಳಿಸುವಲ್ಲಿ ಸಹಾಯಕಾರಿಯಾಗಬಹುದು.

18. ಯಾವ ಯಾವ ಪ್ರಕಾರವಾದ ಔಷಧಿಗಳು ಸಂಶೋಧನೆಗೆ ಒಳಗಾಗುತ್ತಿವೆ?

ಕೊರೋನ ಚಿಕಿತ್ಸೆಗಾಗಿ ೫೩೬ ಪ್ರಾಜೆಕ್ಟ್ ಗಳು ಪ್ರಾರಂಭವಾಗಿವೆ. ಲಸಿಕೆ ಮತ್ತು ಚಿಕಿತ್ಸೆ ಹೀಗೆ ಎರಡು ಪ್ರಕಾರದ ಔಷಧಿಗಾಗಿ ಸಂಶೋಧನೆ ಮಾಡುತ್ತಿದ್ದಾರೆ. ೫ ಲಸಿಕೆಗಳು ಎರಡನೇ ಹಂತದ ಪರಿಕ್ಷೆ ಮುಗಿಸಿ ಮೂರನೇ ಹಂತಕ್ಕೆ ಕಾಲಿಟ್ಟಿವೆ. ಯಶಸ್ವಿಯಾದರೆ, ಲಸಿಕೆ ಇನ್ನು ೩-೬ ತಿಂಗಳಲ್ಲಿ ಸಿಗಬಹುದು. ದಿನಕ್ಕೊಂದು ಹೊಸ ಸುದ್ದಿ ಬರುತ್ತಿರುತ್ತವೆ. ಈ ಸುದ್ದಿಗಳನ್ನು ವೈದ್ಯರ ಪರಾಮರ್ಶೆಗೆ ಬಿಡಬೇಕು.

19. ಕೊರೋನಗೆ ಯಾವ ಯಾವ ಔಷಧಗಳನ್ನು ಬಳಸುತ್ತಿದ್ದಾರೆ?

ನಿಖರವಾದ ಔಷಧ ಇನ್ನು ಸಂಶೋಧನೆಯಾಗುತ್ತಿದೆ. ಆದರೆ ವೈದ್ಯರು ರೋಗಲಕ್ಷಣದ ಆಧಾರದ ಮೇರೆಗೆ ಚಿಕಿತ್ಸೆ ನೀಡುತ್ತಿದ್ದಾರೆ. ವೈದ್ಯಕೀಯ ಗ್ರಂಥಗಳು ಮತ್ತು ಪ್ರಭಂಧಗಳ ಆಧಾರದ ಮೇಲೆಯೂ, ಕೊರೋನ ರೋಗಕ್ಕೆ ಚಿಕಿತ್ಸಾ ಕ್ರಮಗಳನ್ನು ಅನುಸರಿಸುತ್ತಿದ್ದಾರೆ. ಔಷಧಗಳಾದ ಎಚ್ ಸಿ ಕ್ಯು, ಮಾಂಟೆಲ್ಯೂಕ್ಯಾಸ್ಟ್, ಇವರ್ಮೆಕ್ಟಿನ್, ಡಾಕ್ಸಿಸೈಕ್ಲಿನ್, ಲೊಪಿನವಿರ್ + ರಿಟೊನವಿರ್, ಕೊನ್ವಲಸಂಟ್ ಪ್ಲಾಸ್ಮ, ಇಟೋಲಿಝುಮಾಬ್, ರಾಮ್ಡೆಸಿವಿರ್, ಫ್ಯಾವಿಪಿರವಿರ್, ಎಸಿಇ ಎನ್‌ಜ್ಹೈಮ್ ತಡೆಯುವ ಔಷಧಗಳು, ಹೀಗೆ ಹಲವು ಔಷಧಗಳನ್ನು ಬಳಸುವ ಪ್ರಯೋಗ ನಡೆಯುತ್ತಿದೆ. ಇವೆಲ್ಲವನ್ನು ಇನ್ನು ಹೆಚ್ಚು ಸಂಶೋಧನೆಗೆ ಗುರಿಪಡಿಸುವ ಅಗತ್ಯವಿದೆ. ದಿನದಿಂದ ದಿನಕ್ಕೆ ಕೊರೋನ ಚಿಕಿತ್ಸೆಯ ಅನುಭವ ಹೆಚ್ಚುತ್ತಿದ್ದು, ವೈದ್ಯರ ನಿಪುಣತೆ ಹೆಚ್ಚುತ್ತಿದೆ. ಈ ಕಾರಣದಿಂದ, ಹೆಚ್ಚಿನ ರೋಗಿಗಳು ಗುಣಮುಖರಾಗುತ್ತಿರುವುದುನ್ನು ಕಾಣುತ್ತಿದ್ದೇವೆ. ಇದು ಒಂದು ಆಶಾದಾಯಕ ಬೆಳವಣಿಗೆಯಾಗಿದೆ.

ಲೇಖಕರ ಪರಿಚಯ

ಡಾ. ಶಿವಮೂರ್ತಿ ಎನ್ ಅವರು, ವೃತ್ತಿಯಲ್ಲಿ ವೈದ್ಯರು ಮತ್ತು ಔಷಧಶಾಸ್ತ್ರಜ್ಞರು. ತಮ್ಮ 22 ವರ್ಷದ ವೃತ್ತಿ ಜೀವನದಲ್ಲಿ ಹಲವಾರು ಉತ್ತಮ ಸಂಸ್ಥೆಗಳಲ್ಲಿ ಜವ್ವಬ್ದಾರಿಯುತ ಸ್ಥಾನಗಳಲ್ಲಿ ಕೆಲಸ ಮಾಡಿದ್ದಾರೆ.

ಔಷಧಶಾಸ್ತ್ರದಲ್ಲಿ ಸ್ನಾತಕೊತ್ತರ ಪದವಿಯಲ್ಲಿ ರಾಜೀವ್ ಗಾಂಧಿ ವೈಧ್ಯಕೀಯ ವಿಶ್ವವಿಧ್ಯಾಲಯದಲ್ಲಿ ಮೊದಲ ರಾಂಕ್ ಪಡೆದು ಉತ್ತೀರ್ಣರಾದ ನಂತರ ಸಂತ ಜಾನ್ ವೈದ್ಯಕೀಯ ಕಾಲೇಜು ಬೆಂಗಳೂರು, ಮಹಾತ್ಮ ಗಾಂಧಿ ವೈದ್ಯಕೀಯ ಕಾಲೇಜು, ಪಾಂಡಿಚೆರಿ, ಡಾ. ಮೂಪೆನ್ ವಯನಾಡು ವೈದ್ಯಕೀಯ ಕಾಲೇಜು, ವಯನಾಡು ಅಂತಹ ಪ್ರತಿಷ್ಠಿತ ಸಂಸ್ಥೆಗಳಲ್ಲಿ ಕೆಲಸ ಮಾಡಿ, ಈಗ, ಡಾ. ಚಂದ್ರಮ್ಮ ದಯಾನಂದ ವೈದ್ಯಕೀಯ ಮಹಾವಿಧ್ಯಾಲಯ ಮತ್ತು ಸಂಶೋಧನಾ ಕೇಂದ್ರ, ಬೆಂಗಳೂರು ಇಲ್ಲಿ ಪ್ರಾಧ್ಯಾಪಕರಾಗಿ ಔಷಧಶಾಸ್ತ್ರ ವಿಭಾಗದಲ್ಲಿ ಕೆಲಸ ಮಾಡುತ್ತಿದ್ದಾರೆ.

ಡಾ. ಶಿವಮೂರ್ತಿ ಯವರು ವೈದ್ಯಕೀಯ ಸಂಶೋಧನೆಯಲ್ಲಿ ಆಸಕ್ತಿ ಹೊಂದಿದ್ದು, ಹಲವು ಕಂಪನಿಗಳ ಉನ್ನತ ಹುದ್ದೆಯಲ್ಲಿ ಕೆಲಸ ಮಾಡಿದ ಅನುಭವ ಹೊಂದಿದ್ದಾರೆ. ಲೋಟಸ್ ಲ್ಯಾಬ್, ಫೋರ್ಟಿಸ್ ಕ್ಲಿನಿಕಲ್ ರಿಸರ್ಚ್, ಕ್ಯಾರ್ಟೀಸಿಯನ್ ರಿಸರ್ಚ್, ಐಕಾನ್ ರಿಸರ್ಚ್, ಜುಬಿಲ್ಯಾಂಟ್ ರಿಸರ್ಚ್, ಇತರೆ ಕಂಪನಿಗಳಲ್ಲಿ ಕೆಲಸ ಮಾಡಿದ ಅನುಭವ ಹೊಂದಿದ್ದಾರೆ. ನೋವೋನಾರ್ಡಿಸ್ಕ್ ಫಾರ್ಮಾ ಕಂಪನಿಯಲ್ಲೂ ಕೆಲಸ ಮಾಡಿದ ಅನುಭವ ಹೊಂದಿದ್ದು, ಅನೇಕ ಔಷಧಗಳ ಸಂಶೊಧನೆಯಲ್ಲಿ ತೊಡಗಿಸಿಕೊಂಡ ಅನುಭವ ಹೊಂದಿದ್ದಾರೆ.

ಡಾ. ಶಿವಮೂರ್ತಿ ಅವರು, ಸಾಹಿತ್ಯ, ಕಲೆ, ಹಾಡುಗಾರಿಕೆಯಲ್ಲಿ ವಿಶೇಷ ಒಲವು ಹೊಂದಿದ್ದು, ವೈದ್ಯಕೀಯ ಕವನ, ಹಾಡು ಬರೆಯುವುದು, ಅವಕ್ಕೆ ರಾಗಸಂಯೋಜಿಸುವುದು, ಆರೋಗ್ಯಕ್ಕೆ ಸಂಭಂದಿಸಿದ ಕಥೆ ಮತ್ತು ಸಂಭಾಷಣೆ ಬರೆಯುವುದು, ವೈದ್ಯಕೀಯ ಆರೊಗ್ಯ ಮಾಹಿತಿ ಸಾರುವ ಬರಹಗಳನ್ನು ಬರೆಯುವ ಚಟುವಟಿಕೆಗಳಲ್ಲಿ ತೊಡಗಿಸಿಕೊಂಡಿದ್ದಾರೆ. ಅವರ ಬರಹಗಳು ಜೀವನಾಡಿ, ಗಂಡ ಹೆಂಡತಿ, ಬಾಲವಿಜ್ಞಾನ, ಪ್ರಜಾ ಪ್ರಗತಿ, ಸುದ್ದಿ ಗಿಡುಗ, ಜನತಾ ವಾಣಿ, ದಾವನಗೆರೆ ಪಬ್ಲಿಕ್ ವಾಯ್ಸ್, ಸುವರ್ಣ ನ್ಯೂಸ್, ಯುನೈಟೆಡ್ ನ್ಯೂಸ್ ಅಫ್ ಇಂಡಿಯ - ಕನ್ನಡ (ಭಾರತೀಯ ಬಹುಭಾಷಾ ಸುದ್ದಿ ಸೇವಾ ಸಂಸ್ಥೆ) ಅಂತಹ ಪ್ರತಿಷ್ಠಿತ ಪತ್ರಿಕೆಗಳಲ್ಲಿ ಪ್ರಕಟಿಸಿದ್ದಾರೆ.

ಅವರು ನಟಿಸಿ ಸಂಕಲನ ಮಾಡಿದ "ಉಪಸಂಹಾರ" ಕಿರುಚಿತ್ರ ಪವರ್ ಟಿವಿಯಲ್ಲಿ ಪ್ರಾಸಾರವಾಗಿದೆ. ಡಾ. ಶಿವಮೂರ್ತಿಯವರು ನಟಿಸಿ ಸಂಕಲನ ಮಾಡಿದ "ಪೃಥ ಸಂಹಾರ" ಕಿರುಚಿತ್ರ ಟಿವಿ ೫ ನಲ್ಲಿ "ಗುಡ್ ನ್ಯೂಸ್" ಕಾರ್ಯಕ್ರಮದಲ್ಲಿ ಪ್ರಕಟವಾಯಿತು. ಅವರು ಬರೆದ ಹಾಡು ಕೂಡ ಈ ಚಿತ್ರದಲ್ಲಿ ಅಳವಡಿಸಲಾಗಿತ್ತು. ಡಾ. ಶಿವಮೂರ್ತಿಯವರು ಸಂಕಲನ ಮಾಡಿದ "ಕೋವಿಡ್ ಕವಛ" ಕಿರುಚಿತ್ರ ಯುಟ್ಯೂಬ್ ನಲ್ಲಿ ಉತ್ತಮ ಪ್ರತಿಕ್ರಿಯೆ ಪಡೆದು, ಕೋವಿಡ್ ಲಸಿಕೆಯ ಬಗ್ಗೆ ಆರೋಗ್ಯ ಮಾಹಿತಿ ಕೊಡುವಲ್ಲಿ ಯಶಸ್ವಿಯಾಯಿತು. ಈ ಕಿರುಚಿತ್ರ ದಲ್ಲಿ ಅವರೇ ಬರೆದ ಕೋವಿಡ್ ಲಸಿಕೆಯ ಬಗೆಗಿನ ಹಾಡು ಜಾನಪದ ಶೈಲಿಯಲ್ಲಿತ್ತು ಮತ್ತು ಅದನ್ನು ಅವರೇ ಹಾಡಿದ್ದು, ಈ ಕಿರುಚಿತ್ರ ದಲ್ಲಿ ಅಳವಡಿಸಲಾಗಿತ್ತು. ಮೇಲೆ ಹೇಳಿದ ಚಟುವಟಿಕೆಗಳನ್ನು, ತಮ್ಮದೇ ಆದ ಯುಟ್ಯುಬ್ ಚಾನೆಲ್ನ ನಲ್ಲಿ (Shivamurthy Nanjundappa ಚಾನಲ್ ನಲ್ಲಿ) ಪ್ರಕಟಿಸುತ್ತಾ ಹವ್ಯಾಸಗಳನ್ನು ಜೀವಂತವಾಗಿಟ್ಟು ತಮ್ಮ ಸಾಹಿತ್ಯ ಮತ್ತು ಹವ್ಯಾಸ ಕೃಷಿ ಮುಂದುವರೆಸಿಕೊಂಡು ಬಂದಿದ್ದಾರೆ.

ಲೇಖಕರ ಪರಿಚಯ ... ಮುಂದುವರೆದ ಭಾಗ

ಡಾ. ಶಿವಮೂರ್ತಿ ಎನ್ ಅವರ ಔಷಧಶಾಸ್ತ್ರ ಕ್ಷೇತ್ರಕ್ಕೆ ನೀಡಿದ ಕೊಡುಗೆಗಳು ಶೈಕ್ಷಣಿಕ ಚಟುವಟಿಕೆಗಳ ಮಿತಿಗಳನ್ನು ಮೀರಿ ವಿಸ್ತರಿಸಿದೆ. ಮೆಡಿಕಲ್ ಫಾರ್ಮಕಾಲಜಿಸ್ಟ್ಸ ಸೊಸೈಟಿಯ ಸ್ಥಾಪಕ ಅಧ್ಯಕ್ಷರಾಗಿ ಮತ್ತು ಪ್ರತಿಷ್ಠಿತ ಜರ್ನಲ್ ಆಫ್ ಫಾರ್ಮಾಕೊವಿಜಿಲೆನ್ಸ್ ಮತ್ತು ಡ್ರಗ್ ರಿಸರ್ಚ್ನ ವ್ಯವಸ್ಥಾಪಕ ಸಂಪಾದಕರಾಗಿ, ಕೂಡ ಅವರುಕೆಲಸ ಮಾಡಿದ್ದಾರೆ.

ಡಾ. ಶಿವಮೂರ್ತಿ ಎನ್ ಅವರು ವೈದ್ಯಕೀಯ ವಿಜ್ಞಾನಕ್ಕೆ ಅವರ ಅತ್ಯುತ್ತಮ ಕೊಡುಗೆಗಳಿಗಾಗಿ ಗುರುತಿಸಲ್ಪಟ್ಟಿದ್ದಾರೆ. ಅವರ ಸಂಶೋಧನಾ ಪ್ರಯತ್ನಗಳು ಅವರಿಗೆ 2023 ರಲ್ಲಿ ಗೌರವಾನ್ವಿತ InSC (ಇನ್‌ಸ್ಟಿಟ್ಯೂಟ್ ಆಫ್ ಸ್ಕಾಲರ್ಸ್) ರಿಸರ್ಚ್ ಎಕ್ಸಲೆನ್ಸ್ ಪ್ರಶಸ್ತಿಯಂತಹ ಪುರಸ್ಕಾರಗಳನ್ನು ಗಳಿಸಿಕೊಟ್ಟಿವೆ. ಜೊತೆಗೆ 2021 ರ ಹೈಪರ್ಪೀಸಿಯಾ ಸಮ್ಮೇಳನ ಮತ್ತು 2023 ರ ಕರ್ನಾಟಕ ರಾಜ್ಯ ವೈದ್ಯಕೀಯ ಔಷಧೀಯ ಸಮ್ಮೇಳನ (KSMPCON) ನಂತಹ ಪ್ರತಿಷ್ಠಿತ ಸಮ್ಮೇಳನಗಳಲ್ಲಿ ಅವರು ಪಡೆದ ಪುರಸ್ಕಾರಗಳು ಗಮನಾರ್ಹವಾಗಿವೆ.

ಇದಲ್ಲದೆ, ಡಾ. ಶಿವಮೂರ್ತಿ ಎನ್ ಅವರು ನೀಡಿದ ಆರು ಪುಸ್ತಕಗಳು ಔಷಧಶಾಸ್ತ್ರ ಮತ್ತು ಆರೋಗ್ಯಕ್ಷೇತ್ರದ ವಿವಿಧ ಅಂಶಗಳ ಬಗ್ಗೆ ಅಮೂಲ್ಯವಾದ ಒಳನೋಟಗಳನ್ನು ನೀಡುತ್ತದೆ. "ಫಾರ್ಮಕಾಲಜಿಯಲ್ಲಿ ಪ್ರಶ್ನೆ ಮತ್ತು ಉತ್ತರ", "ಫಾರ್ಮಾಕೋವಿಜಿಲೆನ್ಸ್ ರಿಫ್ಲೆಕ್ಟಿವ್ ರೈಟಿಂಗ್ ಇ-ಬುಕ್," "ಕ್ಲಿನಿಕಲ್ ಟ್ರಯಲ್ಸ್ ಮ್ಯಾನೇಜ್‌ಮೆಂಟ್" “ಮೋಲೆ ಹಾಲು: ನವಜಾತ ಶಿಶುವಿನ ಅಮೃತ” ಮತ್ತು "ಆರೋಗ್ಯ ಜನಪದ" ಮುಂತಾದ ಶೀರ್ಷಿಕೆಗಳನ್ನು ಒಳಗೊಂಡ ಅವರ ಪ್ರಕಟಣೆಗಳು ಜ್ಞಾನವನ್ನು ಹೆಚ್ಚಿಸಲು ಮತ್ತು ವೈದ್ಯಕೀಯ ಶಿಕ್ಷಣದಲ್ಲಿ ಉತ್ಕೃಷ್ಟತೆಯನ್ನು ಬೆಳೆಸುವ ಅವರ ಬದ್ಧತೆಗೆ ಸಾಕ್ಷಿಯಾಗಿವೆ.

ಅವರ ಕೊಡುಗೆಗಳು ವೈದ್ಯಕೀಯ ಕ್ಷೇತ್ರವನ್ನು ಶ್ರೀಮಂತಗೊಳಿಸುತ್ತಲೇ ಇರುತ್ತವೆ, ಸಹೋದ್ಯೋಗಿಗಳು ಮತ್ತು ವಿದ್ಯಾರ್ಥಿಗಳ ಹೃದಯ ಮತ್ತು ಮನಸ್ಸಿನ ಮೇಲೆ ಅಳಿಸಲಾಗದ ಮುದ್ರೆಯನ್ನು ಮೂಡಿಸುತ್ತಲೇ ಇರುತ್ತವೆ.

www.ingramcontent.com/pod-product-compliance
Lightning Source LLC
LaVergne TN
LVHW070843160826
845684LV00008B/61

* 9 7 9 8 8 9 4 1 5 8 7 5 4 *